D1730448

ศาสตร์และศิลป์
แห่งอาหารไทย
THE ARTISTRY
OF THAI CUISINE

มิชลิน ไกด์

THE MICHELIN GUIDE

กรุงเทพมหานคร | ภูเก็ตและพังงา

BANGKOK | PHUKET & PHANG-NGA

MICHELIN

amazing
THAILAND

บันทึกโบราณได้กล่าวเอาไว้อย่างชัดเจน ว่าชาวสยาม บรรพบุรุษของชาวไทยในปัจจุบัน เป็นช่างฝีมือที่หาใครเทียบได้ยาก ผู้คนต่างเชื้อเชิญให้ช่างสยามเดินทางไปสร้างและบูรณะพระราชวัง อนุสาวรีย์ และวัดวาอาราม

หากแม้ฝีมืออันวิจิตรของช่างชาวสยามถือเป็นความรุ่งเรืองในยุคอดีตแล้ว ชั้นเชิงในการรังสรรค์อาหารไทยก็เทียบได้เป็นคุณค่าแห่งยุคปัจจุบัน ด้วยร้านอาหารไทยที่มีกว่า 15,000 ร้าน กระจายอยู่ทั่วทุกมุมโลก นอกจากสถานที่ท่องเที่ยวที่สวยงามตระการตา วัฒนธรรม งานประเพณีมากมาย และยิ้มสยามอันเป็นเอกลักษณ์แล้ว อาหารไทยถือเป็นอีกหนึ่งสิ่งที่สร้างความประทับใจแรกให้แก่ชาวต่างชาติได้เสมอ

อาหารไทยรังสรรค์ขึ้นจากวัตถุดิบอันหลากหลาย นอกจากแผ่นดินอันอุดมสมบูรณ์ไปด้วยพืชผักและสมุนไพรแล้ว ผืนน้ำอ่าวไทยและทะเลอันดามันก็อุดมไปด้วยวัตถุดิบชั้นเลิศ ในอดีตกรุงเทพฯ เป็นศูนย์กลางทางการค้าของภาคกลาง ในขณะที่ภูเก็ตและพังงาก็เป็นเมืองท่าสำคัญต้อนรับพ่อค้าวาณิชต่างชาติที่มาเยือนภาคใต้ของประเทศ จนเกิดการแลกเปลี่ยนทางวัฒนธรรมผสมผสานและกลายเป็นส่วนหนึ่งของวัฒนธรรมอาหารไทยอีกด้วย

It has been well-documented that the ancient Siamese, ancestors of today's Thai people, boasted some of the region's finest artisans. With their talents transcending into the realm of fine arts, they were called to work upon palaces, monuments and temples as far as they could travel. If such was the cultural export of Siam's past, today's equivalence would easily be gastronomy; Thai cuisine is now a global phenomenon, with an estimated 15,000 Thai restaurants dotted all over the world. After all, along with cinematic beaches, contagious smiles and soulful cultural festivals, few things are more memorable to a visitor than that first taste of a well-prepared Thai dish.

Thai cuisine generously employs produce grown from the distinctive terroirs of the kingdom. Along with agriculture, the nation's coastlines bring abundant treasures from the Gulf of Thailand and the Andaman Sea - key components of local dishes. As Bangkok evolved into a hub of commerce for the Central Region, the southern ports of Phuket and Phang Nga welcomed traders from all over the world. These enterprising visitors would - in no small part - influence the country's culinary heritage.

เจาะลึกภูเก็ตและพังงา

ภูเก็ตและพังงาเป็นจังหวัดที่มีนักท่องเที่ยวมาเยี่ยมเยือนมากเป็นอันดับต้น ๆ ของประเทศ โดยมีสะพานสารสินเชื่อมต่อจังหวัดทั้งสองเข้าด้วยกัน จังหวัดพังงามีประชากรราว 250,000 คน โดยประชากรร้อยละ 23 นับถือศาสนาอิสลาม ทั้งยังสืบทอดวัฒนธรรมอาหารมุสลิมมาอย่างต่อเนื่องและผสมผสานกับอาหารปักษ์ใต้แบบดั้งเดิม อาทิ ชุมชนชาวประมงมุสลิมที่อาศัยอยู่บนแพอายุกว่า 200 ปี ในเกาะปันหยี อ่าวพังงา ซึ่งปรุงอาหารโดยใช้วัตถุดิบหลักจากทรัพยากรธรรมชาติทางทะเลอันอุดมสมบูรณ์ทั้งแบบสดและแบบแห้ง เพิ่มรสชาติให้เป็นเอกลักษณ์ด้วยเครื่องเทศรส้อนแรง เช่น ขมิ้น ข่า ตะไคร้ และมะกรูด ซึ่งให้สัมผัสและรสชาติเผ็ดร้อนมากกว่าอาหารภาคอื่น ๆ

จังหวัดภูเก็ตต้อนรับนักท่องเที่ยวมากเป็นอันดับสองของประเทศ โดยปีที่แล้วมีนักท่องเที่ยวมาเยือนถึง 9.1 ล้านคน ด้วยวัฒนธรรมจากหลากหลายเชื้อชาติที่ผสมผสานกันมานานหลายศตวรรษ ทำให้อาหารภูเก็ตมีความเป็นเอกลักษณ์ด้วยกลิ่นอายของความเป็นไทย จีน มาเลเซีย และอินเดีย รวมไปถึงชาวเลที่มาตั้งถิ่นฐานอยู่รอบเกาะอันอุดมสมบูรณ์นี้มานมนาน ความหลากหลายทางด้านอาหารนี้ส่งผลให้ยูเนสโกประกาศให้ภูเก็ตเป็นเมืองสร้างสรรค์ด้านวิทยาการอาหาร (Creative City of Gastronomy) นอกจากเรื่องอาหารที่ขึ้นชื่อแล้ว อาคารเก่าแก่หลากสีสันที่เป็นสถาปัตยกรรมแบบชิโน-โปรตุกีส รวมไปถึงตลาดนัดและภาพวาดบนผนังอาคาร (Street Art) ต่างก็ทำให้ย่านเมืองเก่าภูเก็ตมีเสน่ห์แบบไม่เหมือนใคร

A FOCUS
ON PHUKET & PHANG-NGA

Connected by Sarasin Bridge, the provinces of Phuket and Phang-Nga rank high amongst the country's most visited locations. Noted for its authentic Southern Thai cuisine, Phang-Nga's dishes are rich in seafood, both fresh and dried. A balance of heady spices and ingredients like galangal, turmeric, garlic, lemongrass and kaffir lime create notably complex meals. Recipes also benefit from higher heat levels, and encounters with Thailand's Southern delicacies may require a tolerance for its renowned hot chilli. Phang-Nga is home to around a quarter of a million people, and an estimated 23% of locals are practising Muslims, many of whom continue to maintain their culinary heritage. Southern Muslim dishes make use of the ocean's bounty, as seen in one of Phang-Nga's most unique destinations for seafood, Ko Panyi, a two-centuries-old Muslim fishermen's village perched on stilts in Phang-Nga Bay.

As Thailand's second most visited province, Phuket welcomed 9.1 million visitors in the past year. From centuries of cultural exchanges, Phuket's cuisine seamlessly blends the cuisine of Thailand, China, Malaysia, India and Mon seafarers who originally settled along the bountiful coasts. This distinct and harmonious mix of cultures is one of many reasons why Phuket was designated a Creative City of Gastronomy by UNESCO. A stroll through Phuket's Old Town, with its brightly hued Sino-Portuguese buildings, open-air markets and quirky street art yields many delightful and delicious finds.

เศรษฐกิจและการค้าอันรุ่งเรืองของภูเก็ตดึงดูดชาวจีนให้เข้ามาตั้งรกรากนับตั้งแต่ช่วงศตวรรษที่ 15 จนถึงยุคทองของการทำเหมืองดีบุก ไม่เพียงแต่วัฒนธรรมจีนจะแทรกตัวอยู่ในสถาปัตยกรรมต่าง ๆ แต่อาหารตำรับต่าง ๆ ถือเป็นสิ่งยืนยันถึงมรดกของเหล่าผู้อพยพที่ชัดเจนที่สุด ไม่ว่าจะเป็นชาวจีนฮกเกี้ยนซึ่งเป็นชาวจีนกลุ่มหลักในภูเก็ต ได้นำอาหารยอดนิยมอย่างหมี่ผัดเข้ามาและชาวภูเก็ตก็ปรับเปลี่ยนให้กลายเป็นต้นตำรับของตัวเองโดยการเติมซีอิ๊วและอาหารทะเลจนกลายเป็นหมี่ฮกเกี้ยนที่ทุกคนรู้จักกันดี หรือชาวจีนแต้จิ๋วผู้เผยแพร่วิธีการปั้นลูกชิ้นปลาที่ต้องใช้ปลาสดเสมอเพื่อความอร่อย และสัมผัสที่เหนียวนุ่มลิ้น นอกจากนี้ อีกหนึ่งมรดกที่ถือเป็นความงดงามทางประวัติศาสตร์ คือ ลูกหลานชาวเปอรานากันที่สืบเชื้อสายจากผู้อพยพชาวจีนและคนท้องถิ่น และเป็นเจ้าของตำรับอาหารเปอรานากัน เช่น หมูฮ้อง เมนูที่มีการผสมผสานระหว่างการปรุงอาหารจีนและวัตถุดิบท้องถิ่นผ่านการเคี่ยวอย่างช้า ๆ เป็นอีกหนึ่งเมนูอาหารเปอรานากันอันมีเอกลักษณ์

เบือทอด หรือ กุ้งที่เรียงอยู่บนใบหญ้าเล็บครุฑหรือใบหญ้าช้องชุบแป้งทอดจนเป็นแพกรอบ ก็นับเป็นหนึ่งในอีกหลายเมนูท้องถิ่นที่น่าลิ้มลอง และหาชิมได้เฉพาะในภูเก็ตเท่านั้น รวมไปถึงแกงต่าง ๆ ทานคู่กับโรตีอันเป็นเอกลักษณ์ และขนมท้องถิ่นอย่างโอ้เอ๋ว วุ้นใสทำจากสมุนไพรพร้อมเครื่อง ซึ่งเมนูเหล่านี้หาชิมได้ง่าย ไม่ว่าจะเป็นตามร้านริมทาง หรือแม้แต่ร้านหรูสไตล์ fine dining แต่สิ่งหนึ่งที่คุณจะได้ลิ้มลองอย่างแน่นอนไม่ว่าจะเลือกทานที่ใด คือ วัตถุดิบท้องถิ่นคุณภาพเยี่ยม ตั้งแต่สับปะรดภูเก็ตที่หาทานได้ทั่วไปจนถึงกุ้งมังกรเจ็ดสี ที่พร้อมให้คุณได้สัมผัสถึงวัฒนธรรมอาหารภูเก็ตที่ส่งต่อผ่านผู้คนมาหลายยุคหลายสมัย

Since the 15th century and up until the golden era of Phuket's tin mining industry, an influx of wealth enticed many Chinese groups to migrate to the island. While their influence is seen throughout Southern Thailand, one of their most impactful relics lies in the recipes of Phuket. Originally from Fujian, the Hokkien-Chinese introduced "Hokkien Mi" (Hokkien noodles), a dish that Phuket has made its own with the addition of local soy sauce and combinations of seafood. The Teochew-Chinese are credited with another delight, "Luk Chin Pla" (fish balls) known for their chewy texture that stems from using only the freshest fish. Visitors should also seize the chance to experience Peranakan food such as, "Mu Hong" (pork stew). The Peranakan people are descendants of Chinese settlers, who married members of the local population. Their cuisine became a curated mix of Chinese mainstays and native spices and ingredients, often employing slow cooking methods.

Some of the island's other noteworthy offerings include "Bue Thot" (deep-fried water onion with shrimp) and a rare dessert, "O-aeo" (clear jelly made with banana and Chinese herbs). Another staple of Phuket's diet are the local curries, thickened with coconut cream and often paired with fried, flaky roti. Phuket's selections run the gamut from pushcart street food and canteen-style shophouses to established beachside hotspots and exclusive fine-dining restaurants. But wherever you choose to dine, the venues are unified in the use of the island's exemplary ingredients ranging from the humble pineapple to vibrant spiny lobster. With a population that fully embraces their heritage, dining in Phuket will have you travelling through the pages of time.

การเปลี่ยนผ่านวัฒนธรรมของ กรุงเทพฯ และปริมณฑล

ห ากร่องรอยอารยธรรมจากอดีตถือเป็น ภาพสะท้อนตัวตนของภูเก็ตและพังงาแล้ว การเดินหน้า สู่อนาคตก็คือภาพสะท้อนของกรุงเทพฯ และปริมณฑล ที่ราบอันอุดมสมบูรณ์ซึ่งเชื่อมต่อกับอ่าวไทย เป็นแหล่งทรัพยากรที่หล่อเลี้ยงผู้คนนับสิบล้าน น่าเสียดายที่นักท่องเที่ยวกว่า 19 ล้านคนที่มาเยือน กรุงเทพฯ มักจะมองข้ามจังหวัดข้างเคียงที่มีความ น่าสนใจไม่แพ้กัน ไม่ว่าจะเป็นชุมชนชาวมอญและ แหล่งเครื่องปั้นดินเผาเก่าแก่ขึ้นชื่อที่เกาะเกร็ด นนทบุรี ก๋วยเตี๋ยวเรือแสนอร่อยริมคลองรังสิต พิพิธภัณฑ์วิทยาศาสตร์แห่งชาติ และหออัครศิลปิน ในปทุมธานี รวมไปถึงพระปฐมเจดีย์เก่าแก่

เหมาะแก่การมาสักการะเพื่อเป็นสิริมงคลก่อนอิ่มอร่อย กับข้าวหลามหวานมันที่นครปฐม ส่วนวัฒนธรรม การกินของจังหวัดที่อยู่ทางใต้ของกรุงเทพฯ ซึ่ง ผูกพันกับน้ำเป็นส่วนใหญ่ ทั้งผลไม้นานาพรรณ ที่ตลาดน้ำบางน้ำผึ้ง สมุทรปราการ อาหารทะเลหรือ กะปิของฝากยอดนิยมที่ทุกคนต้องซื้อติดไม้ติดมือ เมื่อได้ไปเยือนตลาดในจังหวัดสมุทรสาคร และ แม้ว่าคนไทยภาคกลางส่วนใหญ่จะนิยมอาหาร ประจำชาติจานเด่นร้านดัง แต่ก็พร้อมจะเปิดใจ ในการลิ้มลองอาหารต่างชาติด้วยเช่นกัน

THE CHANGING FACE OF BANGKOK AND ITS SURROUNDING PROVINCES

If Phuket and Phang-Nga are identified by their history, Thailand's Central Region is a vision of the fast-paced future. With fertile floodplains that give rise to an abundance of ingredients, the Bangkok metropolitan region is supported by rich farmland and connections to the Gulf of Thailand. Often overlooked by the 19.3 million tourists that visit the capital city each year, there is much to discover in its vicinity. In Nonthaburi, one can still taste historic Mon dishes like "Mi Krop Boran" (crispy rice noodles) on Ko Kret. Pathum Thani features many educational sites, including the National Science Museum and the Supreme Artist Hall, though many would travel there simply for a steaming bowl of boat noodles (Kuai Tiao Ruea) along Rangsit's canals. One of the oldest stupas of ancient Nakhon Pathom, Phra Pathom Chedi is a must-visit in the area, and a must-taste would be the iconic "Khao Lam" (bamboo-steamed sweet rice). Towards the south of Bangkok, food culture is tied to the waterways. The Bang Namphueng Floating Market of Samut Prakan brings daily streams of exotic fruits, while in Samut Sakhon, the "Kapi" (krill paste) is the most sought-after item among its seafood markets. Most citizens from the Central Region are staunch supporters of their national food, and nearly any Thai you ask will have strong opinions on their favourite versions of a dish and where to find it. Of course, that doesn't mean they are opposed to enjoying new flavours from beyond the country's borders.

ความโดดเด่นของอาหารในกรุงเทพฯ สามารถดึงดูดผู้คนมาจากทั่วทุกมุมโลก ไม่ว่าจะเป็นอาหารจีน หรืออาหารริมทางจากเยาวราช ยาวไปจนถึงเจริญกรุง ย่านเก่าแก่ที่ก่อนเคยเป็นที่พำนักของคณะทูตยุโรป มีอาคารเก่าสวย ๆ ที่ได้รับการปรับปรุงให้ดูร่วมสมัยมากขึ้นเพื่อรองรับกลุ่มคนรุ่นใหม่ หรือในย่านพาหุรัดซึ่งเป็นชุมชนชาวอินเดียเก่าที่เต็มไปด้วยแผงขายแกงและขนมอินเดียแบบดั้งเดิม หรือบริเวณซอยอาหรับย่านนานาที่เป็นแหล่งรวมวัฒนธรรมของชาวไทยอินเดีย ตะวันออกกลางและแอฟริกาเหนือ นอกจากนี้ ในกรุงเทพฯ ยังมีผู้คนหลากหลายเชื้อชาติมาตั้งรกรากพร้อมนำตำรับอาหารประจำชาติมารวมอยู่ในย่านต่าง ๆ จนคนกรุงเทพฯ คุ้นชินไม่ว่าจะเป็นอาหารญี่ปุ่นร้านอิซากายะกลางสุขุมวิท หรือร้านอาหารฝรั่งเศสบริเวณถนนเย็นอากาศ หลายคนอาจมองว่านี่คือความขัดแย้งทางวัฒนธรรม แต่สำหรับคนกรุงเทพฯ แล้ว นี่คือส่วนผสมที่กลมกล่อมลงตัวที่สุด

With a beating global heart, Bangkok's food scene embodies immigration from all corners of this increasingly connected world. Yaowarat (Chinatown) is renowned for its authentic Chinese specialities and street food but venture down nearby Charoen Krung - formerly a neighbourhood for European diplomats - and you'll find a street brimming with recently renovated venues that cater to Bangkok's hip young generation. One can still find tradition at the Indian quarter, Pahurat, with curry stalls and celebratory confections; though many Thai-Indians have established themselves in Nana, an area they share with colourful Soi Arab (Arab Street) where Middle Eastern and North African fare reigns.

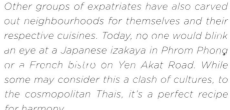

Other groups of expatriates have also carved out neighbourhoods for themselves and their respective cuisines. Today, no one would blink an eye at a Japanese izakaya in Phrom Phong or a French bistro on Yen Akat Road. While some may consider this a clash of cultures, to the cosmopolitan Thais, it's a perfect recipe for harmony.

อัตลักษณ์แห่ง
วัตถุดิบท้องถิ่น

ในปัจจุบัน เชฟทั้งชาวไทยและต่างชาติต่างยอมรับคุณภาพของวัตถุดิบที่ปลูกขึ้นในประเทศไทย กอปรกับการรณรงค์ลด carbon footprint ที่กำลังอยู่ในกระแสทั่วโลก บรรดาเชฟต่างพร้อมใจกันนำผลผลิตของเกษตรกรไทยไปสร้างสรรค์เมนูอาหารแทนพืชผักที่อดีตต้องนำเข้าเท่านั้น กล่าวได้ว่าเกษตรกรไทยเป็นส่วนหนึ่งที่ช่วยลด carbon footprint ด้วยเช่นกัน โดยเฉพาะโครงการหลวงอันเกิดจากพระราชดำริของในหลวงรัชกาลที่ 9 ซึ่งสนับสนุนการทดลองปลูกพืชเมืองหนาวในพื้นที่ภาคเหนือที่อุณหภูมิต่ำกว่าภาคอื่นๆ มาโดยตลอด ไม่ว่าจะเป็นขึ้นฉ่ายฝรั่ง สตรอว์เบอร์รี วานิลลา และโกโก้ ซึ่งเพิ่งทดลองปลูกเมื่อไม่นานมานี้ ร้านอาหารบางร้านเริ่มหันมาปลูกวัตถุดิบใช้เอง มีฟาร์มขนาดเล็กเกิดขึ้นมากมาย และความนิยมใช้วัตถุดิบท้องถิ่นแทนที่วัตถุดิบนำเข้าจากต่างประเทศก็เพิ่มมากขึ้น ไม่ว่าจะเป็นเป็ดเชอร์รี่เพชรบูรณ์ เนื้อวากิวไทยจากโคราชและสกลนคร ซึ่งนอกจากจะให้รสชาติที่ไม่เหมือนใครแล้ว ยังช่วยสร้างอัตลักษณ์ให้ร้านอาหารโดดเด่นเป็นที่จดจำอีกด้วย ปรากฏการณ์ที่เหล่าเชฟต่างภูมิใจนำเสนอวัตถุดิบจากจังหวัดบ้านเกิดของตนส่งผลให้นักท่องเที่ยวที่ได้มาเยือนประเทศไทยได้ตื่นตาตื่นใจกับวัตถุดิบไทยแปลกใหม่ที่มีอย่างหลากหลาย ไม่ใช่ตื่นเต้นจากเพียงภาพพ่อค้าแม่ขายอาหารริมทางปรุงอาหารในกระทะร้อนฉ่าหรือผลไม้ไทยที่แกะสลักอย่างวิจิตรเท่านั้น

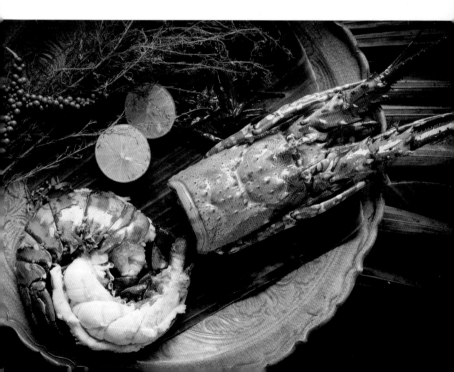

HOMEGROWN ORIGINS

Contemporary cuisine in Thailand today is highlighted by locally grown ingredients that have become the darling of Thai kitchens, praised by both native and international chefs. With the world more aware of the carbon footprint, the 'locavore' movement that has built up momentum abroad has come to Thailand in full swing. In Northern Thailand - aided by the Royal Projects, originally initiated by the late King Bhumibol Adulyadej - experimentation with new crops have always been strongly supported. The high-altitude region allows for the cultivation of produce usually seen in cooler climates; such as celery, strawberries and recently, cacao. Embracing sustainability further, an influx of small-scale farmers and restaurants themselves are beginning to sow the seeds that would feed a new generation of diners. As a result, more venues are offering fully local menus, and not only of Thai dishes. International restaurants in the country are switching imported ingredients with Phetchabun cherry duck, Thai Wagyu beef and Mah Kwan pepper, much to the delight of residents and travellers looking for unique flavours.

Now, more so than ever, new restaurants are pushing for bold identities and chefs are proudly representing their province or hometown; and while the ubiquitous images of street-side vendors displaying extravagant fruit carvings and expertly wielding a wok over an open flame still hold a place in the nation's culinary landscape, visitors are now invited to travel deeper into the heart of Thailand with their palates.

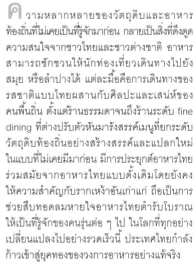

ความหลากหลายของวัตถุดิบและอาหารท้องถิ่นที่ไม่เคยเป็นที่รู้จักมาก่อน กลายเป็นสิ่งที่ดึงดูดความสนใจจากชาวไทยและชาวต่างชาติ อาหารสามารถชักชวนให้นักท่องเที่ยวเดินทางไปยังสมุย หรือลำปางได้ แต่ละมื้อคือการเดินทางของรสชาติแบบไทยผสานกับศิลปะและเสน่ห์ของคนพื้นถิ่น ตั้งแต่ร้านธรรมดาจนถึงร้านระดับ fine dining ที่ต่างปรับตัวหันมารังสรรค์เมนูที่ยกระดับวัตถุดิบท้องถิ่นอย่างสร้างสรรค์และแปลกใหม่ในแบบที่ไม่เคยมีมาก่อน มีการประยุกต์อาหารไทยร่วมสมัยจากอาหารไทยแบบดั้งเดิมโดยยังคงให้ความสำคัญกับรากเหง้าอันเก่าแก่ ถือเป็นการช่วยสืบทอดลมหายใจอาหารไทยตำรับโบราณให้เป็นที่รู้จักของคนรุ่นต่อ ๆ ไป ในโลกที่ทุกอย่างเปลี่ยนแปลงไปอย่างรวดเร็วนี้ ประเทศไทยกำลังก้าวเข้าสู่ยุคทองของวงการอาหารอย่างแท้จริง

The architects of this movement want you to understand the specific cuisine of places rarely highlighted on the Thai culinary map. Meals can whisk diners away to Samui Island or the misty hillsides of Lampang. Each course becomes a journey. Inspired by a Thai sense of artistry and playfulness, authentic flavours are elevated at a rate never seen before. This trend is widely practised in both fine dining establishments and at more accessible venues. Progressive Thai cuisine weaves itself into a part of everyday life. At a time where traditional dishes face the dilemma of stagnation or eradication, the willingness of Thai chefs to experiment while respecting their roots is moving the entire kingdom's gastronomy forward. In a world where dynamism is key to survival, Thailand is striding into a culinary golden age.

amazing THAILAND

ส.เป๋งง้วน
ยาวราช

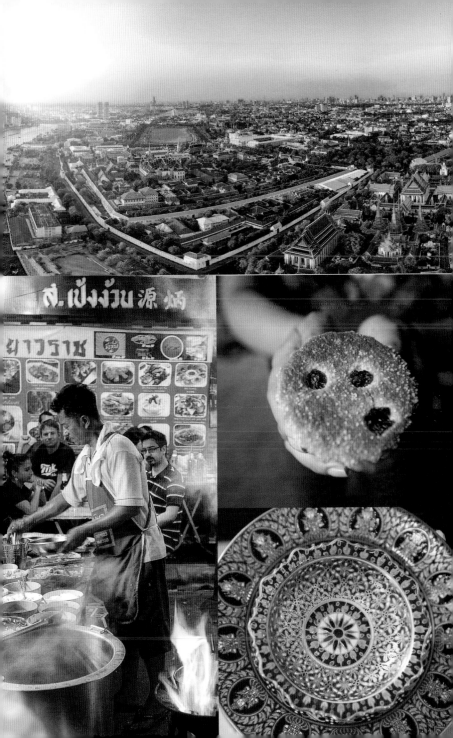

PRUDENTIAL

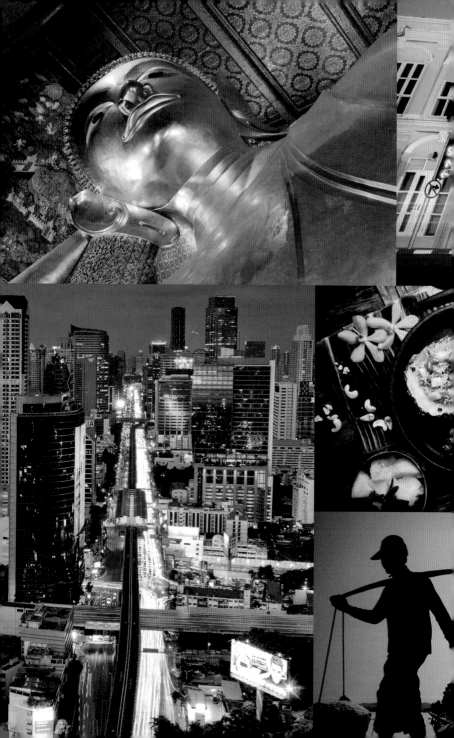

คู่มือ มิชลิน ไกด์ ฉบับประเทศไทย

THE MICHELIN GUIDE IN THAILAND

เรามีความยินดีเป็นอย่างยิ่งที่ได้จัดทำคู่มือ 'มิชลิน ไกด์' ฉบับที่ 2 ของประเทศไทย ในฉบับนี้มีการจัดรูปเล่มแบบใหม่ซึ่งสะดวกต่อการค้นหาแก่ผู้อ่านมากขึ้น ด้วยการแบ่งพื้นที่กรุงเทพมหานครเป็น 2 ฝั่ง ครอบคลุมไปถึงปริมณฑล นอกจากนี้ยังมีการเพิ่มเมืองใหม่เข้ามาคือ ภูเก็ตและพังงาอีกด้วย

ด้วยวัฒนธรรมอาหารที่มีเสน่ห์และมีให้เลือกอร่อยอย่างหลากหลาย เมืองไทยจึงถือได้ว่าเป็นสวรรค์ของเหล่านักเดินทางอย่างแท้จริง ในปีนี้ ผู้ตรวจสอบของเราได้เดินทางสำรวจทุกตรอกซอกซอยที่ซ่อนลึกทั่วภูเก็ตและพังงา รวมทั้งย่านต่างๆ ของกรุงเทพฯ เพื่อค้นหาสุดยอดร้านอาหารที่เสิร์ฟเมนูคุณภาพเลิศให้แก่ลูกค้า คุณจะได้พบกับร้านอาหารที่ดีที่สุดในหลายระดับราคา ตั้งแต่อาหารไทยจานเด็ดที่ขายบนรถเข็นหรือร้านอาหารริมทางไปจนถึงอาหารตะวันตกร่วมสมัยสุดล้ำในห้องอาหารสุดหรูทั้งหมดได้ถูกคัดเลือกและรวบรวมมาอยู่ในคู่มือเล่มนี้ให้คุณแล้ว

เช่นเดียวกับทุกครั้ง เราได้มอบรางวัลดาวมิชลินอันโด่งดัง ให้แก่สุดยอดร้านอาหารคุณภาพเยี่ยมอย่างแท้จริง และยังมีรางวัลบิบกูร์มองด์ ที่มอบให้แก่ร้านอาหารคุณภาพดีในราคาไม่เกิน 1,000 บาทต่อมื้อ และรางวัลมิชลินเพลท ที่ช่วยรับประกันประสบการณ์ในการรับประทานอาหารที่ดีให้กับคุณ

นอกจากนี้ ผู้ตรวจสอบของเราที่ทำงานอย่างเป็นอิสระ ยังได้คัดสรรสุดยอดโรงแรมที่มีให้เลือกตั้งแต่ที่พักสุดฮิปร่วมสมัย ไปจนถึงโรงแรมหรูหราเหนือระดับ ที่เรามั่นใจว่าจะสร้างประสบการณ์สุดประทับใจให้แก่คุณอย่างแน่นอน

หากมีคำแนะนำและข้อเสนอแนะใดๆ สามารถติดต่อเราได้ที่อีเมล michelinguide.thailand@michelin.com ทุกความเห็นของคุณจะเป็นประโยชน์ต่อการจัดทำคู่มือในฉบับต่อไป

เราหวังเป็นอย่างยิ่งว่าคุณจะเพลิดเพลินกับร้านอาหารและที่พักในประเทศไทย ที่เราได้มุ่งมั่นคัดสรรมาอย่างดีสำหรับคุณผู้อ่านทุกคน

It is with great pleasure that we present the second edition of Michelin Guide to Thailand, which not only comes with a more user-friendly layout, but extends further to the south of the country.

Thailand, with its fascinating and vast dining choices, is a paradise for travellers. This year, our Michelin Inspectors dug deep into the alleys of Phuket, Phang-Nga, as well as Bangkok's various districts, searching for restaurants serving top quality food. Within these pages you will discover the best restaurants across all categories of style and price, from authentic Thai fare served in street food stalls to contemporary European cuisine presented in elegant dining rooms.

As always, our famous Michelin Stars are awarded to those offering truly exceptional cooking but look out too for our Bib Gourmands, which offers carefully prepared but simpler cooking for under THB 1,000. The Michelin Plate then identifies all of our other restaurants, where you are guaranteed to have a good meal.

Our independent inspectors have also selected some outstanding hotels, from the hip and fashionable to the luxurious and elegant – all of which offer unique experiences.

Your opinions and suggestions help shape the guide, so please get in touch at: michelinguide.thailand@michelin.com

We hope you'll enjoy exploring our recommended restaurants and hotels in Thailand.

สารบัญ
CONTENTS

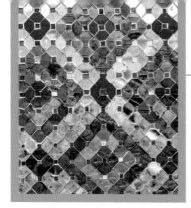

พันธกิจของคู่มือ มิชลิน ไกด์

ไม่ว่าในญี่ปุ่น สหรัฐอเมริกา จีน ยุโรป หรือประเทศใดในโลก ผู้ตรวจสอบมิชลินยึดถือ
หลักเกณฑ์เดียวกันในการตัดสินคุณภาพของโรงแรมและร้านอาหารทุกแห่งที่ได้ไปเยือน
และสิ่งที่ทำให้คู่มือ มิชลิน ไกด์ เป็นที่ยอมรับในระดับโลก คือพันธกิจที่เรายึดถือต่อผู้อ่าน
ซึ่งเราขอเน้นย้ำอีกครั้งในโอกาสนี้

ผู้ตรวจสอบของมิชลินจะปฏิบัติตัวเช่นเดียวกับลูกค้าทั่วไป โดยเข้าใช้บริการโรงแรม
และร้านอาหารแต่ละแห่งโดยไม่เปิดเผยสถานะ เพื่อประเมินคุณภาพอาหารและ
การบริการลูกค้าของสถานที่นั้น หลังจากนั้นผู้ตรวจสอบจะชำระค่าอาหารและบริการเอง
โดยอาจแนะนำตัวเพื่อสอบถามข้อมูลของโรงแรมหรือร้านคาหารแห่งนั้นเพิ่มเติม

การคัดเลือกของมิชลิน ไกด์ จะเป็นไปอย่างอิสระ ไม่มีพันธะผูกพัน ข้อแลกเปลี่ยน
หรือค่าใช้จ่ายใดๆ เพื่อรักษาความเป็นกลางต่อผู้อ่านอย่างเต็มที่
ผู้ตรวจสอบจะร่วมกันตัดสินใจในการพิจารณามอบรางวัล
โดยรางวัลสูงสุดนั้นเป็นไปตามมาตรฐานสากล

คู่มือ มิชลิน ไกด์ รวบรวมรายชื่อโรงแรมและร้านอาหารที่ดีที่สุด ในทุกระดับความสบายและระดับราคา
ซึ่งเกิดจากมาตรฐานอันเป็นหนึ่งเดียวที่ผู้ตรวจสอบทุกคนยึดถือปฏิบัติร่วมกัน

การจัดหมวดหมู่ภายในเล่ม รวมไปถึงรางวัลที่มอบให้จะถูกพิจารณาและปรับปรุงข้อมูลทุกปี
เพื่อนำเสนอข้อมูลที่น่าเชื่อถือที่สุดไปยังผู้อ่านของเรา

เพื่อรับรองว่าร้านอาหารทุกแห่งที่ได้รับเลือกมีมาตรฐานทัดเทียมกัน
เราจึงใช้หลักเกณฑ์เดียวกันในการจัดหมวดหมู่ร้านอาหารในทุกประเทศที่มีการจัดทำคู่มือ มิชลิน ไกด์
แม้ว่าวัฒนธรรมด้านอาหารของแต่ละชาติอาจมีเอกลักษณ์แตกต่างกันไป
แต่หลักเกณฑ์เพื่อตัดสินคุณภาพระดับสากลนั้นย่อมมีเพียงหนึ่งเดียว

เพราะภารกิจของมิชลินคือการพาคุณขับเคลื่อนไปข้างหน้า
ด้วยจุดมุ่งหมายเดียว คือ การเดินทางที่ราบรื่นปลอดภัยและรื่นรมย์ตลอดทุกเส้นทาง

THE MICHELIN GUIDE'S COMMITMENTS

~~~~~~

Whether they are in Japan, the USA, China or Europe, our inspectors apply the same criteria to judge the quality of each and every hotel and restaurant that they visit. The Michelin guide commands a **worldwide reputation** thanks to the commitments we make to our readers – and we reiterate these below:

Our inspectors make regular and **anonymous visits** to hotels and restaurants to gauge the quality of products and services offered to an ordinary customer. They settle their own bill and may then introduce themselves and ask for more information about the establishment.

To remain totally objective for our readers, the selection is made with complete **independence**. Entry into the guide is free. All decisions are discussed with the Editor and our highest awards are considered at an international level.

The guide offers a **selection** of the best hotels and restaurants in every category of comfort and price. This is only possible because all the inspectors rigorously apply the same methods.

All the practical information, classifications and awards are revised and updated every year to give the most **reliable information** possible.

In order to guarantee the **consistency** of our selection, our classification criteria are the same in every country covered by the MICHELIN guide. Each culture may have its own unique cuisine but **quality** remains the **universal principle** behind our selection.

Michelin's mission is to **aid your mobility**. Our sole aim is to make your journeys safe and pleasurable.

รางวัลที่มิชลินมอบให้กับร้านอาหาร

ดาวมิชลิน

ร้านอาหาร 1 (❀) 2 (❀❀) และ 3 (❀❀❀) ดาวมิชลิน
คือ การจัดอันดับร้านอาหารที่นำเสนออาหารคุณภาพที่ดีที่สุด
โดยมีหลักเกณฑ์การพิจารณาจากคุณภาพของวัตถุดิบ
เทคนิคการปรุงอาหาร รสชาติอาหาร ความคิดสร้างสรรค์
ตลอดจนความเสมอต้นเสมอปลายของคุณภาพและรสชาติอาหาร

❀❀❀   สุดยอดร้านอาหาร
         ที่ควรค่าแก่การเดินทางไกลเพื่อไปชิมสักครั้ง
❀❀   ร้านอาหารยอดเยี่ยม
         ที่ควรค่าแก่การขับรถออกนอกเส้นทางเพื่อแวะชิม
❀   ร้านอาหารคุณภาพสูงที่ควรค่าแก่การหยุดแวะชิม

บิบกูร์มองด์

ร้านอาหารที่ได้รับสัญลักษณ์รูปบิเบนดัมนี้ คือ ร้านโปรดของผู้ตรวจสอบมิชลิน
ที่เสิร์ฟอาหารคุณภาพดีในราคาไม่เกิน THB 1,000 บาท
(ราคานี้เป็นราคาอาหาร 3 คอร์ส ไม่รวมเครื่องดื่ม)

มิชลินเพลท

ร้านอาหารคุณภาพดีที่ใช้วัตถุดิบสดใหม่และปรุงอย่างพิถีพิถัน

สัญลักษณ์ ในคู่มือ มิชลิน ไกด์

มิชลิน คือ ผู้เชี่ยวชาญในการเสาะหาสุดยอดร้านอาหาร และชวนให้คุณไปค้นพบกับความหลากหลายของโลกแห่งอาหารนี้ไปกับเรา นอกจากรสชาติของอาหารแล้ว เรายังพิจารณาไปถึงการตกแต่ง การบริการ และบรรยากาศของร้านอีกด้วย หรือเรียกได้ว่าเราให้ความสำคัญกับประสบการณ์ในการรับประทานอาหารแบบรอบด้านอย่างแท้จริง โดยมีคีย์เวิร์ดที่บ่งบอกถึงประเภทอาหาร (สีแดง) และบรรยากาศของร้าน (สีทอง) เพื่อช่วยให้คุณตัดสินใจเลือกร้านได้ง่ายขึ้น

อาหารไทย • ตกแต่งอย่างมีดีไซน์

สิ่งอำนวยความสะดวกและบริการต่างๆ

	รายการไวน์ที่น่าสนใจ
	รายการค็อกเทลที่น่าสนใจ
	รายการเบียร์ที่น่าสนใจ
	รับเฉพาะเงินสด
	รับจองล่วงหน้า
	ไม่รับจองล่วงหน้า
	สิ่งอำนวยความสะดวกสำหรับผู้ที่ใช้วีลแชร์
	พื้นที่รับประทานอาหารด้านนอก
	ทัศนียภาพสวยงาม
12	ห้องรับประทานอาหารส่วนตัว พร้อมจำนวนที่รองรับได้สูงสุด
	เคาน์เตอร์สำหรับรับประทานอาหาร
	ห้องพักปลอดบุหรี่
	ห้องประชุม
	บริการรับจอดรถ
	ที่จอดรถ
	ที่จอดรถในร่ม
	สระว่ายน้ำกลางแจ้ง/ ในร่ม
	ห้องออกกำลังกาย
	สปา

THE MICHELIN GUIDE'S SYMBOLS

Michelin are experts at finding the best restaurants and invite you to explore the diversity of the gastronomic universe. As well as evaluating a restaurant's cooking, we also consider its décor, the service and the ambience – in other words, the all-round culinary experience.

Two keywords help you make your choice more quickly: red for the type of cuisine, gold for the atmosphere:

Thai • Design

FACILITIES & SERVICES

🍇	Notable wine list
🍹	Interesting cocktail list
🍺	Interesting beer list
💲	Cash only
	Reservations required
	Reservations not accepted
♿	Wheelchair access
	Terrace dining
	Interesting view
🛋 12	Private room with maximum capacity
	Counter
	Non-smoking rooms
	Conference rooms
	Valet parking
🅿	Car park
🚗	Garage
	Outdoor/Indoor swimming pool
	Exercise room
Spa	Spa

THE MICHELIN DISTINCTIONS FOR GOOD CUISINE

STARS

Our famous One ❀, Two ❀❀ and Three ❀❀❀ stars
identify establishments serving the highest quality
cuisine – taking into account the quality of ingredients,
the mastery of techniques and flavours, the levels
of creativity and, of course, consistency.

❀❀❀   Exceptional cuisine, worth a special journey!
❀❀   Excellent cuisine, worth a detour!
❀   High quality cooking, worth a stop!

BIB GOURMAND

This symbol indicates our inspectors' favourites
for good value. These restaurants offer quality cooking
for THB 1,000 or less
(price of a 3 course meal excluding drinks).

PLATE

Good cooking.
Fresh ingredients, capably prepared:
simply a good meal.

เขต บางยี่ขัน
BANG YI KAN

Yi Khan

พระที่นั่งวิมานเมฆ
Vimanmek Mansion

ป้อมพระสุเมรุ
Pom
Phra Sumen

CHAO PHRAYA

เขต บางกอกน้อย
BANGKOK NOI

Noi

MAE NAM

Bangkok Noi
Thonburi

วัดสุวรรณาราม
Wat Suwanaram

วัดมหาธาตุ
Wat Mahatat

วัดบวรนิเวศน์
Wat Bowon Niwet

สนามมวยราชดำเนิน
Ratchadamnoen
Boxing Stadium

แขวง ศิริราช
SIRIRAJ

อนุสาวรีย์ประชาธิปไตย
Democracy Monument

Ang

เขตพระนคร
PHRA NAKHON

วัดสระเกศ
Wat Saket

วัดพระแก้ว
Wat Phra Kaew

พระบรมมหาราชวัง
The Grand Palace

Mon

วัดสุทัศน์
Wat Suthat

Ong

Khlong

ไชน่าทาวน์
CHINA TOWN

Khlong

วัดอรุณ
Wat Arun

วัดโพธิ์
Wat Pho

MAE NAM

CHAO

เขต สัมพันธวงศ์
**SAMPHAN
THAWONG**

วัดกัลยาณมิตร
Wat Kalyanamit

PHRAYA

เขต บางกอกใหญ่
BANGKOK YAI

ฝั่งธนบุรี
THON BURI

Yai

4

Bangkok

สถานีรถไฟวงเวียนใหญ่
**Wongwian Yai
Railway Station**

วงเวียนใหญ่
Wongwian Yai

Khlong

Wongwian Yai

Krung Thonburi

Pho Nimit

เขต ธนบุรี
THONBURI

เขต คลองสาน
KHLONG SAN

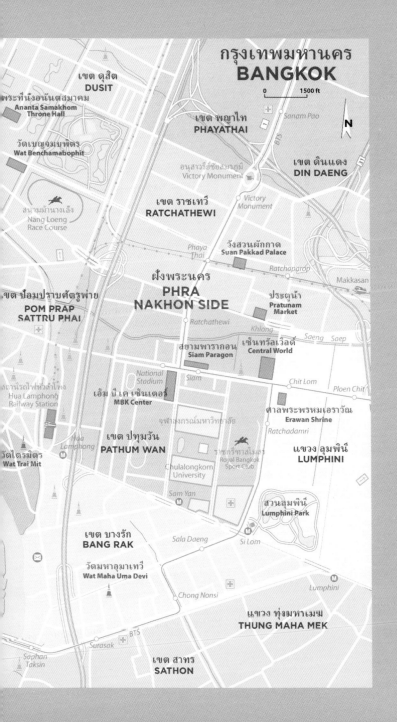

กรุงเทพมหานคร
BANGKOK

0   1500 ft

N

เขต ดุสิต
DUSIT

พระที่นั่งอนันตสมาคม
Ananta Samakhom Throne Hall

วัดเบญจมบพิตร
Wat Benchamabophit

เขต พญาไท
PHAYATHAI

Sanam Pao

อนุสาวรีย์ชัยสมรภูมิ
Victory Monument

เขต ดินแดง
DIN DAENG

สนามม้านางเลิ้ง
Nang Loeng
Race Course

เขต ราชเทวี
RATCHATHEWI

Victory
Monument

Phaya
Thai

วังสวนผักกาด
Suan Pakkad Palace

Ratchaprarop

Makkasan

เขต ป้อมปราบศัตรูพ่าย
**POM PRAP
SATTRU PHAI**

ฝั่งพระนคร
PHRA
NAKHON SIDE

ประตูน้ำ
**Pratunam
Market**

Ratchathewi

Khlong   Saeng   Saep

สยามพารากอน
Siam Paragon

เซ็นทรัลเวิลด์
Central World

National
Stadium

Siam

Chit Lom

Ploen Chit

สถานีรถไฟหัวลำโพง
Hua Lamphong
Railway Station

เอ็ม บี เค เซ็นเตอร์
MBK Center

จุฬาลงกรณ์มหาวิทยาลัย

ศาลพระพรหมเอราวัณ
Erawan Shrine

Ratchadamri

วัดไตรมิตร
Wat Trai Mit

Hua
Lamphong

เขต ปทุมวัน
PATHUM WAN

Chulalongkorn
University

ราชกรีฑาสโมสร
Royal Bangkok
Sport Club

แขวง ลุมพินี
LUMPHINI

Sam Yan

เขต บางรัก
BANG RAK

Sala Daeng

Si Lom

สวนลุมพินี
Lumphini Park

วัดมหาอุมาเทวี
Wat Maha Uma Devi

Chong Nonsi

Lumphini

แขวง ทุ่งมหาเมฆ
THUNG MAHA MEK

BTS

Surasak

Saphan
Taksin

เขต สาทร
SATHON

31

กรุงเทพมหานคร
BANGKOK

Doctor_J/iStock

ฝั่งพระนคร
PHRA NAKHON
SIDE

ร้านอาหาร
RESTAURANTS

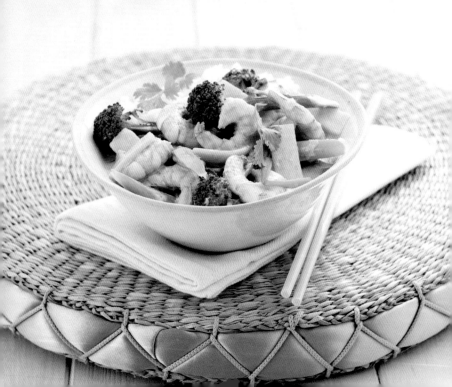

GAGGAN

อาหารเชิงนวัตกรรม • หรูหรา

Innovative • Elegant

Gaggan Anand เชฟเจ้าของร้านผู้เนรมิตและนำเสนออาหารอินเดียในมิติที่ไม่ค่อยปรากฏให้เห็น แต่ละเมนูล้วนแปลกใหม่ สร้างสรรค์ ทว่าลงตัวทั้งเนื้อสัมผัส รสชาติ และระดับของเครื่องเทศที่พอดี เลือกนั่งที่เคาน์เตอร์เพื่อสัมผัสบรรยากาศของการปรุงอาหารซึ่งพร้อมนำเสิร์ฟอย่างรวดเร็วโดยพนักงานมืออาชีพ และด้วยทีมเชฟที่มากถึง 30 คน คุณจึงมั่นใจได้ว่ามื้อนี้จะแน่นไปด้วยคุณภาพ ความเลิศรส และน่าจดจำ

Chef-owner Gaggan Anand takes Indian cuisine to a rarely seen level and one that is pure alchemy. His artful dishes are original and creative, with a wonderful blend of textures, flavours, and delicate spicing. To see the dishes unfold before you, ask for the counter. It's a feast for the senses as dishes are delivered at a rapid pace by the passionate staff. With 30 chefs in the kitchen there's plenty of manpower on hand to deliver a memorable experience.

TEL. 02 652 1700

68/1 ซ.หลังสวน ถ.เพลินจิต เขตปทุมวัน
68/1 Soi Lang Suan,
Phloen Chit Road, Pathum Wan
www.eatatgaggan.com

■ ราคา PRICE
อาหารเย็น Dinner:
เซตเมนู set: ฿ 6,500

■ เวลาเปิด-ปิด OPENING HOURS
อาหารเย็น Dinner:
17:30-21:30 (L.O.)

■ วันปิดบริการ ANNUAL AND WEEKLY CLOSING
ปิดวันอาทิตย์ Closed Sunday

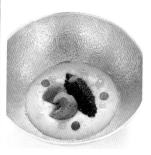

TEL. 02 659 9000

ชั้น 5 โรงแรมแมนดาริน โอเรียนเต็ล
48 โอเรียนเต็ล อเวนิว เขตบางรัก
5F, Mandarin Oriental Hotel,
48 Oriental Avenue, Bang Rak
www.mandarinoriental.com

■ ราคา PRICE
อาหารกลางวัน Lunch:
เซตเมนู set: ฿ 1,800-6,800
อาหารตามสั่ง à la carte: ฿ 5,100-7,500
อาหารเย็น Dinner:
เซตเมนู set: ฿ 5,200-6,800
อาหารตามสั่ง à la carte: ฿ 5,100-7,500

■ เวลาเปิด-ปิด OPENING HOURS
อาหารกลางวัน Lunch:
12:00-14:00 (L.O.)
อาหารเย็น Dinner:
19:00-22:00 (L.O.)

■ วันปิดบริการ ANNUAL AND
WEEKLY CLOSING
ปิดวันอาทิตย์ Closed Sunday

&⅔ ❀

เลอ นอร์มังดี
LE NORMANDIE

อาหารฝรั่งเศสร่วมสมัย • หรูหรา
French contemporary • Elegant

ตั้งแต่ปี 1958 Le Normandie ในโรงแรมแมนดาริน โอเรียนเต็ล
ได้สร้างชื่อและกลายเป็นจุดหมายของผู้ที่ชื่นชอบอาหาร
ฝรั่งเศสชั้นสูงมาอย่างยาวนานจนถึงปัจจุบัน แม้จะมีการ
ปิดปรับปรุงในปี 2015 แต่ Le Normandie ยังคงรักษาไว้
ซึ่งความสง่างาม ทั้งกระจกบานใหญ่ที่มองเห็นวิวแม่น้ำ
เจ้าพระยา หรือการจัดแจกันดอกไม้อย่างประณีต ทุกเมนู
ถูกปรุงอย่างลงตัวด้วยวัตถุดิบชั้นยอดและเทคนิคชั้นสูง
รวมไปถึงการบริการเป็นเลิศสมคำร่ำลือ

Since opening in 1958, Le Normandie at The Mandarin
Oriental has earned a reputation as a premier
destination for those looking for sophisticated French
cuisine. The restaurant was refurbished in 2015 but
certain elements – like floor-to-ceiling windows
overlooking the Chao Phraya River and elaborate
flower arrangements filled with local flora – remain the
same. Superb ingredients, refined techniques, and well
executed combinations of flavours and textures ensure
its reputation is deserved. Service is impeccable.

เมซซาลูน่า
MEZZALUNA

อาหารฝรั่งเศสร่วมสมัย • หรูหรา
French contemporary • Elegant

บนชั้น 65 ของโรงแรมเลอบัว Mezzaluna ให้คุณตื่นตาตื่นใจไปกับบรรยากาศสวยงามยามค่ำคืนของกรุงเทพฯ แวะจิบเครื่องดื่มที่ Sky Bar ก่อนเปิดประสบการณ์อาหารที่คุณคาดไม่ถึง ด้วยดินเนอร์สไตล์ยุโรปร่วมสมัยแบบเซตเมนู 7 คอร์สที่มีกลิ่นอายความเป็นญี่ปุ่นจากทีมเชฟยอดฝีมือ พร้อมเมนูเซอร์ไพรส์ที่ล้วนมีความลงตัวของรสชาติด้วยเทคนิคการปรุงชั้นสูง นอกจากนี้ยังมีไวน์ลิสต์ให้เลือกมากมายหลากหลายราคา

Perched on the 65th floor of the lebua Hotel, Mezzaluna offers sky-high and breathtaking views. Toast to the high life at Sky Bar before settling in for a gastronomic journey. The accomplished chef and his team deliver European delights with Japanese precision in seven-course set menu, along with some surprises. The flavours are balanced and sophisticated, and the food is creative and technically precise. A wine list of substantial proportions and prices accompanies.

10

TEL. 02 624 9555

ชั้น 65 ทาวเวอร์คลับ แอท เลอบัว
1055 ถ.สีลม เขตบางรัก
65F, Tower Club at Lebua,
1055 Si Lom Road, Bang Rak
www.lebua.com

■ **ราคา PRICE**
อาหารเย็น Dinner:
เซตเมนู set: ฿ 6,500

■ **เวลาเปิด-ปิด OPENING HOURS**
อาหารเย็น Dinner:
18:00-22:00 (L.O.)

■ **วันปิดบริการ ANNUAL AND WEEKLY CLOSING**
ปิดวันจันทร์ Closed Monday

P 🚗 ⓒ🍴 ♨

TEL. 02 287 1799

10 ซ.เย็นอากาศ 3 เขตยานนาวา
10 Soi Yen Akat 3, Yan Nawa
www.restaurantsuhring.com

■ ราคา **PRICE**
อาหารเย็น Dinner:
เซตเมนู set: ฿ 3,600-4,400
อาหารตามสั่ง à la carte: ฿ 2,000-4,000

■ เวลาเปิด-ปิด **OPENING HOURS**
อาหารเย็น Dinner:
17:30-21:30 (L.O.)

SÜHRING

อาหารยุโรปร่วมสมัย • ตกแต่งแบบร่วมสมัย
European contemporary • Contemporary décor

การทานอาหารที่นี่ให้อารมณ์ผ่อนคลายเหมือนอยู่บ้าน
อาจเป็นเพราะร้านปรับปรุงจากทาวน์เฮาส์ในย่านที่เงียบ
สงบ เชฟสองพี่น้อง Mathias และ Thomas Sühring
พิถีพิถันสรรสร้างเมนูอาหารเยอรมันในสไตล์ของตัวเองที่
มีทั้งความสนุกสนานและความคลาสสิก ทางร้านมีเมนู
ตามสั่งให้เลือกแต่ไม่ควรพลาดเซตเมนู 13 คอร์สที่มีให้
เลือกทั้งแบบคลาสสิกและแบบเปิดประสบการณ์ใหม่
นอกจากนี้ยังมี Sommelier ผู้คอยดูแลไวน์ลิสต์ขึ้นชื่อ
จากทั้งเยอรมันและแคว้น Alsace ในฝรั่งเศส

Dining here is a homely affair as it's located in a
restored townhouse in a quiet neighbourhood.
Brothers Mathias and Thomas Sühring deliver their
very own style of modern German cooking that is
sometimes playful, sometimes classic and always
prepared with care. A la carte menus are available,
but it would be a shame to shy away from the
13-course 'classic' and 'experience' menus. The
knowledgeable sommelier is in charge of an
outstanding list of German and Alsatian wine.

โบ.ลาน
BO.LAN

อาหารไทย • รัสติก
Thai • Rustic

สองเชฟคู่ขวัญ ดวงพร ทรงวิศวะ (โบ) และดิลลัน โจนส์ (ลาน) ผู้ปรุงอาหารไทยเลิศรสตำรับชาววังมานานนับสิบปี โบ.ลาน ให้คุณได้ลิ้มรสชาติอาหารไทยแท้ๆ แบบดั้งเดิม แต่นำเสนอด้วยรูปแบบและการจัดแต่งอาหารอย่างทันสมัย พิถีพิถันทั้งการเลือกสรรวัตถุดิบและความกลมกล่อมของรสชาติบนพื้นฐานของการเป็นร้านอาหารปลอดคาร์บอน แนะนำให้เลือกลิ้มลองหนึ่งในสองสำรับอาหารของเชฟ ในบรรยากาศอบอุ่นเป็นกันเองของบ้านสวยกลางกรุง

Chef couple Duangporn Songvisava (Bo) and Dylan Jones (lan) have been serving royal Thai dishes to much fanfare for nearly a decade. The heritage of the cuisine is respected, but there is a touch of modernity in the presentation. Real care and effort is put into the ingredients and flavour, along with a zero-carbon goal – choose from two degustation menus that demonstrate the chefs' passion. The attractive and intimate villa is charmingly run.

P 12

TEL. 02 260 2961

24 ซ.สุขุมวิท 53 เขตวัฒนา
24 Soi Sukhumvit 53, Vadhana
www.bolan.co.th

■ ราคา PRICE
อาหารกลางวัน Lunch:
เซตเมนู set: ฿ 1,200
อาหารตามสั่ง à la carte: ฿ 800-1,000
อาหารเย็น Dinner:
เซตเมนู set: ฿ 2,280-3,280

■ เวลาเปิด-ปิด OPENING HOURS
อาหารกลางวันวันเสาร์-อาทิตย์
Weekend lunch:
12:00-14:30 (L.O.)
อาหารเย็น Dinner:
18:00-22:30 (L.O.)

■ วันปิดบริการ ANNUAL AND WEEKLY CLOSING
ปิดวันจันทร์ Closed Monday

PHRA NAKHON SIDE ฝั่งพระนคร

TEL. 02 069 3067

113/9-10 ซ.สุขุมวิท 55 เขตวัฒนา
113/9-10 Soi Sukhumvit 55, Vadhana
www.canvasbangkok.com

■ ราคา PRICE
อาหารเย็น Dinner:
อาหารตามสั่ง à la carte: ฿ 2,400-2,900

■ เวลาเปิด-ปิด OPENING HOURS
อาหารเย็น Dinner:
18:00-22:00 (L.O.)
วันศุกร์และวันเสาร์
Friday and Saturday
18:00-23:00 (L.O.)

■ วันปิดบริการ ANNUAL AND WEEKLY CLOSING
ปิดวันสงกรานต์ Closed Thai New Year

CANVAS (N)

อาหารเชิงนวัตกรรม • หรูหรา
Innovative • Elegant

ภาพวาด canvas ขนาดใหญ่กลางห้องบ่งบอกถึงความเป็นศิลปะของที่นี่ และทุกเมนูล้วนเป็นผลงานชิ้นเอกของเชฟ Riley ที่บรรจงรังสรรค์จากวัตถุดิบท้องถิ่นระดับพรีเมียมด้วยเทคนิคขั้นสูงที่หลากหลาย เมนูทั้ง 6 และ 9 คอร์สปรับเปลี่ยนไปตามฤดูกาลและแรงบันดาลใจใหม่ๆ ของเชฟ ที่คุณสามารถสัมผัสได้โดยตรงที่เคาน์เตอร์ครัวเปิด สีทองแดงเงางามหรูหราแต่ทว่าอบอุ่น หรือเลือกนั่งที่บาร์ด้านบนหากต้องการความเป็นส่วนตัว

With a beautiful oversized canvas on the wall, this restaurant is where art meets food and every dish looks like a masterpiece. Driven by premium local produce and a variety of techniques, Chef Riley has created an inspirational seasonal menu. A tasting menu of 6 or 9 courses takes diners on a real culinary journey; the live action in the kitchen can be enjoyed from the counter seats. Tables and a bar upstairs offer privacy and intimacy.

ชิม บาย สยาม วิสดอม
CHIM BY SIAM WISDOM

อาหารไทย • ดั้งเดิม

Thai • Traditional

หลังจากการปรับโฉมปลายปี 2017 ชิม บาย สยาม วิสดอม นำเสนอสำรับไทยที่ผสานความโบราณและความทันสมัยได้อย่างลงตัวงดงาม จะเลือกสั่งเมนู à la carte ตามใจชอบมาแบ่งกัน หรือสั่งเป็นเซตเมนูที่มีความหลากหลายแต่ครบรสก็ได้ เมนูที่คุณไม่ควรพลาด คือ ต้มยำปลาช่อนโบราณสูตรหม่อมส้มจีนร.ศ. 109 และเมนูเครื่องแกงสดใหม่

The kitchen revisits traditional Thai recipes to create dishes that strike a balance between the old and the new and between Thai and foreign influences. Order from the à la carte and share among friends or choose a fixed price menu to sample a dazzling variety of flavours. Ancient Tom Yum with river fish and freshly made curries are among the unmissable dishes. The restaurant was renovated in 2017.

24

TEL. 02 260 7811

66 ซ.สุขุมวิท 31 แยก 4 เขตวัฒนา
66 Soi Sukhumvit 31 Yaek 4, Vadhana

■ ราคา PRICE

อาหารกลางวัน Lunch:
เซตเมนู set: ฿ 2,150-2,950
อาหารตามสั่ง à la carte: ฿ 1,100-2,100
อาหารเย็น Dinner:
เซตเมนู set: ฿ 2,150-2,950
อาหารตามสั่ง à la carte: ฿ 1,100-2,100

■ เวลาเปิด ปิด OPENING HOURS

อาหารกลางวัน Lunch:
11:30-14:30 (L.O.)
อาหารเย็น Dinner:
18:00-21:30 (L.O.)

■ วันปิดบริการ ANNUAL AND WEEKLY CLOSING

ปิดวันตรุษจีน 3 วัน
Closed 3 days Chinese New Year

PHRA NAKHON SIDE ฝั่งพระนคร

♿ 🚕 🍴 **P** 📷

TEL. 02 687 9000

ชั้น 25 โรงแรมดิ โอกุระ เพรสทีจ
อาคารปาร์ค เวนเชอร์ อีโคเพล็กซ์
57 ถ.วิทยุ เขตปทุมวัน
25F, The Okura Prestige,
Park Ventures Ecoplex,
57 Witthayu Road, Pathum Wan
www.okurabangkok.com

■ **ราคา PRICE**
อาหารเย็น Dinner:
เซตเมนู set: ฿ 2,800-4,400
อาหารตามสั่ง à la carte: ฿ 1,700-3,800

■ **เวลาเปิด-ปิด OPENING HOURS**
อาหารเย็น Dinner:
18:00-22:00 (L.O.)

■ **วันปิดบริการ ANNUAL AND
WEEKLY CLOSING**
ปิดวันอาทิตย์ และวันจันทร์
Closed Sunday and Monday

เอเลเมนท์
ELEMENTS

อาหารฝรั่งเศสร่วมสมัย • ตกแต่งแบบร่วมสมัย
French contemporary • Contemporary décor

วิวเมืองอันตระการตาเบื้องล่างที่มองเห็นจากระเบียงร้านบน
ชั้น 25 ของโรงแรม เหมาะอย่างยิ่งสำหรับเดทแสนพิเศษ
ภายในร้านตกแต่งอย่างสุดชิคสร้างความโดดเด่นให้กับ
ครัวเปิด พร้อมโคมไฟขนาดใหญ่สไตล์อินดัสเทรียลและผนัง
ที่ทำจากไม้ถ่าน หนึ่งในองค์ประกอบที่ลงตัวอันเป็นที่มาของ
ชื่อร้าน อาหารของที่นี่เป็นแบบฟิวชั่นที่ผสมผสานระหว่าง
อาหารฝรั่งเศสและอาหารญี่ปุ่น ทั้งยังมีเซตเมนูที่รวม
หลากหลายรายการไว้ด้วยกัน

With impressive city views from its terrace, this
restaurant on the 25th floor of the hotel is an
ideal spot for a date. Inside, the décor is chic
and it's all centred around an open kitchen with
oversized industrial light fittings and walls
made with charcoal – one of the 'elements'. The
modern cuisine creatively fuses the best of
French and Japanese dishes, and there is a set
menu that offers a varied selection.

GAA

อาหารเชิงนวัตกรรม • ตกแต่งแบบร่วมสมัย

Innovative • Contemporary décor

อดีต sous chef ของร้าน Gaggan นำเสนอเมนูสไตล์ modern eclectic ที่ผสานศาสตร์การปรุงแบบดั้งเดิมกับเทคนิคสมัยใหม่ โดยเปลี่ยนโฉมวัตถุดิบท้องถิ่นให้ออกมาเป็นเมนูที่คุณคาดไม่ถึง tasting menu มีให้เลือกระหว่าง 10 และ 14 คอร์ส ซึ่งปรับเปลี่ยนทุกไตรมาสขึ้นอยู่กับวัตถุดิบตามฤดูกาล เมนูซิกเนเจอร์ คือ chicken liver mousse และ cauliflower with caramelized whey คุณสามารถเลือกจับคู่อาหารกับไวน์หรือน้ำผลไม้ได้เช่นกัน

Modern eclectic cuisine that blends traditional cooking and innovative techniques is served here. Locally sourced ingredients are transformed into something unexpected. Diners choose between the 10- and 14-course tasting menus which are changed quarterly to reflect seasonal specialties. Signature items include chicken liver mousse and cauliflower with caramelised whey. Wine and juice pairings are available.

P 12

TEL. 091 419 2424

68/4 ซ.หลังสวน ถ.เพลินจิต เขตปทุมวัน
68/4 Soi Lang Suan,
Phloen Chit Road, Pathum Wan
www.gaabkk.com

■ ราคา PRICE
อาหารเย็น Dinner:
เซตเมนู set: ฿ 2,200-2,800

■ เวลาเปิด-ปิด OPENING HOURS
อาหารเย็น Dinner:
18:00-22:00 (L.O.)

PHRA NAKHON SIDE ฝั่งพระนคร

P 10

TEL. 02 250 0014

ชั้น LG ศูนย์การค้าเอราวัณ แบงค็อก
494 ถ.เพลินจิต เขตปทุมวัน
LGF, Erawan Bangkok Mall,
494 Phloen Chit Road, Pathum Wan
www.ginza-sushiichi.jp

■ ราคา PRICE
อาหารกลางวัน Lunch:
เซตเมนู set: ฿ 1,800-4,000
อาหารเย็น Dinner:
เซตเมนู set: ฿ 5,000-7,000

■ เวลาเปิด-ปิด OPENING HOURS
อาหารกลางวัน Lunch:
12:00-14:00 (L.O.)
อาหารเย็น Dinner:
18:00-21:30 (L.O.)

■ วันปิดบริการ ANNUAL AND WEEKLY CLOSING
ปิดวันจันทร์ Closed Monday

GINZA SUSHI ICHI

ซูชิ • ดั้งเดิม
Sushi • Traditional

ร้านซูชิพรีเมียมนี้ตั้งอยู่ในศูนย์การค้าเอราวัณ เริ่มจากสาขาแรกที่โตเกียว ปัจจุบันยังมีสาขาที่จาการ์ตาและสิงคโปร์อีกด้วย โดยใช้วัตถุดิบสั่งตรงจากตลาดในโตเกียวทุกวัน เพื่อรักษามาตรฐานคุณภาพของร้าน ในร้านมีห้องทานอาหาร 2 ห้องที่มีเคาน์เตอร์ให้ลูกค้าทุกคนได้ตื่นตากับการทำอาหารของเชฟ เซตเมนูมีทั้งหมด 4 เซต โดยเซตที่ได้รับความนิยมสูงสุด คือ เซต Botan และ Omakase บริการของร้านนั้นน่าประทับใจไม่แพ้กัน

Centrally located in the Erawan mall, this sushi restaurant belongs to a group that started in Tokyo and now has branches in Jakarta and Singapore. To maintain the quality, produce is delivered straight from markets in Tokyo every 24 hours. There are two dining rooms with counter seating, so every customer gets a bird's-eye view of the chefs in action. Of the four set menus, the Botan and Omakase are the most popular. Service is charming.

เฌม บาย ฌอง มิเชล โลรองต์
J'AIME BY JEAN-MICHEL LORAIN

อาหารฝรั่งเศสร่วมสมัย • ตกแต่งอย่างมีดีไซน์

French contemporary • Design

ที่ J'AIME คุณอาจจะรู้สึกเหมือนโลกกำลังกลับหัว ด้วย
แกรนด์เปียโนที่อยู่บนเพดานและแชนเดอเลียร์ที่ห้อยกลับด้าน
แต่ทันทีที่ได้ลิ้มลองอาหารฝรั่งเศสสุดสร้างสรรค์ทำให้ทุกอย่าง
พลันคืนสู่สภาพเดิม แนะนำเทสติ้งเมนูที่มีแบบ 5, 7 หรือ 9
คอร์สที่ให้คุณได้เปิดประสบการณ์อย่างเต็มที่ J'AIME ก่อตั้ง
และออกแบบเมนูอาหารโดยเชฟชื่อดัง Jean-Michel Lorain
โดยมีลูกสาวดูแลในภาพรวมและศิษย์เอกคนสนิทคอย
บริหารงานครัว

Enter this hotel restaurant and your world gets a
little topsy-turvy, with a grand piano hanging from
the ceiling and upside down chandeliers. But one
bite of the creative French cuisine and all will be right
again. Choose from one of the five, seven, or
nine-course tasting menus to get the full experience.
The restaurant and menu were conceived by
renowned chef Jean-Michel Lorain – his daughter
adds charm and one of his protégés runs the kitchen.

♿ 🍽 👐 **P** 🚢20 🚐 ♻🍽

TEL. 02 119 4899

ชั้น 2 โรงแรม ยู สาทร
105, 105/1 ซ.งามดูพลี เขตสาทร
2F, U Sathorn Hotel,
105, 105/1 Soi Ngam Du Phli, Sathon
www.jaime-bangkok.com

■ **ราคา PRICE**
อาหารกลางวัน Lunch:
เซตเมนู set: ฿ 990-4,399
อาหารตามสั่ง à la carte: ฿ 2,100-4,800
อาหารเย็น Dinner:
เซตเมนู set: ฿ 2,899-4,399
อาหารตามสั่ง à la carte: ฿ 2,100-4,800

■ **เวลาเปิด-ปิด OPENING HOURS**
อาหารกลางวัน Lunch:
12:00-14:30 (L.O.)
อาหารเย็น Dinner:
18:00-22:00 (L.O.)

■ **วันปิดบริการ ANNUAL AND
WEEKLY CLOSING**
ปิดวันอังคาร Closed Tuesday

PHRA NAKHON SIDE ฝั่งพระนคร

♿ 🐕 🅿 ⇆6 🚗 🈺 ⚏

TEL. 02 001 0698

ชั้น 5 มหานคร คิวบ์
96 ถ.นราธิวาสราชนครินทร์ เขตบางรัก
5F, MahaNakhon CUBE,
96 Naradhiwas Rajanagarindra Road,
Bang Rak
www.robuchon-bangkok.com

■ **ราคา PRICE**
อาหารกลางวัน Lunch:
เซตเมนู set: ฿ 1,000-2,000
อาหารตามสั่ง à la carte: ฿ 3,500-6,800
อาหารเย็น Dinner:
เซตเมนู set: ฿ 2,850-6,850
อาหารตามสั่ง à la carte: ฿ 3,500-6,800

■ **เวลาเปิด-ปิด OPENING HOURS**
อาหารกลางวัน Lunch:
11:30-14:00 (L.O.)
อาหารเย็น Dinner:
18:30-22:00 (L.O.)

ঞ্চ

L'ATELIER DE JOËL ROBUCHON

อาหารฝรั่งเศสร่วมสมัย • ชิค
French contemporary • Chic

ฝีมือของเชฟ Joël Robuchon เป็นที่ติดอกติดใจนักชิมมาแล้ว
ทั่วโลก แต่ L'Atelier de Joël Robuchon ที่อาคารมหานครคิวบ์
มอบประสบการณ์การทานอาหารแบบเป็นกันเองอย่าง
มีสไตล์ ทำให้อาหารฝรั่งเศสคลาสสิกที่จัดวางมาในภาชนะ
หลากดีไซน์ยิ่งอร่อยล้ำมากขึ้น อาหารทุกจาน คือ
ความละเมียดละไมและความสมบูรณ์แบบ พร้อมของหวาน
สุดเข้าขวนที่เสิร์ฟบนรถเข็น

Joël Robuchon's cooking delighted foodies around
the world and the formula that proved so successful
is recreated here in a similar style. For the Thai capital,
Robuchon chose the iconic MahaNakhon CUBE.
The experience here is intimate, stylish and
engaging, with classic French gastronomy served
in small plates or conventional dishes. Either way,
the cuisine is sophisticated and impeccably delivered.
The dessert trolley is a feast for the eyes.

Immerse in total Thainess

As ASEAN Leading Total Beverage Company, ThaiBev provides complete choices for perfect pairing with your best Thai dishes.

ไทยเบฟ อยู่กับคุณทุกช่วงเวลา แห่งความอร่อยของอาหารไทย

ไทยเบฟ ผู้ผลิตเครื่องดื่มครบวงจรระดับแนวหน้า ของภูมิภาค มีความมุ่งมั่นและตั้งใจในการส่งเสริม การผสมผสานที่ลงตัวของอาหารและเครื่องดื่ม ในทุกช่วงเวลาแห่งความอร่อยของอาหารไทย

f thaibev | www.thaibev.com

ฤดู
LE DU

อาหารไทยร่วมสมัย • เรียบง่าย

Thai contemporary • Simple

เชฟต้น ธิติฏฐ์ แห่งร้านฤดู (Le Du) สั่งสมความรู้และประสบการณ์ที่ร้าน Eleven Madison Park ก่อนนำมาประยุกต์ใช้ในการตีความอาหารไทยแบบร่วมสมัย ด้วยเมนูที่หมุนเวียนเปลี่ยนไปตามฤดูกาลตามชื่อร้านอย่างเมนูฤดูร้อนมีจานขึ้นชื่อ คือ ข้าวแช่ ที่มาในรูปแบบไอศกรีมข้าวหอมกลิ่นน้ำลอย อีกเมนูที่ไม่ควรพลาด คือ ข้าวคลุกกะปิ ที่ใช้ข้าวออร์กานิกและกะปิชั้นดีกลิ่นหอมรัญจวน เสิร์ฟพร้อมกุ้งแม่น้ำราดซอสมันกุ้งต้มยำ

Using his experience from working at NYC's Eleven Madison Park, chef "Ton" Thitid creatively re-interprets Thai cuisine, with a rotating seasonal menu – Le Du comes from a Thai word meaning 'season'. In summer, highlights include their signature Khao Chae, as well as Khao Khluk Kapi; the organic rice, cooked with salty aromatic shrimp paste and pork jam, is served with perfectly done river prawns. A relaxed ambience makes this a welcome retreat for diners.

P 30

TEL. 092 919 9969

399/3 ซ.สีลม 7 เขตบางรัก
399/3 Soi Si Lom 7, Bang Rak
www.ledubkk.com

■ ราคา PRICE
อาหารเย็น Dinner:
เซตเมนู set: ฿ 2,000-3,500

■ เวลาเปิด-ปิด OPENING HOURS
อาหารเย็น Dinner:
18:00-21:30 (L.O.)

■ วันปิดบริการ ANNUAL AND WEEKLY CLOSING
ปิดเทศกาลกินเจ, วันสงกรานต์ และวันอาทิตย์
Closed Vegetarian Festival, Thai New Year and Sunday

PHRA NAKHON SIDE ฝั่งพระนคร

P ⇔20 ◑▯

TEL. 02 224 3088

78/2 ถ.ราชดำเนินกลาง เขตพระนคร
78/2 Ratchadamnoen Klang Road,
Phra Nakhon

■ ราคา PRICE
อาหารตามสั่ง à la carte: ฿ 500-1,000

■ เวลาเปิด-ปิด OPENING HOURS
10:00-21:40 (L.O.)

เมธาวลัย ศรแดง N
METHAVALAI SORNDAENG

อาหารไทย • คลาสสิก
Thai • Classic

เสน่ห์ของร้านเมธาวลัย ศรแดง อยู่ที่วงดนตรีสดขับขาน
เพลงยุค 80 เฟอร์นิเจอร์ย้อนสมัย และภาพอนุสาวรีย์
ประชาธิปไตย แต่สิ่งที่ทำให้ลูกค้าวนเวียนกลับมาตลอด
60 ปีที่แท้จริง คือ อาหารที่ดูเรียบง่ายแต่ใช้เทคนิคการปรุง
อย่างประณีต รสชาติเข้มข้นถึงเครื่องแต่มีความซับซ้อน
สวยงามและสม่ำเสมอ หมี่กรอบ ยำตะไคร้ และแกงคั่วปู
ชะอม ล้วนแต่เป็นจานเด็ดที่ควรลิ้มลอง ทางร้านมี
ห้องส่วนตัวให้บริการ

While live '80s Thai music, a classic décor and views of
Democracy Monument are what give this restaurant
its unique style, the food is what has kept loyal
customers coming back for over 60 years.
Presentation may look plain, but dishes deliver blasts
of flavours and refined complexity. Highlights are
crispy rice noodles in sweet and sour sauce, spicy
lemongrass salad, and crab meat and acacia red
curry. Small parties should book the private room.

น้ำ
NAHM

อาหารไทย • ตกแต่งแบบร่วมสมัย

Thai • Contemporary décor

หลังจากที่ได้รับรางวัลดาวมิชลินจากซานฟรานซิสโก เชฟพิมพ์สานต่อความรักของเธอที่มีต่ออาหารไทยในบ้านเกิดที่ร้าน "น้ำ" ทุกเมนูยังคงรักษาคุณภาพตามมาตรฐานของร้าน แต่เชฟพิมพ์เพิ่มมิติและรายละเอียดของรสชาติลงไปในแบบฉบับของเธอเองอย่าง แกงคั่วเป็ดใส่สละกับมะอึก และลาบคั่วนกพิราบ ที่มีความเข้มข้นครบรสตามตำรับไทยแต่ใส่ความซับซ้อนและสร้างสรรค์ในรายละเอียดของเชฟที่มีในอาหารทุกจาน

After establishing her reputation in San Francisco, chef Pim is now at Nahm to pursue her passion for Thai cuisine in her homeland. Maintaining the restaurant's legacy of quality cuisine, Pim has added her own influences and flavours, which have taken the menu to another level. Every dish also displays extra creativity and attention to detail. Must-tries include the intense and aromatic red curry duck with snake fruit and sour yellow eggplant.

40

TEL. 02 625 3388

ชั้น G โรงแรมโคโม เมโทรโพลิแทน
27 ถ.สาทรใต้ เขตสาทร
GF, COMO Metropolitan,
27 Sathon Tai Road, Sathon
www.comohotels.com

■ ราคา PRICE

อาหารกลางวัน Lunch:
เซตเมนู set: ฿ 1,600
อาหารตามสั่ง à la carte: ฿ 1,300-2,000
อาหารเย็น Dinner:
เซตเมนู set: ฿ 2,800
อาหารตามสั่ง à la carte: ฿ 1,300-2,000

■ เวลาเปิด-ปิด OPENING HOURS

อาหารกลางวัน Lunch:
12:00-14:00 (L.O.)
อาหารเย็น Dinner:
18:30-22:15 (L.O.)

■ วันปิดบริการ ANNUAL AND WEEKLY CLOSING

ปิดมื้อกลางวัน วันเสาร์-อาทิตย์
Closed weekend lunch

PHRA NAKHON SIDE ฝั่งพระนคร

TEL. 02 656 1003

ชั้น 3 ศูนย์การค้าเกษร
999 ถ.เพลินจิต เขตปทุมวัน
3F, Gaysorn Shopping Centre,
999 Phloen Chit Road, Pathum Wan
www.pastebangkok.com

■ **ราคา PRICE**
อาหารกลางวัน Lunch:
เซตเมนู set: ฿ 1,890
อาหารตามสั่ง à la carte: ฿ 1,400-3,000
อาหารเย็น Dinner:
เซตเมนู set: ฿ 3,100-3,600
อาหารตามสั่ง à la carte: ฿ 1,400-3,000

■ **เวลาเปิด-ปิด OPENING HOURS**
อาหารกลางวัน Lunch:
12:00-13:30 (L.O.)
อาหารเย็น Dinner:
18:30-22:00 (L.O.)

PASTE

อาหารไทย • ตกแต่งแบบร่วมสมัย
Thai • Contemporary décor

ประติมากรรมที่ประดิษฐ์จากรังไหมนับร้อยเกลียวตัวอยู่กลางห้องเป็นที่ดึงดูดสายตาของทุกคน หน้าต่างกระจกสูงจรดเพดาน พร้อมโซฟาโค้งแปลกตาให้ความรู้สึกเป็นส่วนตัว เมนูที่ถูกออกแบบมาเพื่อแบ่งกันทานได้รับแรงบันดาลใจจากอาหารไทยชาววัง ปรุงด้วยกรรมวิธีโบราณที่มีอายุนับร้อยปี และใช้วัตถุดิบที่คัดสรรจากท้องถิ่น ควรลองเมนูซิกเนเจอร์อย่าง หน้าตั้งแขก ต้มยำขาหมูโบราณ และแกงปูปักษ์ใต้

The striking interior is dominated by a spiral sculpture made from hundreds of silk cocoons, floor to ceiling windows, and unusual curved booths that offer privacy. The designed-to-share menu draws inspiration from royal Thai cuisine and uses century-old cooking techniques with ingredients often sourced directly from local growers. Signature dishes include roast duck with nutmeg and coriander; fragrant hot and sour soup with crispy pork leg; and yellow curry from the Gulf of Thailand. Service is attentive but not overbearing.

PHRA NAKHON SIDE ฝั่งพระนคร

R-HAAN N

อาหารไทย • ตกแต่งแบบร่วมสมัย

Thai • Contemporary décor

"ในน้ำมีปลา ในนามีข้าว" คำโบราณติดหูที่บ่งบอกถึงความอุดมสมบูรณ์ของทรัพยากรที่คนไทยมีมาช้านาน เป็นแรงบันดาลใจของเชฟชุมพลในการรังสรรค์เซตเมนู "ตรี" "โท" "เอก" ที่แตกต่างกันตามคอนเซ็ปต์ของอาหารพื้นบ้านและอาหารไทยคลาสสิกไปจนถึงอาหารชาววัง ซึ่งดึงรสชาติของวัตถุดิบต่างๆ ผ่านเทคนิคการปรุงที่หลากหลาย และการจัดแต่งจานที่ประณีตสวยงาม อาจเริ่มต้นด้วยค็อกเทลดีๆ สักแก้วที่เลานจ์ก่อนเปิดประสบการณ์มื้อที่น่าประทับใจ

Inspired by an old Thai poem "Nai Nam Mi Pla Nai Na Mi Khao" (In the river, there are fish; In the rice field, there is rice) R-Haan aims to reflect the way in which food has influenced Thai people and culture. Relax in the lounge with a cocktail before entering the main dining room, or book the private room for up to 20 guests. Food is authentically Thai, offering both regional and Royal Thai cuisine, using ingredients from all over the country.

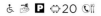

20

TEL. 02 059 0433

131 ซ.สุขุมวิท 53 เขตวัฒนา
131 Soi Sukhumvit 53, Vadhana
www.r-haan.com

■ ราคา PRICE
อาหารเย็น Dinner:
เซตเมนู set: ฿ 2,212-2,612

■ เวลาเปิด-ปิด OPENING HOURS
อาหารเย็น Dinner:
18:00-22:30 (L.O.)

■ วันปิดบริการ ANNUAL AND WEEKLY CLOSING
ปิดวันสงกรานต์ Closed Thai New Year

P ⊕20 ⊘❙❙

TEL. 02 679 3775

39/19 ซ.สวนพลู ถ.สาทร เขตสาทร
39/19 Soi Suan Phlu, Sathon Road,
Sathon
www.saawaan.com

■ **ราคา PRICE**
อาหารเย็น Dinner:
เซตเมนู set: ฿ 1,950

■ **เวลาเปิด-ปิด OPENING HOURS**
อาหารเย็น Dinner:
18:30-21:30 (L.O.)

■ **วันปิดบริการ ANNUAL AND**
WEEKLY CLOSING
ปิดวันอังคาร Closed Tuesday

❀

สวรรค์ N
SAAWAAN

อาหารไทยร่วมสมัย • โมเดิร์น
Thai contemporary • Modern

เชฟอ้อมรังสรรค์เมนูอาหารไทยผ่านการจัดแต่งแบบร่วมสมัย แต่รสชาติยังคงเป็นไทยแท้ เน้นการใช้วัตถุดิบท้องถิ่นและสมุนไพรไทยเพื่อยกระดับให้เป็นที่รู้จักมากขึ้น เซตเมนู 10 คอร์สใช้วัตถุดิบตามฤดูกาลที่คัดเลือกจากแหล่งชั้นดีอย่างปูอ่องนาออร์กานิกจากจังหวัดสิงห์บุรี และปลาหมึกจากหมู่บ้านชาวประมงในกระบี่ ทุกจานมีรสชาติและรสสัมผัสที่ซับซ้อนแต่กลมกล่อมและลุ่มลึก ให้ความรู้สึกราวกับขึ้นสวรรค์ตามชื่อร้านจริงๆ

'Saawaan' means 'Heaven' in Thai, which is exactly where Chef Aom wants to take you through her authentic Thai cuisine. Available only in a set 10-course menu, dishes are full of creativity and well executed, providing a truly special journey through Thai flavours, culture and art. The seasonal ingredients are locally sourced, such as organic rice paddy crab from Sing Buri, or squid from a small fishermen's village in Krabi.

เสน่ห์จันทน์
SANEH JAAN

อาหารไทย • หรูหรา
Thai • Elegant

ร้านเสน่ห์จันทน์นำเสนออาหารไทยโบราณตำรับชาววังแท้ๆ
ละเอียดอ่อนระดับงานฝีมือ และตกแต่งร้านสไตล์ร่วมสมัย
โอ่โถงด้วยเพดานสูง เสน่ห์จันทน์เสิร์ฟทั้งอาหารไทยโบราณ
และสำรับไทยที่หารับประทานยาก เช่น แกงรัญจวน
สำรับชาววังสมัยรัชกาลที่ 5 แกงมอญหมูย่าง หลนปูกับผักจิ้ม
แต่อย่าอร่อยเพลินจนลืมเผื่อท้องไว้ให้ของหวานรสเลิศอย่าง
ข้าวเม่ารางน้ำกะทิ ขนมไทยโบราณทำจากข้าวเม่าคุณภาพดี
คั่วให้พองแล้วอบควันเทียนให้หอมกรุ่น

Thai dishes crafted from ancient recipes that once
impressed the royal family are the draw here but don't
discount the lovely setting, complete with vaulted
ceilings and contemporary Thai touches. Dishes are a
mix of classics and hard-to-find recipes, like hot and
spicy soup (Kaeng Ranchuan), red curry with grilled
pork, and sweet and sour coconut dip with crabmeat.
Don't miss dessert: try Khao Mao Rang – a rare
creation made with young green rice grains.

P 🪑14 🕐🍴 🍸

TEL. 02 650 9880

130–132 อาคารสินธรทาวเวอร์
ถ.วิทยุ เขตปทุมวัน
130-132 Sindhorn Tower,
Witthayu Road, Pathum Wan

■ **ราคา PRICE**
อาหารกลางวัน Lunch:
เซตเมนู set: ฿ 450-750
อาหารตามสั่ง à la carte: ฿ 1,000-1,800
อาหารเย็น Dinner:
เซตเมนู set: ฿ 1,600-2,500
อาหารตามสั่ง à la carte: ฿ 1,000-1,800

■ **เวลาเปิด-ปิด OPENING HOURS**
อาหารกลางวัน Lunch:
11:30-13:45 (L.O.)
อาหารเย็น Dinner:
18:00-21:45 (L.O.)

PHRA NAKHON SIDE ฝั่งพระนคร

P 25

TEL. 02 252 8001

โอเรียนเต็ล เรสซิเดนซ์
110 ถ.วิทยุ เขตปทุมวัน
Oriental Residence,
110 Witthayu Road, Pathum Wan
www.restaurantsavelberg.com

■ ราคา PRICE
อาหารกลางวัน Lunch:
เซตเมนู set: ฿ 1,600-5,000
อาหารตามสั่ง à la carte: ฿ 3,000-5,600
อาหารเย็น Dinner:
เซตเมนู set: ฿ 2,600-5,000
อาหารตามสั่ง à la carte: ฿ 3,000-5,600

■ เวลาเปิด-ปิด OPENING HOURS
อาหารกลางวัน Lunch:
12:00-14:00 (L.O.)
อาหารเย็น Dinner:
18:00-22:00 (L.O.)

■ วันปิดบริการ ANNUAL AND WEEKLY CLOSING
ปิดวันสงกรานต์ 3 วัน และวันอาทิตย์
Closed Thai New Year and Sunday

SAVELBERG

อาหารฝรั่งเศสร่วมสมัย • หรูหรา
French contemporary • Elegant

ชื่อเดียวกับเชฟชาวดัทช์ผู้เป็นเจ้าของ Savelberg นำเสนออาหารฝรั่งเศสร่วมสมัยที่ปรุงอย่างพิถีพิถัน เน้นวัตถุดิบคุณภาพจากต่างประเทศ เช่น เนื้อจากแทสมาเนีย ปลาจากฮอลแลนด์ รังสรรค์ออกมาเป็นเมนูที่เหนือระดับทั้งรูปลักษณ์และรสชาติ เข้ากันกับการตกแต่งภายในที่สวยงามหรูหรา ด้วยเก้าอี้หนังปักตัวอักษรย่อชื่อร้าน กับพื้นหินอ่อนสีดำเงาวับ พร้อมด้วยบริการที่ค่อนข้างเป็นทางการระดับมืออาชีพ

Named after the experienced Dutch chef-owner, Savelberg serves modern French dishes prepared with care. Ingredients are internationally sourced, like meat from Tasmania and fish from Holland, and the result is mouth-watering combinations of flavours and textures. The sophisticated menu is matched by the interior, which is sleek and luxurious with monogrammed leather armchairs and a polished black marble floor. The professional service comes with a degree of formality.

ศรณ์ (N)

SORN

อาหารใต้ • ลักชัวรี

Southern Thai • Luxury

จากความฝันในวัยเด็กที่อยากเปิดร้านอาหารใต้เป็นของตัวเอง วันนี้คุณไอซ์กับเชฟยอดได้สานฝันนั้นให้เป็นจริง พร้อมทั้งคืนชีวิตให้แก่ศิลปะแห่งอาหารใต้ที่เคยสูญหายไปตามกาลเวลา โดยใช้วัตถุดิบจากกลุ่มเครือข่ายชาวเกษตรกรและชาวประมง ผ่านการปรุงด้วยความรักและความใส่ใจอย่างละเมียดละไมในทุกขั้นตอน ร้านศรณ์ตั้งอยู่ในบ้านเก่าแก่ที่ผ่านการบูรณะอย่างหรูหราและทันสมัย ผสานกลิ่นอายป่าเขตร้อนของภาคใต้

As two southern kids, Khun Ice and Chef Yod always dreamt of opening their own restaurant with a focus on long lost recipes and the art of local cuisine. In a reconstructed old house, Sorn is thematically inspired by the tropical forests of southern Thailand, while ingredients are sustainably sourced from a trusted network of farmers and fishermen. Cooking is refined and sophisticated and dishes mostly slow-cooked, with even the soup double-boiled for 6 hours.

P 15

TEL. 099 081 1119

56 ซ.สุขุมวิท 26 เขตคลองเตย
56 Soi Sukhumvit 26, Khlong Toei
www.sornfinesouthern.com

■ ราคา PRICE

อาหารกลางวัน Lunch:
เซตเมนู set: ฿ 2,700
อาหารเย็น Dinner:
เซตเมนู set: ฿ 2,700

■ เวลาเปิด-ปิด OPENING HOURS

อาหารกลางวัน Lunch:
12:00-12:30 (L.O.)
อาหารเย็น Dinner:
18:00-21:00 (L.O.)

■ วันปิดบริการ ANNUAL AND WEEKLY CLOSING

ปิดวันสงกรานต์
Closed Thai New Year

PHRA NAKHON SIDE ฝั่งพระนคร

TEL. 02 162 9000

ชั้น G โรงแรมสยาม เคมปินสกี้
991/9 ถ.พระรามที่ 1 เขตปทุมวัน
GF, Siam Kempinski Hotel,
991/9 Rama 1 Road, Pathum Wan
www.kempinski.com

■ **ราคา PRICE**
อาหารกลางวัน Lunch:
เซตเมนู set: ฿ 1,500-1,700
อาหารตามสั่ง à la carte: ฿ 1,900-2,400
อาหารเย็น Dinner:
เซตเมนู set: ฿ 3,200
อาหารตามสั่ง à la carte: ฿ 1,900-2,400

■ **เวลาเปิด-ปิด OPENING HOURS**
อาหารกลางวัน Lunch:
12:00-14:30 (L.O.)
อาหารเย็น Dinner:
18:00-21:00 (L.O.)

สระบัว บาย กิน กิน
SRA BUA BY KIIN KIIN

อาหารไทยร่วมสมัย • ตกแต่งอย่างมีดีไซน์
Thai contemporary • Design

บรรดานักชิมในกรุงเทพฯ ชอบแสวงหารสชาติแปลกใหม่ไร้ขอบเขตและร้านอาหารที่งดงามแห่งนี้ก็เป็นอีกหนึ่งร้านที่นำเสนอนวัตกรรมอาหารไทยล้ำสมัย แนะนำ "The Journey" เซตเมนูแบบ 8 คอร์ส ที่จะเปิดประสบการณ์สุดล้ำของศิลปะการปรุงอาหารที่ยังคงรักษาความเป็นไทยในรสชาติและวัตถุดิบ แต่มีการตีความใหม่และรังสรรค์ให้กลายเป็นอาหารสุดครีเอทที่มีเอกลักษณ์ด้วยแรงบันดาลใจจากเทคนิคการปรุงของ Kiin Kiin จากโคเปนเฮเกน

There is a burgeoning love affair between Bangkok foodies and envelope-pushing cuisine, and this beautiful restaurant is one of the original purveyors of modern and innovative Thai cuisine. Order 'The Journey' – a eight-course menu – to see the kitchen's full repertoire that respects traditional Thai flavours and ingredients but flips the script to produce something creative and original. Copenhagen's Kiin Kiin was the inspiration for the food and cooking techniques.

UPSTAIRS AT MIKKELLER

อาหารเชิงนวัตกรรม • เรียบง่าย

Innovative • Simple

ร้านอาหารขนาด 12 ที่นั่งแห่งนี้ตั้งอยู่บนชั้น 2 ของบาร์เบียร์
สุดฮิตด้วยมาตรฐานที่เหนือกว่าบาร์ทั่วไป ที่ร้านเสิร์ฟเพียง
เซตเมนู 10 คอร์สเท่านั้น เจ้าของเป็นเชฟหนุ่มชาวเกาหลี
ผู้เก็บเกี่ยวประสบการณ์จากชิคาโก จากการออกแบบร้าน
สไตล์มินิมอลลิสต์ทำให้ครัวเปิดของร้านและอาหารที่สรร
สร้างอย่างมีศิลป์กลายเป็นจุดสนใจ เมนูที่นี่จะเปลี่ยนตาม
ฤดูกาล ทั้งยังมีเบียร์หลากหลายสัญชาติมาจับคู่ช่วยเพิ่ม
รสชาติอีกด้วย

A perennially popular beer bar has this 20-seater
restaurant on the second floor that goes well
beyond what you'd expect to find. Run by an
experienced but young chef who cut his teeth in
Chicago, diners come for a 10-course set menu.
The décor is decidedly minimalist, allowing the
focus to remain on the open kitchen and artful
dishes. The menu changes seasonally and has an
accompanying beer pairing that includes brews
from Denmark, New Zealand and the USA.

TEL. 091 713 9034

26 ซ.เอกมัย 10 แยก 2 เขตวัฒนา
26 Soi Ekamai 10 Yaek 2, Vadhana
www.upstairs-restaurant.com

■ **ราคา PRICE**
อาหารเย็น Dinner:
เซตเมนู set: ฿ 3,300

■ **เวลาเปิด-ปิด OPENING HOURS**
อาหารเย็น Dinner:
18:00-22:00 (L.O.)

■ **วันปิดบริการ ANNUAL AND**
WEEKLY CLOSING
ปิดวันอาทิตย์-วันอังคาร
Closed Sunday to Tuesday

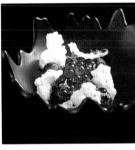

PHRA NAKHON SIDE ฝั่งพระนคร

TEL. 02 392 5301

ซ.เอกมัย 15 เขตวัฒนา
Soi Ekkamai 15, Vadhana

■ ราคา PRICE
อาหารกลางวัน Lunch:
อาหารตามสั่ง à la carte: ฿ 40-80

■ เวลาเปิด-ปิด OPENING HOURS
อาหารกลางวัน Lunch:
09:00-15:00 (L.O.)

■ วันปิดบริการ ANNUAL AND WEEKLY CLOSING
ปิด 3 วันต่อเดือนแบบไม่กำหนดวัน, เทศกาลกินเจ, วันตรุษจีน, วันสงกรานต์ และวันปีใหม่
Closed 3 days a month (not fixed), Vegetarian Festival, Chinese New Year, Thai New Year and New Year

อรุณวรรณ
ARUNWAN

อาหารไทย-จีน • เรียบง่าย
Thai-Chinese • Simple

อรุณวรรณ เป็นร้านเรียบง่ายที่คนในละแวกนั้นมักแวะเวียนมาเป็นประจำ เพราะติดใจเกาเหลาเครื่องในระดับตำนานที่เปิดมาร่วม 60 ปี ตั้งแต่รุ่นคุณพ่อที่อพยพมาจากเมืองจีน ด้วยน้ำซุปที่ทำให้กวยจั๊บ ตือฮวน และเกาเหลานั้นอร่อยเด็ดขาด ตลอดจนเครื่องในที่สดทุกอย่างทั้งตับ กระเพาะ ไส้ เลือด หากคุณไม่ทานเครื่องใน ทางร้านยังมีเกี๊ยวกรอบและหมูกรอบรสเยี่ยมให้ลิ้มลอง แนะนำให้มาช่วงเช้าหากกลัวของหมดแล้วจะพลาดความอร่อย

This no-frills noodle joint frequented by locals has been serving addictive pig offal noodle soup since the 1960s when the owner's father emigrated from China. All noodles are served in the same soup base which is bursting with flavour. Pick your toppings from the menu – pork blood curd, liver, stomach, intestines... you name it. For the less adventurous, wontons and roast pork also taste great. Come early before the best cuts are gone.

บ้าน
BAAN

อาหารไทย • เหมาะสำหรับครอบครัว

Thai • Family

ร้านน้องเล็กของร้าน Le Du ที่นำเสนอหลากหลายเมนูยอดนิยมสูตรประจำตระกูลของเชฟเจ้าของร้าน ภายในตกแต่งอย่างทันสมัยด้วยปูนเปลือย โต๊ะหินอ่อน กระจกสามเหลี่ยม และโคมไฟห้อยเพดานที่เข้ากัน "บ้าน" ให้ความสำคัญกับคุณภาพและแหล่งที่มาของวัตถุดิบ ไม่ว่าจะเป็นเนื้อวัวในแกงมัสมั่นจากฟาร์มมุสลิมที่ปากช่อง หรืออาหารทะเลที่ส่งตรงจากภาคใต้ เพื่อนำมารังสรรค์ให้เป็นเมนูเด็ดอย่างทอดมันกุ้งเนื้อแน่นรสเข้มถึงใจ

This sister to Le Du is home to crowd-pleasing family recipes. The small interior is modern with concrete floors, marble tables, triangular mirrors and polished pendants hanging from the ceiling. The husbandry and provenance of the ingredients is paramount; beef used in the Massaman curry is from an Islamic farm in Pak Chong, and sustainable seafood is sourced from southern Thailand. The resulting dishes, like the pork and shrimp pancakes, are robust and eminently satisfying.

TEL. 02 655 8995

139/5 ถ.วิทยุ เขตปทุมวัน
139/5 Witthayu Road, Pathum Wan
www.baanbkk.com

■ **ราคา PRICE**

อาหารกลางวัน Lunch:
อาหารตามสั่ง à la carte: ฿ 460-1,300
อาหารเย็น Dinner:
อาหารตามสั่ง à la carte: ฿ 460-1,300

■ **เวลาเปิด-ปิด OPENING HOURS**

อาหารกลางวัน Lunch:
11:30-14:30 (L.O.)
อาหารเย็น Dinner:
18:00-22:00 (L.O.)

■ **วันปิดบริการ ANNUAL AND WEEKLY CLOSING**

ปิดวันสงกรานต์ และวันอังคาร
Closed Thai New Year and Tuesday

PHRA NAKHON SIDE ฝั่งพระนคร

TEL. 02 060 5553

21–23 ซ.เจริญกรุง 44 เขตบางรัก
21–23 Soi Charoen Krung 44,
Bang Rak
www.baanphadthai.com

■ ราคา PRICE
อาหารตามสั่ง à la carte: ฿ 300-700

■ เวลาเปิด–ปิด OPENING HOURS
11:00-21:45 (L.O.)

บ้านผัดไทย
BAAN PHADTHAI

อาหารไทย • เรโทร
Thai • Retro

บ้านผัดไทยเกิดจากความตั้งใจที่จะยกระดับเมนูง่ายๆ อย่างผัดไทยให้มีมูลค่ามากขึ้น เคล็ดลับอยู่ที่ซอสผัดไทยที่ใช้ส่วนผสมต่างๆ มากถึง 18 - 20 ชนิด และผัดไทยที่นี่ก็มีให้เลือกหลากหลายเมนู ไม่ว่าจะเป็น กุ้งแม่น้ำ หมู หรือไก่ แต่ที่ไม่ควรพลาด คือ ผัดไทยปูและเต้าหู้ทอดโฮมเมด ผัดไทยมีการจัดแต่งที่สวยงามแต่ยังคงรสแท้ดั้งเดิมที่จะถูกใจทั้งคนไทยและชาวต่างชาติ

Baan Phadthai was founded on the lofty belief that this favourite street food dish could be elevated to a gourmet meal. The secret to their success, they claim, is a combination of 18 to 20 ingredients used in each Phad Thai they make. A variety of add-ons are available, but the organic, homemade tofu and the fresh crab are noteworthy. This polished version hasn't lost its authenticity, and this is a place where locals and tourists eat side-by-side.

บ้านส้มตำ (สาขาสาทร)
BAAN SOMTUM (SATHON)

อาหารอีสาน • เป็นกันเอง

Isan • Friendly

ส้มตำ คือ อีกหนึ่งเมนูอาหารประจำชาติของคนไทย จึง
ไม่น่าแปลกใจที่บ้านส้มตำแห่งนี้จะมีเมนูส้มตำแบบต่างๆ
ให้คุณเลือกสรรมากถึง 29 เมนู โดยใช้วัตถุดิบคุณภาพใน
การเพิ่มความหลากหลาย ไม่ว่าจะเป็น ปูม้า แคบหมู ไข่เค็ม
ยอดมะพร้าว หรือกุ้งสด นอกจากนี้ "บ้านส้มตำ" ยังมี
อาหารอีสานรสเด็ดเผ็ดแซ่บอีกมากมาย อย่างเนื้อย่าง
และลาบ ที่ชวนให้คุณต้องน้ำลายสอ

Som Tum (spicy sour salad) is a national dish of
Thailand so it shouldn't surprise anyone that
this chain restaurant serves a staggering
variety of 29 different Som Tum made with
almost anything imaginable – crab, pork skin,
salted egg, coconut sprouts, prawn... The
menu also showcases Isan cuisine from
north-eastern Thailand which is bold and
generous on spices and chillies and includes
grilled meat and the cooked salad Lap.

TEL. 02 630 3486

9/1 ซ.ประมวญ ถ.ศรีเวียง เขตบางรัก
9/1 Soi Pramuan, Si Wiang Road,
Bang Rak

■ **ราคา PRICE**
อาหารตามสั่ง à la carte: ฿ 200-400

■ **เวลาเปิด-ปิด OPENING HOURS**
11:00-21:30 (L.O.)

🛖 🍴 **P** ⊂⊃10

TEL. 02 619 7430

102/13 ซ.กำแพงเพชร 5
ถ.เศรษฐศิริ เขตพญาไท
102/13 Soi Kamphaeng Phet 5,
Set Siri Road, Phaya Thai
www.baannaihotel.com

■ **ราคา PRICE**
อาหารกลางวัน Lunch:
อาหารตามสั่ง à la carte: ฿ 500-900
อาหารเย็น Dinner:
อาหารตามสั่ง à la carte: ฿ 500-900

■ **เวลาเปิด-ปิด OPENING HOURS**
อาหารกลางวัน Lunch:
11:00-14:30 (L.O.)
อาหารเย็น Dinner:
17:30-21:30 (L.O.)

บ้านใน
BAANNAI

อาหารไทย • หรูหรา
Thai • Elegant

ย้อนอดีตและเพลิดเพลินไปกับอาหารไทยโบราณแท้ที่
ปัจจุบันหาทานได้ยากอย่าง แตงโมปลาแห้งและพระราม
ลงสรง ภายในบ้านสองชั้นทรงโคโลเนียลที่ปรับปรุงเป็น
โรงแรม ตกแต่งอย่างสวยงามในสไตล์วินเทจด้วยเฟอร์นิเจอร์
แอนติกและของสะสมหายาก ลองพักที่นี่สักคืนหากคุณ
ต้องการมีเวลาเต็มที่ในการดื่มด่ำกับบรรยากาศและ
ความงามของอดีตกาล

Travel back in time and enjoy age-old and
hard-to-find Thai recipes in a vintage colonial
house furnished with antiques. Taengmo Pla
Haeng (fresh watermelon with dried fish flakes)
and Phraram Long Song (tender beef marinated
with peanut sauce and garlic fried rice) are dishes
steeped in history and not commonly on
Bangkok menus. The elegant wooden house is
now a two-storey boutique hotel, so check-in for
the night and linger in a bygone era a little longer.

เบียร์หิมะ (สาขาประชาชื่น) N
BEER HIMA (PRACHACHUEN)

อาหารใต้ • เรียบง่าย

Southern Thai • Simple

นอกจากร้านจะมีอาหารทะเลสดคุณภาพคับแก้วที่ปรุงด้วยสูตรพิเศษตามต้นฉบับจากนครศรีธรรมราชแล้ว ยังมีเบียร์วุ้นที่เป็นทีเด็ดของร้านช่วยเพิ่มอรรถรสให้กับมื้อของคุณอีกด้วย เมนูแนะนำ เช่น กั้งทะเลทอดกระเทียม ปูผัดพริกไทยดำ และหอยลายผัดพริกเผา รสชาติจัดจ้านเข้มข้น สาขาดั้งเดิมแห่งนี้มีการขยายพื้นที่และมีห้องส่วนตัวรองรับลูกค้าตั้งแต่กลุ่มเล็กไปจนถึงกลุ่มใหญ่ พร้อมที่จอดรถกว้างขวาง

While their famous frozen beer gives this venue its quirky nickname, high quality seafood and family recipes from Nakhon Si Thammarat province prove this is a restaurant not just about gimmicks. Signature dishes include deep-fried mantis shrimp with garlic, stir-fried mud crab with pepper and our favourite – stir-fried clams with sweet chilli paste. Along with two dining rooms, a private room is available for groups and parties.

P 40

TEL. 02 954 3404

12/21 ถ.เทศบาลสงเคราะห์ เขตจัตุจักร
12/21 Thetsaban Songkhro Road, Chatuchak

■ **ราคา PRICE**
อาหารตามสั่ง à la carte: ฿ 500-900

■ **เวลาเปิด-ปิด OPENING HOURS**
11:00-22:30 (L.O.)

■ **วันปิดบริการ ANNUAL AND WEEKLY CLOSING**
ปิดวันสงกรานต์ Closed Thai New Year

TEL. 02 622 2291

394/35 ถ.มหาราช เขตพระนคร
394/35 Maha Rat Road, Phra Nakorn
www.errbkk.com

■ ราคา PRICE
อาหารตามสั่ง à la carte: ฿ 400-800

■ เวลาเปิด-ปิด OPENING HOURS
11:00-20:45 (L.O.)

■ วันปิดบริการ ANNUAL AND
WEEKLY CLOSING
ปิดวันจันทร์ Closed Monday

เออ
ERR

อาหารไทย • เรียบง่าย
Thai • Simple

"เออ" เป็นน้องเล็กของร้านโบ.ลาน ที่เน้นบรรยากาศสบายๆ
กว่า ทว่าความพิถีพิถัน การเลือกสินค้ามีคุณภาพ และการ
บริหารจัดการอย่างมืออาชีพนั้น ยังคงเดิมทุกประการ
เทคนิคการทำครัวให้อร่อยแบบต้นตำรับ เช่น การหมักดอง
และถนอมอาหาร เสริมรสชาติของแต่ละเมนูอย่างเหนือชั้น
ในราคาที่เกินคุ้ม ที่ร้านมีทั้งไวน์ลิสต์และค็อกเทลสุดครีเอท
และหนังไทยที่เปิดในร้านยิ่งเพิ่มสีสันให้กับมื้อแสนอร่อยนี้

From the same stable as Bo.lan comes ERR –
the dressed down little sister. Interesting
cocktails complement the wine list. Traditional
cooking techniques, like pickling and preserving,
allow the full flavour of each dish to shine.
Cheesy Thai movies playing in the background
keep the atmosphere fun, and the menu is
great value for the baht.

เจ๊โอว
JAY OH

อาหารไทย • เรียบง่าย

Thai • Simple

ลูกค้าที่นั่งเก้าอี้พลาสติกรอคิวต่อเป็นแถวยาวเหยียดบนทางเท้าหน้าร้านอาหารห้องแถวคูหาเดียวในซอยจรัสใกล้สนามกีฬาแห่งชาติและสถานีรถไฟฟ้า ต่างมาเพื่อจุดมุ่งหมายเดียวกัน คือ มาม่าโอ้โห หอยลายผัดน้ำพริกเผา และเมนูปู ร้านนี้อาจไม่เหมาะกับคุณๆ ที่กำลังหิวจัด เพราะอาจจะต้องรับบัตรคิวและรอถึงสองชั่วโมง

Diners on plastic stools line the pavement outside this simple shop with a universal mission: to eat Jay Oh's Tom Yum, stir-fried clams and crab. Soi Charat is where you'll find this international crowd waiting up to two hours for their number to be called, so don't come when you're starving and say we didn't warn you. There is an English menu, but using a translation app or coming with a local friend is useful since the staff only speak Thai.

TEL. 064 118 5888

113 ซ.จรัสเมือง เขตปทุมวัน
113 Soi Charat Mueang, Pathum Wan

■ ราคา PRICE
อาหารเย็น Dinner:
อาหารตามสั่ง à la carte: ฿ 200-400

■ เวลาเปิด-ปิด OPENING HOURS
อาหารเย็น Dinner:
16:30 01:00 (L.O.)

■ วันปิดบริการ ANNUAL AND WEEKLY CLOSING
ปิดเทศกาลกินเจ, วันตรุษจีน, วันสงกรานต์ และวันปีใหม่
Closed Vegetarian Festival, Chinese New Year, Thai New Year and New Year

PHRA NAKHON SIDE ฝั่งพระนคร

20

TEL. 02 661 3457

10/12 ซ.สุขุมวิท 26 ถ.สุขุมวิท เขตคลองเตย
10/12 Soi Sukhumvit 26, Sukhumvit Road, Khlong Toei

■ **ราคา PRICE**
อาหารเย็น Dinner:
อาหารตามสั่ง à la carte: ฿ 950-1,100

■ **เวลาเปิด-ปิด OPENING HOURS**
อาหารเย็น Dinner:
17:00-23:00 (L.O.)
วันอาทิตย์ Sunday:
17:00-21:30 (L.O.)

■ **วันปิดบริการ ANNUAL AND WEEKLY CLOSING**
ปิดวันสงกรานต์ 4 วัน และวันปีใหม่ 3 วัน
Closed 4 days Thai New Year and 3 days New Year

JIDORI CUISINE KEN N

อาหารญี่ปุ่น • ดั้งเดิม

Japanese • Traditional

ตั้งชื่อตามไก่จิโดริซึ่งถือว่าเป็นสุดยอดไก่จากญี่ปุ่น Jidori Cuisine Ken เสิร์ฟไก่ยากิโทริคุณภาพเยี่ยมมากว่า 12 ปี มีไก่หลายส่วนให้ลิ้มลองซึ่งแต่ละส่วนมีความแตกต่างในรสชาติและรสสัมผัส เชฟญี่ปุ่นผู้เชี่ยวชาญจะคอยรมควันและโรยเกลือระหว่างย่าง เพื่อให้ยากิโทริทุกไม้ซึมซับกลิ่นหอมของถ่านและได้รสชาติอันกลมกล่อม นอกจากจานปิ้งย่างแล้ว ควรลองอาหารชุดหม้อไฟด้วยซึ่งต้องโทรจองล่วงหน้าก่อน 1 วัน

'Jidori' means the very best type of chicken and this little yakitori restaurant, hidden down a little alley, has been serving such skewer delicacies for 12 years. Using assorted parts to ensure a variety of flavours and textures, the chef is also a real master, adding salt throughout the process to ensure maximum smokiness and complexity on every stick. Another highlight is the chicken hotpot, though this needs to be ordered a day in advance.

ข้าว N
KHAO

อาหารไทย • อบอุ่น

Thai • Cosy

เชฟวิชิตผู้คร่ำหวอดในวงการอาหารไทย เปิดร้าน "ข้าว" อีกครั้งบนทำเลใหม่ในเอกมัยซอย 10 การตกแต่งร้านที่สวยงามได้รับแรงบันดาลใจมาจากยุ้งข้าว ทุกๆ รายละเอียดสะท้อนให้เห็นถึงความรักของเชฟที่มีต่ออาหารไทยอย่างแท้จริง อาหารทุกจานทำจากวัตถุดิบสดใหม่ด้วยเทคนิคการปรุงที่ยอดเยี่ยม เมนูที่ไม่ควรพลาด คือ เป็ดซอสมะขามส้มซ่า แกงเผ็ดปูใบชะพลู หรือจอง Chef's Table เพื่อเปิดประสบการณ์สุดพิเศษที่เชฟตั้งใจออกแบบให้

Meaning "rice" in Thai, Khao reopened in 2017, and has since flourished into a beautiful restaurant, where every detail reflects Chef Mukura's passion for Thai cuisine. Interiors are inspired by rice barn design, while ingredients are premium fresh and skilfully prepared. Favourites include roasted duck with lime tamarind sauce, and crab red curry with betel leaves. For a real culinary journey, book the Chef's Table menu in advance.

P 18

TEL. 02 381 2575

15 ซ.เอกมัย 10 เขตวัฒนา
15 Soi Ekkamai 10, Vadhana
www.khaogroup.com

■ ราคา PRICE
อาหารกลางวัน Lunch:
อาหารตามสั่ง à la carte: ฿ 860-1,430
อาหารเย็น Dinner:
อาหารตามสั่ง à la carte: ฿ 860-1,430

■ เวลาเปิด-ปิด OPENING HOURS
อาหารกลางวัน Lunch:
12:00-14:00 (L.O.)
อาหารเย็น Dinner:
18:00-22:00 (L.O.)

P ⏣12 ⏣🍴

TEL. 02 259 5189

21/32 ซ.สุขุมวิท 29 เขตวัฒนา
21/32 Soi Sukhumvit 29, Vadhana
www.khuaklingpaksod.com

■ **ราคา PRICE**
อาหารตามสั่ง à la carte: ฿ 400-1,000

■ **เวลาเปิด-ปิด OPENING HOURS**
11:00-22:00 (L.O.)

คั่วกลิ้งผักสด (สาขาประสานมิตร)
KHUA KLING PAK SOD (PRASANMIT)

อาหารใต้ • เหมาะสำหรับครอบครัว
Southern Thai • Family

ร้านอาหารที่บริหารกันเองภายในครอบครัวอบอุ่นนี้ นำ
สูตรอาหารฝีมือคุณป้าจากบ้านเกิดในจ.ชุมพรมาให้คน
กรุงเทพฯ ได้ลิ้มลองกับเมนูรสเผ็ดร้อนตามแบบฉบับ
อาหารใต้แท้ๆ ที่พลาดไม่ได้ คือ คั่วกลิ้งหมูผัดสด สะตอ
ผัดกะปิกุ้ง และหมูฮ้อง รับรองว่าบรรดาแฟนอาหารใต้รส
จัดจะไม่ผิดหวังแน่นอน

The family that runs this casual restaurant
brought their beloved aunt's homemade
recipes from Chumporn in southern Thailand
to Bangkok to much fanfare. Dishes are
unapologetically spicy; just how good
southern Thai food should be. Recommended
dishes are the fiery Khua Kling Phak Sot (dry
curry with minced pork), Sato Phat Kapi Kung
(stir-fried stink bean with pork), and Mu Hong
(stewed pork in sweet sauce). An ideal spot for
a casual meal with spice-loving friends.

ครัวอัปษร (สาขาสามเสน)
KRUA APSORN (SAM SEN)

อาหารไทย • *เรียบง่าย*
Thai • Simple

ร้านธุรกิจครอบครัวที่ยืนยาวมากว่าสองทศวรรษ แม้จะ
เป็นเพียงร้านอาหารเล็กๆ แต่ไม่ธรรมดาด้วยรสมือชั้นครู
ของคุณจันทร์ฉวี ที่ครั้งหนึ่งเคยมีโอกาสปรุงถวาย
พระบรมวงศานุวงศ์ จานเด็ดที่พลาดไม่ได้ต้องเนื้อปูผัด
พริกเหลือง และไข่ฟูปู หากยังไม่อิ่มอีกหนึ่งเมนูแนะนำ
คือ แกงเขียวหวานลูกชิ้นปลากราย ขอเตือนว่า ควรรีบสั่ง
เมนู "ปู" ที่ขึ้นชื่อมากของที่นี่ และมีออเดอร์ส่งข้างนอก
ตลอดเวลา ซึ่งของอาจหมดก่อนเวลาร้านปิด

This two-decade-old, family-run shophouse has won
favour with just about everyone who has eaten chef
Chanchawee's cooking, including the Thai royal
family. The raison d'être for making the pilgrimage
here is the decadent stir-fried crab with yellow chilli
and the famous fluffy crab omelette. Start there, and
if hunger persists, order the renowned green curry
with fish balls. Remember that crab is king, and the
uber-popular dish can sell out before closing time.

⬚ ⊖40 ◔⍿

TEL. 02 668 8788

503-505 ถ.สามเสน เขตดุสิต
503-505 Sam Sen Road, Dusit
www.kruaapsorn.com

■ ราคา PRICE
อาหารตามสั่ง à la carte: ฿ 300 700

■ เวลาเปิด-ปิด OPENING HOURS
10:30-19:30 (L.O.)

■ วันปิดบริการ ANNUAL AND
WEEKLY CLOSING
ปิดวันสงกรานต์ 6 วัน และวันอาทิตย์
Closed 6 days Thai New Year and
Sunday

PHRA NAKHON SIDE ฝั่งพระนคร

TEL. 02 279 2895

122 ถ.เศรษฐศิริ เขตพญาไท
122 Set Siri Road, Phaya Thai

■ ราคา PRICE
อาหารตามสั่ง à la carte: ฿ 450-600

■ เวลาเปิด-ปิด OPENING HOURS
11:00-21:00 (L.O.)

■ วันปิดบริการ ANNUAL AND WEEKLY CLOSING
ปิดวันปีใหม่ 6 วัน และมื้อเย็นวันจันทร์
Closed 6 days New Year and Monday dinner

หลายรส (สาขาพระราม 6) N
LAI ROT (RAMA 6)

อาหารไทย • เรียบง่าย

Thai • Simple

บ้านสีขาวหลังเล็กรายล้อมด้วยกระจกนี้ขึ้นชื่อเรื่องอาหารไทยตำรับชาววัง โดยเฉพาะข้าวแช่ที่มักหาทานได้เฉพาะช่วงหน้าร้อน แต่หลายรสเสิร์ฟตลอดทั้งปี ถ้าคุณชื่นชอบเมนูกะทิ แนะนำให้ลองกุ้งต้มกะทิ ที่รสชาติของเนื้อกุ้งแม่น้ำและกุ้งขาวตัดกับใบชะอมในกะทิคั้นสดรสเข้มข้น และปิดท้ายมื้ออร่อยด้วยข้าวเม่าน้ำกะทิ ที่นำข้าวเม่ามาคั่วจนหอมกรุบกรอบก่อนราดด้วยน้ำกะทิที่เคี่ยวกับน้ำตาลปี๊บจนหอมละมุน

This small glasshouse is best known for its authentic Royal Thai recipes and summer menu, including the carefully prepared Khao Chae or rice soaked in flower-infused water with 6 condiments. The good news is that the dish can be enjoyed year round! For coconut milk lovers, try the Kung Tom Ka Thi or coconut soup with prawns and cha om leaves; Khao Mao Nam Ka Thi or crispy green rice with coconut milk syrup is a perfect end to your meal.

เล ลาว
LAY LAO

อาหารอีสาน • เป็นกันเอง

Isan • Friendly

ร้านอาหารอีสานแสนอร่อยในย่านอารีย์นี้ มีจานเด่นเป็นส้มตำใส่ที่อาหารทะเลสดๆ ส่งตรงจากหัวหินบ้านเกิดของเจ้าของร้าน ด้วยการผนวกรสชาติความแซ่บแบบภาคอีสานกับความสดของอาหารทะเลจากภาคใต้ ผลลัพธ์คือสุดยอดความอร่อยที่ลงตัว อาหารแนะนำ คือ หมึกไข่เลลาว หอยเสียบมะละกอ กุ้งทอดกระเทียม และส้มตำกั้งสด นอกจากนี้ยังมีเมนูเนื้อย่างที่คัดสรรเนื้อวัวส่วนที่ดีที่สุดจากฟาร์มเนื้อพิเศษ รับประกันความอร่อย

This Ari restaurant specialises in som tum salads that harmoniously blend the freshest seafood from Hua Hin with a pungent, North Eastern style kick. Featured dishes include fried squid, mussels with green papaya, deep-fried shrimp with garlic, and spicy som tom with raw mantis salad. Many dishes are the owner's own creations; she hails from Hua Hin and sources prime cuts of beef from a special farm.

TEL. 02 279 4498

65 ซ.พหลโยธิน 7 ถ.พหลโยธิน เขตพญาไท
65 Soi Phahon Yothin 7, Phahon Yothin Road, Phaya Thai

■ ราคา PRICE
อาหารตามสั่ง à la carte: ฿ 250-500

■ เวลาเปิด-ปิด OPENING HOURS
11:00-21:30 (L.O.)

PHRA NAKHON SIDE ฝั่งพระนคร

TEL. 02 253 0023

100 ถ.มหาเศรษฐ์ เขตบางรัก
100 Mahaseth Road, Bang Rak

■ ราคา PRICE
อาหารกลางวัน Lunch:
อาหารตามสั่ง à la carte: ฿ 800-1,200
อาหารเย็น Dinner:
อาหารตามสั่ง à la carte: ฿ 800-1,200

■ เวลาเปิด-ปิด OPENING HOURS
อาหารกลางวัน Lunch:
11:30-14:30 (L.O.)
อาหารเย็น Dinner:
17:00-22:30 (L.O.)

■ วันปิดบริการ ANNUAL AND WEEKLY CLOSING
ปิดวันปีใหม่ 3 วัน
Closed 3 days New Year

๑๐๐ มหาเศรษฐ์ N
100 MAHASETH

อาหารอีสาน • รัสติก

Isan • Rustic

ร้านนี้เชี่ยวชาญด้านการใช้ทุกส่วนของวัตถุดิบมารังสรรค์รสชาติโดยเป็นของตามฤดูกาลที่ส่งตรงมาจากฟาร์ม เมนูจากประเทศเพื่อนบ้านและอาหารอีสานที่คุ้นเคยถูกยกระดับทั้งรสชาติและการนำเสนอ เริ่มจากเครื่องจิ้มผักสดที่มีไทยซิมิซูรีเป็นตัวชูโรงที่ร้านบริการให้ฟรี จากนั้นแนะนำเมนูไขกระดูกส้าขี้ม่อนที่มีรสชาติล้ำลึกนุ่มละมุนตัดด้วยซอสรสจัดจ้านสไตล์ไทยแท้ และฮ็อตด็อกไส้อั่วรมควันหนังกรอบรสจัดถึงเครื่อง

Specialising in 'nose to tail' dishes inspired by Indochina flavours, the ingredients here are sourced directly from the farm. Our favourites include the creamy and complex bone marrow with flavoursome Thai-style sauce, as well as the robustly spiced northern hotdog, which has a real kick. Interiors are rustic and industrial with a hint of Thai countryside, while the dry-ageing meat cabinet adds a sleek, modern element.

ผ่านฟ้า (N)
PHAN FA

อาหารไทย-จีน • เรียบง่าย

Thai-Chinese • Simple

ผ่านฟ้าเป็นร้านเก่าแก่ที่เปิดให้บริการตั้งแต่สมัยสงครามโลกครั้งที่ 2 ตั้งอยู่เขตพระนคร ใกล้สถานที่ท่องเที่ยวสำคัญหลายแห่ง เช่น วัดสระเกศหรือที่รู้จักกันในนามวัดภูเขาทอง โดยมีตู้ก้ามปูทะเลขนาดใหญ่หน้าร้านเป็นที่สะดุดตาแก่ผู้คนที่ผ่านไปมา เมนูยอดนิยมที่มัดใจลูกค้ามาอย่างยาวนาน คือ ข้าวผัดปู ก้ามปูนึ่ง และข้าวมันไก่ แต่อีกจานที่พลาดไม่ได้ คือ ไส้หมูทอดที่รับรองว่าไม่เป็นสองรองใคร

This family-owned establishment, which is located near famous attractions such as Wat Saket, opened back in 1939 and is now run by the third generation. It is known for fresh seafood that draws fish lovers from near and far, with specialities such as steamed crab claw and crab fried rice. Its chicken rice also attracts a huge following, but don't miss the deep-fried pork chitterling which is second to none.

TEL. 02 281 6890

550-554 ถ.พระสุเมรุ เขตพระนคร
550-554 Phra Sumen Road, Phra Nakhon

■ ราคา PRICE
อาหารตามสั่ง à la carte: ฿ 250-900

■ เวลาเปิด-ปิด OPENING HOURS
10:00-20:00 (L.O.)

TEL. 02 233 7060

ชั้น L โรงแรมมณเฑียร
54 ถ.สุรวงศ์ เขตบางรัก
LF, Montien Hotel,
54 Surawong Road, Bang Rak
www.montien.com

■ **ราคา PRICE**
อาหารตามสั่ง à la carte: ฿ 190-650

■ **เวลาเปิด-ปิด OPENING HOURS**
เปิดบริการ 24 ชั่วโมง 24 hours

เรือนต้น (N)

RUEN TON

อาหารไทย-จีน • เรียบง่าย

Thai-Chinese • Simple

ตั้งอยู่ในโรงแรมมณเฑียรบนถนนพระราม 4 ร้านอาหารเรือนต้นเอาใจคนนอนดึกด้วยการเปิดให้บริการ 24 ชั่วโมง เสิร์ฟอาหารไทย-จีนง่ายๆ ยอดนิยมหลายเมนู โดยมีข้าวมันไก่ไหหลำเป็นไฮไลต์ที่ทุกคนมาตามหา ไก่เนื้อนุ่มชุ่มลิ้นหั่นชิ้นโตราดซีอิ๊วสูตรพิเศษ พร้อมน้ำจิ้มเต้าเจี้ยว 2 สูตรทั้งแบบกลมกล่อมและเข้มข้นที่ช่วยเสริมรสชาติได้อย่างดี ข้าวมันไก่เริ่มขายตั้งแต่ 11 โมงเช้าจนของหมดเท่านั้น

Located on the Rama IV side of the Montien Hotel, this café is open 24/7 and focuses on Thai-Chinese comfort food. Hainanese chicken rice is their most famous dish. The soft, moist chicken is thickly coated with a special soy sauce that comes in two varieties – light and rich – which both complement the dish; the accompanying rice is robustly flavoured. Keep in mind the chicken rice is only available from 11am until it is sold out at around 5-6pm.

ส.บ.ล. N

S.B.L.

อาหารจีน • หรูหรา

Chinese • Elegant

กว่า 50 ปีที่ภัตตาคารสมบูรณ์ลาภ หรือที่รู้จักกันในนาม "ส.บ.ล." เปิดให้บริการ โดยปัจจุบันทายาทรุ่นที่ 2 ผู้สืบทอดได้พัฒนากิจการทั้งรูปแบบอาหาร การบริการและการตกแต่งภายในที่หรูหรา เพื่อมอบความสุขให้แก่ลูกค้าในทุกด้านอย่างแท้จริง เมนูขึ้นชื่อส่วนใหญ่ คือ อาหารจีน ไม่ว่าจะเป็นกระเพาะปลาน้ำแดงและหอยเชลล์ผัดซอส X.O. ทุกจานปรุงด้วยสูตรเฉพาะของร้านด้วยวัตถุดิบที่สดใหม่และความใส่ใจในทุกรายละเอียด

After 50 years of history, this Chinese restaurant was remodelled by the second-generation owner who is keen to make every aspect of the dining experience pleasurable. The menu features mostly traditional Chinese fare with a few creations that show novel twists. Stewed fish maw in gravy and X.O. scallops are among the recommended items. Quality ingredients handled with skill and experience is the formula that guarantees a good meal here.

P 12

TEL. 02 225 9079

710-714 ถ.มหาไชย เขตพระนคร
710-714 Maha Chai Road, Phra Nakhon
www.sblrestaurant.com

■ **ราคา PRICE**
อาหารตามสั่ง à la carte: ฿ 550-900

■ **เวลาเปิด-ปิด OPENING HOURS**
10:00-21:00 (L.O.)

PHRA NAKHON SIDE ฝั่งพระนคร

TEL. 02 251 9378

59/1 ถ.วิทยุ เขตปทุมวัน
59/1 Witthayu Road, Pathum Wan

■ ราคา PRICE
อาหารกลางวัน Lunch:
อาหารตามสั่ง à la carte: ฿ 50-300

■ เวลาเปิด-ปิด OPENING HOURS
อาหารกลางวัน Lunch:
10:00-15:00 (L.O.)

■ วันปิดบริการ ANNUAL AND
WEEKLY CLOSING
ปิดวันอาทิตย์ Closed Sunday

สงวนศรี
SANGUAN SRI

อาหารไทย • เรียบง่าย
Thai • Simple

ร้านห้องแถวโบราณกับจานและช้อนส้อมที่มีรอยบิ่น
บ่งบอกถึงความคลาสสิกของที่นี่เหมือนเมื่อสี่สิบกว่าปีก่อน
สงวนศรีเป็นร้านอาหารไทยเก่าแก่ในย่านถนนวิทยุใกล้
สถานทูตหลายแห่ง จึงมีทั้งคนไทยและต่างชาติมุ่งหน้า
มาฝากท้องกันแน่นขนัดทุกเที่ยง เมนูเด็ดที่ทุกคนต้องลอง
คือ ปลาช่อนผัดพริกขิง ส่วนเมนูพิเศษจะเปลี่ยนทุกวัน
และสามารถเลือกสั่งได้ทั้งจานเล็กหรือจานใหญ่

Chipped dining plates and rudimentary cutlery
are all part of the experience, and anyway, it's
not like the clientele has been coming here
since 1970 for the décor. With a prime location
near Lumpini Park and several embassies, a
mix of international diners are all here for one
reason: the famous stir-fried channa with rice,
crispy pork, and chilli sauce. Signatures dishes
and daily-changing specials are served either
small or large.

แสนยอด (สาขาสาทร–บางรัก)
SANYOD (SATHON-BANG RAK)

อาหารจีน • เรียบง่าย

Chinese • Simple

ร้านบะหมี่เล็กๆ ที่ซ่อนตัวอยู่ในตรอกแห่งนี้ มีลูกค้าขาประจำ
มาอุดหนุนตลอด 50 ปีที่ผ่านมา มีอาหารจีนกวางตุ้ง
หลากหลายเมนูอร่อยอย่าง เป็ดย่างเตาถ่านหมักด้วย
น้ำซอสสูตรลับเฉพาะของรุ่นพ่อผู้ก่อตั้ง กับบะหมี่ไข่เหนียว
นุ่มอร่อยเป็นพิเศษ ปัจจุบันร้านแสนยอดมีทั้งหมด 4 สาขา
สาขานี้เป็นร้านดั้งเดิมเล็กๆ ที่รองรับได้เพียง 25 ที่นั่ง
โดยมีร้านใหม่ที่ขยายออกมาอยู่ฝั่งตรงข้าม

This tiny noodle shop tucked away in a small
alley has attracted a loyal fan base for over 50
years with its tasty Thai-Cantonese fare.
Regulars come for the chargrilled roast duck
marinated with a secret sauce from the shop's
founder. Egg noodles get a boost in egg content
for extra fluffiness. There are four branches in
town and this one is the original shop that seats
only 25 people but it has extended to a
restaurant on the opposite side of the street.

🛋 🅿 🕐🍴

TEL. 02 236 3905

89 ซ.จรัสเวียง เขตบางรัก
89 Soi Charat Wiang, Bang Rak
www.sanyodrestaurant.com

■ **ราคา PRICE**
อาหารตามสั่ง à la carte: ฿ 100-500

■ **เวลาเปิด-ปิด OPENING HOURS**
10:00-20:45 (L.O.)

■ **วันปิดบริการ ANNUAL AND
WEEKLY CLOSING**
ปิด 7 วันหลังวันสงกรานต์
Closed 7 days after Thai New Year

PHRA NAKHON SIDE ฝั่งพระนคร

☎📶

TEL. 02 714 7708

56/10 ซ.สุขุมวิท 55 เขตวัฒนา
56/10 Soi Sukhumvit 55, Vadhana
www.soulfoodmahanakorn.com

■ **ราคา PRICE**
อาหารตามสั่ง à la carte: ฿ 500-900

■ **เวลาเปิด-ปิด OPENING HOURS**
อาหารกลางวันวันเสาร์-อาทิตย์
Weekend lunch:
11:00-14:30 (L.O.)
อาหารเย็น **Dinner:**
17:00-23:00 (L.O.)

■ **วันปิดบริการ ANNUAL AND**
WEEKLY CLOSING
หยุดวันสงกรานต์
Closed Thai New Year

SOUL FOOD มหานคร
SOUL FOOD MAHANAKORN
อาหารไทย • บิสโทร
Thai • Bistro

Soul Food มหานคร นำเสนอเมนูจานเด็ดจากทั่วทุกภาค
ของเมืองไทยที่มีหลายอย่างน่าลิ้มลอง เมนูซิกเนเจอร์ที่
แนะนำ เช่น ซี่โครงหมูอบราดซอสมะขาม แกงฮังเล
ปลากะพงหลงทาง และแกงเผ็ดเป็ดย่างใส่เงาะที่หาทาน
ไม่ได้ง่ายๆ ชั้นล่างเป็นบาร์เสิร์ฟค็อกเทลสุดล้ำ ส่วนชั้นบน
เป็นโซนนั่งรับประทานอาหาร ตกแต่งด้วยรูปภาพกรุงเทพฯ
สมัยก่อน สร้างบรรยากาศอบอุ่น

It's best to come here in a group because the
family-style menu is packed with mouth-watering
dishes. Signatures include sticky tamarind ribs,
pork belly curry, crispy sea bass with Thai basil
and green pepper, and smoked duck with red
curry and rambutan. The ground floor bar serves
creative cocktails, and a narrow stairway leads
to a mezzanine dining room with vintage photos
of Bangkok on the wall.

CITI PREMIER CREDIT CARD
TAKES YOU TO ANOTHER LEVEL

4X

Earn 4x points at department stores
and duty-free shops worldwide.

2X

Earn 2x points on other domestic
and overseas spending.

15%

Get 15% on-top discount via
redemption of Citi Rewards Points
at participating department stores.

5%

Earn 5% cash rebate when spending
at participating supermarkets.

Citi Premier
www.citibank.co.th
Tel.0-2081-1111

Go on
a mouth watering
journey

Enjoy over **10,000** dining, shopping
and travel offers around the world
with Citi World Privileges.

Visit citiworldprivileges.com

Welcome what's next

ไทยนิยม Ⓝ

THAI NIYOM

อาหารไทย • รัสติก

Thai • Rustic

ไทยนิยมบริการเมนูอร่อยหลากหลายที่คัดสรรมาจากทุกภาค ตั้งแต่เหนือจรดใต้ของประเทศไทย ครัวที่นี่ใช้วัตถุดิบคุณภาพดีประจำท้องถิ่น ไม่ว่าจะเป็นไส้อั่วแบบเหนือแท้ที่ปรุงแบบสดๆ ในร้านแห่งนี้ หรือแกงเหลืองเมนูสุดเข้มข้นจากปักษ์ใต้ที่รสชาติถึงเครื่อง สำหรับคนที่อยากพักจากความเผ็ดร้อน ลองสั่งไข่เจียวที่ฟูกรอบมาซับความเผ็ดก็ดีไม่น้อย การตกแต่งร้านเป็นแบบรัสติก โดยมีป้ายหน้าร้านเด่นสง่าแวววาวด้วยสีเหลืองทอง

Thai Niyom began with family recipes from the owner's family but now offers a wide variety of Thai cuisine, from the North to the South. Ingredients are sourced locally and prepared fresh, including the Northern Thai sausage. Don't miss the robustly flavoured but lightly textured southern yellow curry or the fluffy omelette if you need a break from the spiciness. Despite the glittering shop name, the design keeps things rustic.

TEL. 02 044 1010

888/28-29 อาคารมหาทุนพลาซ่า ถ.เพลินจิต เขตปทุมวัน
888/28-29 Mahatun Plaza, Phloen Chit Road, Pathum Wan

■ ราคา PRICE

อาหารกลางวัน Lunch:
เซตเมนู set: ฿ 190
อาหารตามสั่ง à la carte: ฿ 360-900
อาหารเย็น Dinner:
อาหารตามสั่ง à la carte: ฿ 360-900

■ เวลาเปิด-ปิด OPENING HOURS

11:30-22:00 (L.O.)

■ วันปิดบริการ ANNUAL AND WEEKLY CLOSING

ปิดวันสงกรานต์ และวันอาทิตย์
Closed Thai New Year and Sunday

12

TEL. 02 664 0664

32 ซ.สุขุมวิท 23 ถ.สุขุมวิท เขตวัฒนา
32 Soi Sukhumvit 23, Sukhumvit Road, Vadhana
www.thelocalthaicuisine.com

■ ราคา PRICE

อาหารกลางวัน Lunch:
อาหารตามสั่ง à la carte: ฿ 500-1,200
อาหารเย็น Dinner:
อาหารตามสั่ง à la carte: ฿ 500-1,200

■ เวลาเปิด-ปิด OPENING HOURS

อาหารกลางวัน Lunch:
11:00-14:00 (L.O.)
อาหารเย็น Dinner:
17:30-22:30 (L.O.)

THE LOCAL

อาหารไทย • เป็นกันเอง

Thai • Friendly

ท่ามกลางอาคารห้างร้านที่ผุดขึ้นราวกับดอกเห็ด ทำให้บ้านทรงโคโลเนียลกลายเป็นของหายากอย่างร้านอาหารไทยแท้แห่งนี้ ภายในมีห้องจัดเลี้ยงแบบส่วนตัวซึ่งตกแต่งแบบย้อนยุค ส่วนภายในตัวห้องอาหารใหญ่หรือห้องวีว่าใช้เฟอร์นิเจอร์หวายกับการตกแต่งฝาผนังอย่างมีศิลปะ อาหารที่นี่เป็นสูตรลับของครอบครัวที่ตกทอดกันมามีอาหารไทยจากทุกภาคให้ลิ้มลอง แนะนำให้เริ่มจากชุดเรียกน้ำย่อยจากนั้นต่อด้วยแกงนานาชนิดจากทั้งภาคเหนือและภาคใต้

As condos and mega-malls pop up like daisies, colonial-style buildings, like the one that houses this authentic Thai restaurant, become harder to find. Private dining rooms are dripping with Old World charm and antique décor while the main restaurant, Viva Room, has thick wicker chairs and artful murals. Dishes are crafted from secret family recipes and represent all regions of Thailand. Service is warm and friendly.

อา ยัท เป๋าฮื้อ ฟอรั่ม (สาขา โรงแรมแม่น้ำ รามาดาพลาซา)

AH YAT ABALONE FORUM (RAMADA PLAZA MENAM RIVERSIDE HOTEL)

อาหารจีนกวางตุ้ง • ดั้งเดิม

Cantonese • Traditional

ที่นี่มีเมนูอาหารกวางตุ้งมากมาย แต่จานเด็ดสูตรลับจากเชฟ Yeung จริงๆ คือ หอยเป๋าฮื้อน้ำแดง และอาหารตามฤดูกาลนอกเมนูที่ขาประจำเท่านั้นถึงจะรู้ ด้วยเทคนิคการปรุงอาหารแบบดั้งเดิมและวัตถุดิบสดใหม่จากสิงคโปร์ เช่น กุ้งใหญ่ ปลาเก๋า ล็อบสเตอร์ หรือหอยหลอด นอกจากนี้ยังมีห้องรับรองที่ให้ความเป็นส่วนตัวสำหรับลูกค้าที่มากันเป็นกลุ่มใหญ่อีกด้วย

Traditional Cantonese delights, like suckling pig and stir-fried shrimp, dominate the menu, but the real magic is in Chef Yeung's secret recipe for braised abalone and off-menu seasonal dishes that regular patrons know to request. Cooking techniques are by the book, and deliveries from Singapore ensure that prawns, grouper, lobster, and razor clams are fresh. Private rooms make this a fun affair for large groups.

P 50

TEL. 02 291 7781

ชั้น 2 โรงแรมแม่น้ำ รามาดาพลาซา ถ.เจริญกรุง เขตบางคอแหลม

2F, Ramada Plaza Menam Riverside Hotel, Charoen Krung Road, Bang Kho Laem

■ ราคา PRICE

อาหารกลางวัน Lunch:
อาหารตามสั่ง à la carte: ฿ 500-800
อาหารเย็น Dinner:
อาหารตามสั่ง à la carte: ฿ 1,000-2,500

■ เวลาเปิด-ปิด OPENING HOURS

อาหารกลางวัน Lunch:
11:00-14:30 (L.O.)
อาหารเย็น Dinner:
18:00-22:30 (L.O.)

PHRA NAKHON SIDE ฝั่งพระนคร

P **☎** **🍴**

TEL. 02 658 6288

ชั้น G โรงแรมบลิสตัน สุวรรณ พาร์ควิว
9 ซ.ต้นสน ถ.เพลินจิต เขตปทุมวัน
**GF, Bliston Suwan Park View,
9 Soi Ton Son, Phloen Chit Road,
Pathum Wan**

■ ราคา PRICE

อาหารกลางวัน Lunch:
เซตเมนู set: ฿ 600-1,000
อาหารตามสั่ง à la carte: ฿ 1,200-3,700
อาหารเย็น Dinner:
เซตเมนู set: ฿ 1,500
อาหารตามสั่ง à la carte: ฿ 1,200-3,700

■ เวลาเปิด-ปิด OPENING HOURS

อาหารกลางวัน Lunch:
11:30-15:00 (L.O.)
อาหารเย็น Dinner:
18:00-22:30 (L.O.)

🍴◎

ARTUR

อาหารฝรั่งเศส • หรูหรา

French • Elegant

ดินเนอร์สุดหรูอาจเริ่มด้วยค็อกเทลที่บาร์ในร้านที่ตกแต่ง
อย่างสวยงามในโทนสีแดงกำมะหยี่ เมนูยอดนิยมของที่นี่ คือ
อาหารฝรั่งเศสคลาสสิก เช่น lobster bisque, foie gras terrine
และ Burgundy escargot อีกหนึ่งเมนูที่ไม่ควรพลาด คือ
เนื้อสุดยอดคุณภาพอย่าง American Angus, côte de boeuf
และ Australian Kobe ที่เสิร์ฟอย่างมืออาชีพถึงโต๊ะ หรือ
สอบถามเจ้าของร้านคุณ Artur Kluczewski และพนักงานที่
พร้อมแนะนำเมนูดีๆ ให้แก่คุณ

Kick off with a cocktail at the bar before getting
cosy in the elegant dining rooms with banquette
seating and rich, red velvet walls. French classics,
like lobster bisque, pan-seared foie gras terrine
and Burgundy escargot draw a large fan base but
don't overlook the meats. Top cuts of American
Angus beef, côte de boeuf, and Australian Kobe
are carved and artfully presented tableside. Ask
the knowledgeable staff, including owner, Artur
Kluczewski, to help whittle down menu decisions.

บ้านขนิษฐา (สาขาสุขุมวิท 23)
BAAN KHANITHA (SUKHUMVIT 23)

อาหารไทย • ดั้งเดิม

Thai • Traditional

ด้วยบรรยากาศและการตกแต่งแบบบ้านไทยที่อบอุ่นกับอาหารไทยรสชาติดั้งเดิม ทำให้ตลอดเวลากว่าสองทศวรรษ บ้านขนิษฐายังคงครองตำแหน่งร้านอาหารไทยยอดนิยมไม่เปลี่ยนแปลง เมนูที่สร้างชื่อเสียงให้กับร้าน มีทั้งแกงเขียวหวานล็อบสเตอร์ ผัดไทยกุ้งสด รวมไปถึงต้มยำและเครื่องแกงทำเองต่างๆ ที่เป็นสูตรเฉพาะของทางร้านที่ไม่ควรพลาด

The years have been kind to Baan Khanitha, and the restaurant has been serving refined Thai classics for more than two decades. In Thai, baan translates as "home" and the comforting Thai staples on the menu, the traditional decor, and local families filling the dining room make this a cosy place for dinner. Recommended dishes include lobster green curry and Phad Thai with fresh tiger prawns. Don't miss a selection of soups, like Tom Yum, and the homemade curries here shine.

P 30

TEL. 02 258 4181

36/1 ซ.สุขุมวิท 23 เขตวัฒนา
36/1 Soi Sukhumvit 23, Vadhana
www.baan-khanitha.com

■ ราคา PRICE
อาหารกลางวัน Lunch:
เซตเมนู set: ฿ 400
อาหารตามสั่ง à la carte: ฿ 900-1,500
อาหารเย็น Dinner:
เซตเมนู set: ฿ 1,500-3,000
อาหารตามสั่ง à la carte: ฿ 900-1,500

■ เวลาเปิด-ปิด OPENING HOURS
11:00-22:30 (L.O.)

P ⌂25

TEL. 02 237 8889

174 ถ.สุรวงศ์ เขตบางรัก
174 Surawong Road, Bang Rak
www.baansuriyasai.com

■ ราคา PRICE

อาหารกลางวัน Lunch:
เซตเมนู set: ฿ 1,860-2,190
อาหารตามสั่ง à la carte: ฿ 800-2,500
อาหารเย็น Dinner:
เซตเมนู set: ฿ 1,860-2,190
อาหารตามสั่ง à la carte: ฿ 800-2,500

■ เวลาเปิด-ปิด OPENING HOURS

อาหารกลางวัน Lunch:
12:00-14:15 (L.O.)
อาหารเย็น Dinner:
18:00-21:45 (L.O.)

บ้านสุริยาศัย N

BAAN SURIYASAI

อาหารไทย • หรูหรา

Thai • Elegant

บ้านสุริยาศัยดัดแปลงมาจากบ้านไทยโบราณอายุเกือบร้อยปี ด้วยสถาปัตยกรรมและการตกแต่งแบบผสมผสานระหว่างวิกตอเรียนและโคโลเนียลสุดหรู ให้คุณได้ดื่มด่ำกับบรรยากาศย้อนยุคโรแมนติกพร้อมอิ่มอร่อยกับอาหารตำรับชาววังโบราณที่หาทานได้ยาก เช่น แตงอุลิตในกระทงนิล ไข่พะโล้ไทยตานี ที่เชฟและเจ้าของร้านได้ร่วมกันพลิกฟื้นสูตรขึ้นมา ทางร้านมีห้องจัดเลี้ยงส่วนตัวให้บริการ รองรับลูกค้าได้ถึง 25 ท่าน

The stunning Victorian colonial interior of this 100 year old building ensures that your dining experience here will be special, while rare royal recipes unearthed by the chefs and owner promise a true culinary journey. Highlights include a refreshing starter of watermelon with toasted fish flakes, while the five spice stew with medium boiled egg is the house signature dish. Private rooms are perfect for groups of up to 25.

บิสก็อตติ
BISCOTTI

อาหารอิตาเลียน • ตกแต่งแบบร่วมสมัย

Italian • Contemporary décor

เริ่มค่ำคืนที่สมบูรณ์แบบของคุณด้วยการจิบไวน์อิตาเลียนดีๆ ก่อนสั่ง antipasti เรียกน้ำย่อย ควรเลือกโต๊ะที่เป็น chef's table ที่คุณสามารถมองเห็นครัวเปิด แล้วคุณจะประทับใจในความประณีตพิถีพิถันของเชฟขณะปรุงอาหารอิตาเลียนจานคลาสสิก โดยเฉพาะโฮมเมดพาสต้าซึ่งเป็นไฮไลต์ของที่นี่ หากมาช่วงกลางวันร้านจะค่อนข้างแน่นเนื่องจากบุฟเฟ่ต์ที่นี่ทั้งอร่อยและคุ้มค่า ในขณะที่บรรยากาศของมื้อค่ำนั้นจะมีความพิเศษมากยิ่งขึ้น

Start the night on the right foot by ordering from the impressive Italian wine list before moving on to plates of antipasti. From a seat at one of the three chefs' tables, you'll have a bird's eye view of the large open kitchen, so watch as chefs carefully prepare classic Italian dishes that are elegant and authentic – homemade pasta is a particular highlight. The lunchtime buffet is good value and draws a crowd, but dinner is a more sophisticated experience.

TEL. 02 126 8866

ชั้น G โรงแรมอนันตรา สยาม
155 ถ.ราชดำริ เขตปทุมวัน
GF, Anantara Siam Hotel,
155 Ratchadamri Road, Pathum Wan
www.biscottibangkok.com

■ ราคา PRICE
อาหารกลางวัน Lunch:
เซตเมนู set: ฿ 845-1,000
อาหารตามสั่ง à la carte: ฿ 1,700-4,300
อาหารเย็น Dinner:
เซตเมนู set: ฿ 845-1,000
อาหารตามสั่ง à la carte: ฿ 1,700-4,300

■ เวลาเปิด-ปิด OPENING HOURS
อาหารกลางวัน Lunch:
11:30-14:30 (L.O.)
อาหารเย็น Dinner:
18:00-22:00 (L.O.)

PHRA NAKHON SIDE ฝั่งพระนคร

20

TEL. 02 673 9353

233 ถ.สาธรใต้ เขตสาธร
233 Sathon Tai Road, Sathon
www.blueelephant.com

■ ราคา PRICE
อาหารกลางวัน Lunch:
เซตเมนู set: ฿ 800-2,600
อาหารตามสั่ง à la carte: ฿ 1,300-1,700
อาหารเย็น Dinner:
เซตเมนู set: ฿ 1,500-2,600
อาหารตามสั่ง à la carte: ฿ 1,300-1,700

■ เวลาเปิด-ปิด OPENING HOURS
อาหารกลางวัน Lunch:
11:30-14:30 (L.O.)
อาหารเย็น Dinner:
18:00-22:30 (L.O.)

BLUE ELEPHANT

อาหารไทย • ดั้งเดิม

Thai • Traditional

ภายใต้การนำของเชฟ นูรอ โซ๊ะมณี สเต็ปเป้ ทำให้ Blue Elephant ยังคงเป็นแนวหน้าในแวดวงร้านอาหารชั้นนำของกรุงเทพฯ มายาวนาน ภายในอาคารทรงโคโลเนียลบนถนนสาทร ทุกค่ำคืนร้านจะเต็มไปด้วยลูกค้าทั้งคนไทยและชาวต่างชาติที่ต่างเดินทางมาหารสชาติอาหารแบบชาววังกันที่นี่ นอกจากนี้ในช่วงกลางวัน Blue Elephant ยังมีการเปิดสอนทำอาหารให้แก่ผู้ที่สนใจอีกด้วย

Under the helm of chef Nooror Somany Steppe, this long-running restaurant is a stalwart of the Bangkok culinary scene. Blue Elephant's Bangkok outpost is brought to life in a traditional colonial style home on bustling Sathon Road with an elegant dining room that fills nightly with out-of-towners and locals here for a special occasion. Order the tasting menu and savour a range of royal-style recipes. Hands-on cooking classes are available during the day.

บังเกอร์
BUNKER

อาหารอเมริกันร่วมสมัย • อินดัสเทรียล

American contemporary • Industrial

ร้านตกแต่งแบบเท่ๆ มีสไตล์ คุณอาจเริ่มมื้อพิเศษนี้ด้วยค็อกเทลสุดครีเอตที่บาร์หิน ก่อนย้ายไปยังโต๊ะที่ดีที่สุดซึ่งอยู่ใกล้ครัวเปิด อาหารที่นี่เป็นแนว "โมเดิร์นอเมริกัน" ปรุงโดยเชฟผู้คร่ำหวอดในวงการอาหารจากร้านระดับดาวมิชลินมากมาย เลือกอร่อยกับเมนูตามสั่ง หรือเซตเมนูที่เปลี่ยนทุกเดือนตามแรงบันดาลใหม่ๆ ของเชฟ พร้อมบริการสุดประทับใจ

The modern interior is a stark and stylish space. Start the night with a creative cocktail at the granite bar before moving to a table near the open kitchen – the best place to sit. The chef's travels inform his 'modern American' cuisine; the beautiful looking dishes come with an array of textures and flavours, with influences from far and wide. The eight-course tasting menu includes all the highlights and service is polished.

TEL. 02 234 7749

118/2 ซ.สาทร 12 เขตบางรัก
118/2 Soi Sathon 12, Bang Rak
www.bunkerbkk.com

■ ราคา PRICE
อาหารเย็น Dinner:
เซตเมนู set: ฿ 2,300
อาหารตามสั่ง à la carte: ฿ 1,200-1,800

■ เวลาเปิด-ปิด OPENING HOURS
อาหารเย็น Dinner: 17:30-23:00 (L.O.)

PHRA NAKHON SIDE ฝั่งพระนคร

♿ 🍴 **P** ⬚20 🚗 ☕🍴

TEL. 02 344 8888

ชั้น G โรงแรมสุโขทัย
13/3 ถ.สาทรใต้ เขตสาทร
GF, The Sukhothai Hotel,
13/3 Sathon Tai Road, Sathon
www.sukhothai.com

■ **ราคา PRICE**
อาหารกลางวัน Lunch:
เซตเมนู set: ฿ 350-2,800
อาหารตามสั่ง à la carte: ฿ 900-3,600
อาหารเย็น Dinner:
เซตเมนู set: ฿ 350-3,600
อาหารตามสั่ง à la carte: ฿ 900-3,600

■ **เวลาเปิด-ปิด OPENING HOURS**
อาหารกลางวัน Lunch:
12:00-14:00 (L.O.)
อาหารเย็น Dinner:
18:00-22:00 (L.O.)

🍴◯

ศิลาดล
CELADON

อาหารไทย • โรแมนติก
Thai • Romantic

นอกจากความรื่นรมย์ในเรือนศาลาหรูสองหลังบนสนาม
หญ้าที่ดูแลอย่างดี โอบล้อมด้วยสระบัวของโรงแรม
สุโขทัยแล้ว คุณยังได้เพลิดเพลินกับเมนูที่มีให้เลือก
มากมาย ทั้งอาหารทะเลและอาหารย่างถ่าน หรือเซตเมนู
8 คอร์สที่เสิร์ฟในขนาดพอดีคำเพื่อให้คุณได้อร่อยอย่าง
หลากหลาย ทั้งความเผ็ดที่อยู่ในระดับถูกปากชาวต่างชาติ
พร้อมบริการน่าประทับใจและการแสดงรำไทยอันสวยงาม
ยิ่งทำให้มื้อนี้เป็นประสบการณ์ที่ยากจะลืมเลือน

There's more than a hint of romance to dining in
these two delightful Salas in the manicured grounds
of the Sukhothai Hotel, surrounded by lotus ponds.
A wide-ranging menu includes seafood selections
and dishes from the charcoal grill; the eight-course
set menu delivers smaller tasting dishes. Muted
spice levels are intended for foreign palates but the
service is attentive and charming and there are
nightly performances of traditional Thai dance.

จักรพงษ์ไดนิ่ง N

CHAKRABONGSE DINING

อาหารไทย • ดั้งเดิม

Thai • Traditional

ด้วยวิวสะกดสายตาของแม่น้ำเจ้าพระยาที่มีวัดอรุณเป็นฉากหลัง ผสานกับเมนูไทยชาววังที่ปรุงและจัดแต่งอย่างประณีตละเมียดละไมทำให้จักรพงษ์ไดนิ่งมอบประสบการณ์การทานอาหารไทยที่สมบูรณ์แบบ บ้านไทยโบราณอายุกว่า 100 ปี ริมน้ำที่ยังคงสถาปัตยกรรมอันงดงามเป็น "ความภาคภูมิใจ" ของผู้ที่หลงรักอาหารและวัฒนธรรมไทยอย่างแท้จริง สำรับอาหารมีความแตกต่างกันในแต่ละวันและรับเฉพาะผู้ที่การันตีการจองล่วงหน้าเท่านั้น

A spectacular setting, where views of the Chao Phraya River and Wat Arun provide the perfect backdrop to your culinary journey inside one of Bangkok's most precious historic houses. Well-known for its delicate and authentic Royal Thai cuisine, the menu offers a different set menu every day. Impressive dishes include river prawns in spicy and sour coconut broth with banana blossom and Chakrabongse roasted duck red curry with mixed fruits.

P 40

TEL. 02 622 1900

396/1 ถ.มหาราช เขตพระนคร
396/1 Maha Rat Road, Phra Nakhon
www.chakrabongsevillas.com

■ ราคา PRICE
อาหารเย็น Dinner:
เซตเมนู set: ฿ 2,250

■ เวลาเปิด-ปิด OPENING HOURS
อาหารเย็น Dinner: 18:00-22:00 (L.O.)

■ วันปิดบริการ ANNUAL AND WEEKLY CLOSING
ปิดวันจันทร์ Closed Monday

PHRA NAKHON SIDE ฝั่งพระนคร

♿ P ⌂14 ✆

TEL. 02 212 3741

ชั้น 3 โรงแรมอิสติน แกรนด์ สาทร
33/1 ถ.สาทรใต้ เขตสาทร
3F, Eastin Grand Sathorn,
33/1 Sathon Tai Road, Sathon
www.chefmangroup.com

■ **ราคา PRICE**
อาหารกลางวัน Lunch:
อาหารตามสั่ง à la carte: ฿ 400-800
อาหารเย็น Dinner:
อาหารตามสั่ง à la carte: ฿ 800-1,200

■ **เวลาเปิด-ปิด OPENING HOURS**
อาหารกลางวัน Lunch:
11:00-14:30 (L.O.)
อาหารเย็น Dinner:
18:00-21:30 (L.O.)

เชฟแมน (สาขาสาทร)

CHEF MAN (SATHON)

อาหารจีนกวางตุ้ง • ดั้งเดิม

Cantonese • Traditional

เชฟ Man Wai Yin ชาวฮ่องกงผู้นี้ สร้างชื่อเสียงจากอาหารจีนกวางตุ้ง และติ่มซำชั้นยอด รวมไปถึงเป็ดปักกิ่งที่อร่อยระดับตำนานจนต้องจองล่วงหน้าก่อนหนึ่งวัน อีกหนึ่งจานเด็ดที่ไม่ควรพลาด คือ ซี่โครงวากิวย่างสไตล์เชฟแมน และด้วยความชื่นชอบในการปรุงอาหารฮ่องกงแบบดั้งเดิม จึงไม่แปลกใจเลยที่จะเห็นครัวของร้านเชฟแมนเต็มไปด้วยเชฟชาวฮ่องกงแท้ๆ มาประจำอยู่มากมาย

Hong Kong-born chef Man Wai Yi has earned a reputation in town for his Cantonese cuisine and consistently good quality dim sum. The Peking duck is legendary, but you'll need to call and order one day in advance; other standout dishes include the Chef Man-style wagyu short ribs. Chef Man is particularly keen on producing an authentic "home-style" cuisine – which is no real surprise as each station in his kitchen is manned by chefs from Hong Kong.

ช้อน
CHON

อาหารไทย • ดั้งเดิม
Thai • Traditional

แม้ห้องอาหารช้อนจะไม่ได้ตั้งอยู่ใจกลางเมือง แต่ก็มาเยือนได้สะดวก เพียงมาถึงท่าเรือสะพานตากสิน ทางโรงแรมเดอะ สยาม มีบริการเรือข้ามฟากสำหรับแขกของโรงแรมโดยเฉพาะ หากต้องการดื่มด่ำกับบรรยากาศริมแม่น้ำเจ้าพระยา ควรเลือกที่นั่งในเรือนไทยโบราณแทนด้านใน แล้วอร่อยกับอาหารไทยพื้นเมืองรสเยี่ยมที่สามารถเลือกระดับความเผ็ดได้ พนักงานที่นี่ใส่ใจและดูแลอย่างดี นอกจากนี้ยังมีคลาสสอนทำอาหารที่ร้านอีกด้วย

It's some distance from the city centre so a taxi is needed but, better yet, take The Siam Hotel's private launch from the Saphan Taksin pier. On the banks of the Chao Phraya River sit three 19C teak houses oozing charm – ask to eat in one of these rather than in the bistro. Enjoy plates of traditional Thai food with flavours that are fresh and spice levels that can be adjusted. Service is smooth and accommodating. Cookery classes are also offered.

12

TEL. 02 206 6999

ชั้น G โรงแรมเดอะ สยาม
3/2 ถ.ขาว เขตดุสิต
GF, The Siam Hotel,
3/2 Khao Road, Dusit
www.thesiamhotel.com

■ ราคา PRICE

อาหารกลางวัน Lunch:
เซตเมนู set: ฿ 740
อาหารตามสั่ง à la carte: ฿ 750-1,900
อาหารเย็น Dinner:
เซตเมนู set: ฿ 1,000
อาหารตามสั่ง à la carte: ฿ 750-1,900

■ เวลาเปิด-ปิด OPENING HOURS

12:00-22:30 (L.O.)

PHRA NAKHON SIDE ฝั่งพระนคร

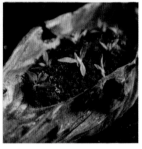

P ⊘🍴

TEL. 061 626 2816

12/6 ซ.เอกมัย 2 เขตวัฒนา
12/6 Soi Ekkamai 2, Vadhana
www.cuisinedegarden.com

■ **ราคา PRICE**
อาหารเย็น Dinner:
เซตเมนู set: ฿ 1,590

■ **เวลาเปิด-ปิด OPENING HOURS**
อาหารเย็น Dinner: 18:00-21:15 (L.O.)

■ **วันปิดบริการ ANNUAL AND
WEEKLY CLOSING**
ปิดวันอาทิตย์ Closed Sunday

CUISINE DE GARDEN N

อาหารยุโรปร่วมสมัย • โรแมนติก
European contemporary • Romantic

เชฟแนนรังสรรค์เมนูร้าน Cuisine de Garden ซึ่งมีธรรมชาติ
เป็นแรงบันดาลใจให้คุณได้สัมผัสผ่านทั้ง 4 Chapter
(หรือคอร์ส) และในแต่ละ chapter ลูกค้าสามารถเลือก
ผสมผสานเมนูเพื่อสร้าง tasting menu ของตัวเองได้
โดยมีคุณม่อนสถาปนิกผู้หลงใหลอาหารและคุณพีชสอง
เจ้าของร้านเป็นผู้ดูแลคุณภาพและบริการแบบเป็นกันเอง
ทุกวัน การตกแต่งภายในให้บรรยากาศเป็นธรรมชาติที่
อบอุ่นแต่แฝงไว้ด้วยความโมเดิร์นอย่างสวยงาม

With a set menu inspired by nature as its
central tenet, Cuisine de Garden was opened in
2017 by an architect couple with a love of food.
On offer are 4 Chapters (courses) with 3
choices in each, allowing guests to customise
and create their own tasting menu. Owners
Khun Mon and Khun Peach are there every day
to add a personal touch. The first branch, in
Chiang Mai, has the same concept but with a
slightly different design.

EAT ME

อาหารนานาชาติ • *ทันสมัย*

International • Trendy

ร้านซ่อนตัวอยู่ในซอยหลังแนวไม้ร่มรื่น ทว่าคุ้มค่าต่อการ
มาเยือน อาจเริ่มต้นด้วยค็อกเทลที่มีอาหารไทยเป็น
แรงบันดาลใจก่อนเข้าสู่มื้ออาหาร Eat Me เป็นร้านอาหาร
สองชั้นพร้อมโซนเฉลียง ตกแต่งสไตล์มินิมัลลิสต์ใน
บรรยากาศครึกครื้นพร้อมงานศิลป์สุดล้ำ เชฟปรุงอาหาร
อย่างประณีตบนหลักของความเรียบง่ายแต่ได้รสชาติที่
โดดเด่น มีให้เลือกทั้งเมนูปลา ผัก และเนื้อสัตว์ต่างๆ รวมทั้ง
เมนูที่ได้รับแรงบันดาลใจจากอาหารทั่วโลก

Hidden down on a side soi behind a jungle of
foliage, Eat Me is worth seeking out. Start with a
Thai food-inspired cocktail before moving to a
table in the two-storey restaurant with a charming
balcony terrace. The decor is minimalist, the
atmosphere fun and the artwork edgy. With the
guiding principles of simplicity, distinct flavours
and careful cooking, the menu is divided by fish,
vegetables and meat, and covers a broad
spectrum of globally influenced dishes.

TEL. 02 238 0931

ซ.พิพัฒน์ 2 เขตบางรัก
Soi Phiphat 2, Bang Rak
www.eatmerestaurant.com

■ **ราคา PRICE**
อาหารเย็น Dinner:
อาหารตามสั่ง à la carte: ฿ 1,300-3,700

■ **เวลาเปิด-ปิด OPENING HOURS**
อาหารเย็น Dinner:
15:00-01:00 (L.O.)

PHRA NAKHON SIDE ฝั่งพระนคร

P ⊕20 ⊙🍴 ♨

TEL. 02 258 4386

39 ช.สุขุมวิท 27 เขตวัฒนา
39 Soi Sukhumvit 27, Vadhana
www.enotecabangkok.com

■ ราคา PRICE
อาหารเย็น Dinner:
เซตเมนู set: ฿ 1,700-2,900
อาหารตามสั่ง à la carte: ฿ 1,200-2,700

■ เวลาเปิด-ปิด OPENING HOURS
อาหารเย็น Dinner: 18:00-22:30 (L.O.)

🍴O

ENOTECA

อาหารอิตาเลียน • เป็นกันเอง
Italian • Friendly

ด้วยชื่อร้านที่แปลว่า "ห้องสมุดไวน์" จึงอย่าแปลกใจถ้าคุณ
จะได้พบกับไวน์มากถึง 400 รายการให้เลือกสรร รวมถึงไวน์
Barolo อันเลื่องชื่อ ภายในห้องอาหารตกแต่งให้มีกลิ่นอาย
เมดิเตอร์เรเนียนด้วยเก้าอี้หวาย ไม้เก่า และกำแพงอิฐ พบ
ความอร่อยจากทั่วทุกแคว้นของอิตาลีได้ที่นี่ โดยทางร้านใช้
วัตถุดิบที่นำเข้าโดยตรงจากยุโรป รังสรรค์เป็นเมนูพิเศษ
ต่างๆ เช่น beef shank ในไวน์แดง, vitello tonnato, และ
foie gras ravioli

The name means "wine library" and it'll be no
surprise to find a list of nearly 400 wines,
including a fine selection of Barolo. The dining
room has a Mediterranean feel, with wicker
armchairs, rustic wood details, and exposed
brick walls. All regions of Italy are represented,
and dishes are made with ingredients flown in
from Europe. There's a modern edge to the
cooking and specialities include beef shank in
red wine, vitello tonnato, and foie gras ravioli.

เอราวัณ ที รูม
ERAWAN TEA ROOM

อาหารไทย • ตกแต่งแบบร่วมสมัย
Thai • Contemporary décor

เอนกายลงบนเก้าอี้ไม้สักแล้วนั่งจิบชาใจกลางเมืองที่ Erawan Tea Room ลิ้มลองอาหารและของว่างที่บรรจงจัด อย่างสวยงามอย่างชุด Thai Afternoon Tea ทั้งข้าวผัดน้ำพริก มันปู มัสมั่นเนื้อ และขนมไทยนานาชนิด ภายในห้องอาหาร ตกแต่งแบบสบายๆ แต่แฝงไว้ด้วยความหรูหรา ประดับด้วย เครื่องชา ทั้งใบชาหลากกลิ่นหลายรสและกาน้ำชาหลากหลาย รูปแบบ จิบชาแล้วยังสามารถแวะสักการะท้าวมหาพรหมณ์ เอราวัณเพื่อความเป็นสิริมงคลได้อีกด้วย

Pull up a traditional teak wood chair and settle in for a posh high tea in the centre of the city. Order the Thai Afternoon Tea for an appealing tower of savoury selections, like fried rice with crabmeat, crab roe and chilli paste, beef massaman curry, and sweet Thai desserts. Casual but luxurious, the dining room is decorated with tea-related products, like loose-leaf teas and serving containers. Pay respects at the nearby Erawan Shrine before leaving.

TEL. 02 254 6250

ชั้น 2 ศูนย์การค้าเอราวัณ แบงค็อก
494 ถ.ราชดำริ เขตปทุมวัน
2F, Erawan Bangkok Mall,
494 Ratchadamri Road,
Pathum Wan
www.bangkok.grand.hyatt.com

■ ราคา PRICE
อาหารกลางวัน Lunch:
อาหารตามสั่ง à la carte: ฿ 600-2,000
อาหารเย็น Dinner:
อาหารตามสั่ง à la carte: ฿ 600-2,000

■ เวลาเปิด-ปิด OPENING HOURS
อาหารกลางวัน Lunch:
10:00-14:30 (L.O.)
อาหารเย็น Dinner:
18:00-21:30 (L.O.)

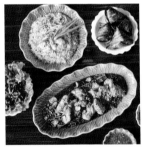

PHRA NAKHON SIDE ฝั่งพระนคร

♿ 🅿 12

TEL. 02 656 0444

ชั้น G โรงแรมอินเตอร์คอนติเนนตัล
973 ถ.เพลินจิต เขตปทุมวัน
GF, InterContinental Hotel,
973 Phloen Chit Road, Pathum Wan
www.bangkok.intercontinental.com

■ ราคา PRICE

อาหารกลางวัน Lunch:
เซตเมนู set: ฿ 1,000-1,100
อาหารตามสั่ง à la carte: ฿ 2,700-6,000
อาหารเย็น Dinner:
เซตเมนู set: ฿ 3,000-5,000
อาหารตามสั่ง à la carte: ฿ 2,700-6,000

■ เวลาเปิด-ปิด OPENING HOURS

อาหารกลางวัน Lunch:
12:00-14:15 (L.O.)
อาหารเย็น Dinner:
18:30-22:15 (L.O.)

■ วันปิดบริการ ANNUAL AND WEEKLY CLOSING

ปิดมื้อกลางวันวันเสาร์-อาทิตย์
Closed weekend lunch

ไฟร์เพลส กริลล์ แอนด์ บาร์
FIREPLACE GRILL AND BAR

มีทแอนด์กริลล์ • อบอุ่น

Meat and Grills • Intimate

ร้านอาหารตั้งอยู่ที่ชั้นใต้ดินของโรงแรมนี้เปิดให้บริการมายาวนาน มีทั้งเมนูอาหารทะเลและเนื้อสัตว์ วัตถุดิบที่ใช้มีคุณภาพสูง ควรเลือกนั่งใกล้ครัวเปิดตรงกลางที่ช่วยสร้างบรรยากาศ หรือจองห้องด้านในเพื่อความเป็นส่วนตัวยิ่งขึ้น อาหารขึ้นชื่อของที่นี่ คือ สลัดล็อบสเตอร์ สเต๊กชิ้นเขื่องที่แชร์กันได้สบายๆ และ crêpes Suzette ด้วยไวน์จากผู้ผลิตชั้นนำและพนักงานที่ให้บริการอย่างดี จะช่วยเพิ่มความประทับใจให้คุณ

Tucked away in the basement of a large hotel is this long-running home to grilled meats and seafood. The lively open kitchen takes centre stage so grab a seat there or reserve a table in the more intimate dining room. Signatures include lobster salad, steaks large enough to share, and crêpes Suzette. High-quality ingredients and wines from top growers and producers can quickly run up the bill, but service is attentive, unobtrusive and smooth.

FREEBIRD

อาหารออสเตรเลียร่วมสมัย • ตกแต่งอย่างมีดีไซน์
Australian contemporary • Design

บ้านหลังใหญ่โดดเด่นในสวนเขียวชอุ่ม กับสไตล์การตกแต่ง
ร่วมสมัยประดับภาพศิลป์ ครัวที่นี่เป็นครัวเปิดโล่ง
ม้านั่งสีสดใสแฝงเสน่ห์งานไม้แบบดิบๆ ที่เข้ากันดีกับโคมไฟ
สไตล์โมเดิร์น ทางร้านให้ความสำคัญกับวัตถุดิบเป็นหลัก
มีการผสมผสานที่แปลกใหม่แต่ลงตัว สู่เมนูหลากหลาย
รสสัมผัส รังสรรค์ด้วยแรงบันดาลใจจากทั่วโลกตั้งแต่
ออสเตรเลียถึงเอเชีย จึงไม่น่าแปลกใจที่ลูกค้าจะแน่นร้าน
เสมอในมื้อสายๆ ของวันหยุด

This striking detached house boasts an
impressive, contemporary interior with vivid
murals, a bright and open kitchen, colourful
banquettes, rustic wood details, modern lighting
and a lush backyard. When it comes to the food,
the kitchen takes an ingredient-led approach.
Combinations are original and understated with
an array of textures and a host of global
inspirations from the Australian continent to Asia.
Weekend brunches are perennially popular.

⌂ 🛋 ⬭14 🚗 ⓘ 🍸

TEL. 02 662 4936

28 ซ.สุขุมวิท 47 เขตวัฒนา
28 Soi Sukhumvit 47, Vadhana
www.freebirdbkk.com

■ **ราคา PRICE**
บรันช์ Brunch:
อาหารตามสั่ง à la carte: ฿ 800-1,400
อาหารเย็น Dinner:
อาหารตามสั่ง à la carte: ฿ 800-1,400

■ **เวลาเปิด-ปิด OPENING HOURS**
บรันช์วันเสาร์-อาทิตย์ Weekend brunch:
11:00-15:00 (L.O.)
อาหารเย็น Dinner:
17:30-22:00 (L.O.)

■ **วันปิดบริการ ANNUAL AND**
WEEKLY CLOSING
ปิดวันจันทร์ Closed Monday

PHRA NAKHON SIDE ฝั่งพระนคร

TEL. 02 048 0008

267/31 โครงการ ACMEN Ekamai Complex อยู่ระหว่างซ.เอกมัย 13 กับ 15 เขตวัฒนา
267/31 ACMEN Ekamai Complex between soi Ekkamai 13 and 15, Vadhana

■ ราคา PRICE
อาหารเย็น Dinner:
อาหารตามสั่ง à la carte: ฿ 850-3,500

■ เวลาเปิด-ปิด OPENING HOURS
อาหารเย็น Dinner:
17:30-23:00 (L.O.)
วันอาทิตย์ Sunday:
17:30-21:30 (L.O.)

■ วันปิดบริการ ANNUAL AND WEEKLY CLOSING
ปิดวันหยุดสำคัญทางพระพุทธศาสนา
Closed Buddhist Holidays

GEN (N)

อาหารญี่ปุ่น • ตกแต่งแบบร่วมสมัย
Japanese • Contemporary décor

Gen เกิดขึ้นจากความมุ่งมั่นตั้งใจที่จะเป็นร้านยากิโทริและบาร์ที่ทุกคนนึกถึงเป็นอันดับแรกในกรุงเทพฯ ซึ่งนอกจากยากิโทริแล้ว ยังมีอาหารญี่ปุ่นอีกหลากหลายเมนูให้คุณเลือกทานคู่กับวิสกี้ชั้นดีหรือ highball สไตล์ญี่ปุ่น ภายในร้านตกแต่งแบบญี่ปุ่นร่วมสมัยแต่ยังคงกลิ่นอายความย้อนยุค พนักงานในชุดญี่ปุ่นพร้อมมอบบริการระดับมืออาชีพให้ความรู้สึกเหมือนนั่งอยู่ในบาร์วิสกี้ชั้นดีสักแห่งในญี่ปุ่น

Gen strives to be the new 'it' destination for yakitori and drinks, with a contemporary style and slight vintage feel not dissimilar to a Japanese whisky bar. Smartly dressed staff offer traditional Japanese service, while the menu includes a variety of dishes, not just yakitori. Drink-wise, choose a fine whisky or a Japanese-style highball. Unlike sister restaurant, Jidori Cuisine Ken, this venue focuses more on visitors and the luxury market.

GIANNI

อาหารอิตาเลียน • คลาสสิก

Italian • Classic

คงเป็นเมนูอิตาเลียนดั้งเดิมแท้ๆ ที่ทำให้ Gianni ยืนหยัดอยู่ในวงการมายาวนานกว่าสองทศวรรษ รวมไปถึงริซอตโตใส่เห็ดพอร์ชินี และปลากระพงอบเกลือทั้งตัว ความนิยมที่ไม่เคยตกของ Gianni มาจากการคัดสรรวัตถุดิบคุณภาพดี ใส่ใจในรายละเอียดและเทคนิคการประกอบอาหารชั้นเลิศ ซึ่งหาไม่ได้ง่ายนักในกรุงเทพฯ นอกจากนี้ยังมีไวน์จากอิตาลีและ Grappa ในราคาที่สมเหตุสมผลให้เลือกอย่างที่คุณคาดไม่ถึง

The authentic Italian dishes that have kept Gianni on the map for over two decades are still on the menu today, including the creamy risotto with porcini mushrooms and the whole sea bass baked in salt. It is Gianni's high-quality products, attention to detail, and expert cooking techniques - not always easy to find of Italian chefs in Bangkok - that has given him a great reputation. The wine list is a cornucopia of reasonably priced premium Italian labels and bottles of Grappa.

8

TEL. 02 252 1619

34/1 ซ.ต้นสน ถ.เพลินจิต เขตปทุมวัน
34/1 Soi Ton Son, Phloen Chit Road, Pathum Wan

www.giannibkk.com

■ ราคา PRICE

อาหารกลางวัน Lunch:
เซตเมนู set: ฿ 600-1,000
อาหารตามสั่ง à la carte: ฿ 1,100-2,300
อาหารเย็น Dinner:
เซตเมนู set: ฿ 1,700
อาหารตามสั่ง à la carte: ฿ 1,100-2,300

■ เวลาเปิด-ปิด OPENING HOURS

อาหารกลางวัน Lunch:
12:00-14:00 (L.O.)
อาหารเย็น Dinner:
18:00-22:00 (L.O.)

16

TEL. 02 286 8833

1098/2 ถ.พระรามที่ 4 เขตสาทร
1098/2 Rama 4 Road, Sathon
www.ilfumo.co

■ ราคา PRICE
อาหารเย็น Dinner:
เซตเมนู set: ฿ 2,400-2,700
อาหารตามสั่ง à la carte: ฿ 1,500-3,400

■ เวลาเปิด-ปิด OPENING HOURS
อาหารเย็น Dinner: 17:30-22:30 (L.O.)

IL FUMO

อาหารโปรตุเกสร่วมสมัย • หรูหรา
Portuguese contemporary • Elegant

Il Fumo เดิมเปิดเป็นร้านอาหารอิตาเลียน แต่ตอนนี้เชฟ Nelson Amorim เปลี่ยนโฉมเมนูให้เป็นอาหารโปรตุเกสแบบร่วมสมัยซึ่งถ่ายทอดภาพความทรงจำในวัยเด็กผ่านประสบการณ์การทำอาหารที่โชกโชน นับว่าเป็นคอนเซ็ปต์ใหม่และน่าตื่นเต้นสำหรับกรุงเทพฯ อีกด้วย ควรลองเมนูไฮไลต์อย่าง taggliolini with summer truffle หรือ Barossa beef aged 40 days สามารถเลือกนั่งรับลมในสวนหรือชมทีมเชฟที่บรรจงปรุงอาหารจากครัวเปิดในร้าน

Once a fine dining Italian restaurant, Il Fumo transformed itself into a contemporary Portuguese one when Chef Nelson Amorim arrived. Having previously worked in Hong Kong and inspired by his own childhood memories, he brought something new to Bangkok. Highlights are tagliolini with summer truffle, Barossa beef from Portugal aged 40 days and other meats like suckling pig. Choose a terrace seat or dine beside the open kitchen.

อินดิโก้
INDIGO

คาหารฝรั่งเศส • บิสโทร

French • Bistro

หากเห็นร้านที่แทบทุกโต๊ะถูกจับจองไปด้วยลูกค้าที่พูดภาษาฝรั่งเศสแล้ว ทำให้แน่ใจได้ว่าอาหารที่นี่จะต้องมีคุณภาพและอร่อยแบบต้นตำรับแท้ๆ อินดิโก้เป็นร้านอาหารฝรั่งเศสร้านโปรดของชาวต่างชาติในไทย รวมทั้งผู้ที่ชื่นชอบอาหารฝรั่งเศสมานานหลายปี ร้านมีเมนูอาหารฝรั่งเศสสุดคลาสสิกรอคุณอยู่อย่างครบครัน ด้วยทำเลในย่านสีลมที่อยู่ใกล้สถานีรถไฟฟ้าและรถไฟใต้ดิน ทำให้คุณแวะมาลิ้มลองความอร่อยได้แบบสบายๆ

When tables are largely filled with French speakers then it's a sure sign that the cuisine is both authentic and consistently good. Indigo is a busy and well-regarded French restaurant that has been a firm favourite of expats and the city's Francophiles for many years. The extensive menu features all the French classics you'd expect, and the restaurant is conveniently located near Bangkok's public transportation hubs.

TEL. 02 235 3268

6 ถ.คอนแวนต์ เขตบางรัก
6 Convent Road, Bang Rak

■ ราคา PRICE

อาหารกลางวัน Lunch:
เซตเมนู set: ฿ 420
อาหารตามสั่ง à la carte: ฿ 800-1,800
อาหารเย็น Dinner:
อาหารตามสั่ง à la carte: ฿ 800-1,800

■ เวลาเปิด-ปิด OPENING HOURS

11:30-22:30 (L.O.)

PHRA NAKHON SIDE ฝั่งพระนคร

ร้านอาหาร RESTAURANTS

PHRA NAKHON SIDE ฝั่งพระนคร

P 30

TEL. 02 258 4900

71 ซ.สุขุมวิท 26 เขตคลองเตย
71 Soi Sukhumvit 26, Khlong Toei
www.indusbangkok.com

■ ราคา PRICE

อาหารกลางวัน Lunch:
อาหารตามสั่ง à la carte: ฿ 600-2,300
อาหารเย็น Dinner:
เซตเมนู set: ฿ 1,400-1,600
อาหารตามสั่ง à la carte: ฿ 600-2,300

■ เวลาเปิด-ปิด OPENING HOURS

อาหารกลางวัน Lunch:
11:00-14:30 (L.O.)
อาหารเย็น Dinner:
18:00-22:30 (L.O.)

อินดัส
INDUS

อาหารอินเดีย • ตกแต่งแบบเอ็กโซติก

Indian • Exotic décor

ด้วยแรงบันดาลใจจากอาหารราชวงศ์โมกุลทางเหนือของอินเดีย ทุกเมนูเลือกใช้วัตถุดิบที่มีคุณภาพ ใส่เครื่องเทศอย่างพอเหมาะ ให้รสสัมผัสที่ลุ่มลึก kebabs และ naan คือหนึ่งในไฮไลต์ของที่นี่ ทั้งยังมีจานเด็ดจากเตาทันดูร์และเมนูมังสวิรัติที่ใช้เครื่องเทศสูตรพิเศษของทางร้าน ภายในร้านประดับด้วยงานศิลป์สไตล์อินเดีย ช่วยเสริมมนต์สเน่ห์ให้กับบ้านยุค 60 ซึ่งหากมองจากระเบียงจะเห็นสนามหญ้าที่ตัดแต่งอย่างสวยงาม

Drawing inspiration from the Moghul cuisine of northern India, dishes show judicious spicing, use quality ingredients, and have good depth of flavour. Outstanding kebabs and perfectly cooked naan are just some of the highlights. Spices are ground daily in-house, great use is made of the charcoal tandoor and vegetarians are well catered for. Indian artwork adds appeal to the lived-in feel of the 1960s house; the terrace overlooks a manicured lawn.

อิษยา สยามมิสคลับ
ISSAYA SIAMESE CLUB

อาหารไทยร่วมสมัย • สีสันสดใส
Thai contemporary • *Colourful*

บ้านสไตล์โคโลเนียลอายุ 100 ปีสีสันสดใสตกแต่งอย่างมีเสน่ห์
พร้อมสวนสวยร่มรื่นหลังนี้ เป็นที่ตั้งของร้านอาหารอิษยา
สยามมิสคลับ ที่นำเสนออาหารจานเด่นจากทุกภาคทั่วไทย
ทุกเมนู คือ ความอร่อยแบบต้นตำรับ ทว่าใส่ความคิดสร้างสรรค์
ผสานกลิ่นอายความเป็นโมเดิร์น อาหารซิกเนเจอร์ของที่นี่
จึงไม่ทำให้คุณผิดหวัง หรืออาจเลือก tasting menu เพื่อลิ้มลอง
รสชาติอาหารที่หลากหลายและสัมผัสถึงความพิถีพิถันใส่ใจ
ของทีมเชฟ

Issaya Siamese Club is housed in a vibrantly
coloured and charming 100-year-old colonial
villa with a lovely garden. Dishes from all
regions of Thailand are represented on the
menu. Recipes have a few creative tweaks and
subtle modern touches but ultimately respect
tradition. Signature dishes are always a good
choice but consider the tasting menu to
witness the kitchen's real ambition.

🍴 🪑20 🕐

TEL. 02 672 9040

4 ซ.ศรีอักษร ถ.เชื้อเพลิง เขตสาทร
4 Soi Si Aksorn,
Chuea Phloeng Road, Sathon
www.issaya.com

■ **ราคา PRICE**
อาหารกลางวัน Lunch:
เซตเมนู set: ฿ 1,500-2,500
อาหารตามสั่ง à la carte: ฿ 700-2,700
อาหารเย็น Dinner:
เซตเมนู set: ฿ 1,500-2,500
อาหารตามสั่ง à la carte: ฿ 700-2,700

■ **เวลาเปิด-ปิด OPENING HOURS**
อาหารกลางวัน Lunch:
11:30-14:30 (L.O.)
อาหารเย็น Dinner:
18:00-22:30 (L.O.)

P ⇔120 ○♨

TEL. 02 258 8008

68/2 ซ.สุขุมวิท 20 ถ.สุขุมวิท
เขตคลองเตย
68/2 Soi Sukhumvit 20,
Sukhumvit Road, Khlong Toei
www.jengorsukhumvit.com

■ ราคา PRICE
อาหารกลางวัน Lunch:
อาหารตามสั่ง à la carte: ฿ 600-1,500
อาหารเย็น Dinner:
อาหารตามสั่ง à la carte: ฿ 600-1,500

■ เวลาเปิด-ปิด OPENING HOURS
อาหารกลางวัน Lunch:
11:30-14:00 (L.O.)
อาหารเย็น Dinner:
17:30-22:00 (L.O.)
วันเสาร์-อาทิตย์ Weekend:
11:30-22:00 (L.O.)

🍽️

ครัวเจ๊ง้อ (สาขาสุขุมวิท 20)
JE NGOR (SUKHUMVIT 20)

อาหารไทย-จีน • ดั้งเดิม
Thai-Chinese • Traditional

ครัวเจ๊ง้อเป็นร้านอาหารชื่อดังที่มีสาขามากมายใน
กรุงเทพฯ แต่สาขาสุขุมวิท 20 นี้แตกต่างไม่เหมือนใคร
ด้วยการออกแบบภายในและบรรยากาศที่เป็นเอกลักษณ์
มาถึงครัวเจ๊ง้อแล้ว จานที่พลาดไม่ได้เด็ดขาด คือ ปูผัด
พริกไทยดำ จากนั้นก็ตามด้วยอาหารไทยสไตล์จีนยอด
ฮิตอย่างผัดผักบุ้งไฟแดง สาขานี้มีห้องจัดเลี้ยงส่วนตัวไว้
บริการ เหมาะสำหรับครอบครัว กลุ่มเพื่อน รวมถึงงาน
เลี้ยงสังสรรค์อีกด้วย

This branch of Je Ngor, which is part of a large
franchise group, stands out and that's because of
the standards that the owner insists on. To dine
here without eating the black pepper crab with
garlic would be a sin, so start there before moving
on to Thai-Chinese specialities like stir-fried
morning glory. The laid-back atmosphere is
presented across all locations, but this one is
elevated in ambience and interior décor.

จก โต๊ะเดียว (N)
JOK'S KITCHEN

อาหารไทย-จีน • เรียบง่าย

Thai-Chinese • Simple

ร้านเล็กๆ ที่แฝงตัวอยู่ในตลาดสดย่านเยาวราชแห่งนี้เสิร์ฟอาหารไทยจีนเลิศรส เซตเมนูที่เชฟตั้งใจรังสรรค์ให้เปลี่ยนเมนูไปตามวัตถุดิบแต่ละฤดูกาล นอกจากอาหารทะเลคัดพิเศษที่อร่อยเด็ดจากการปรุงอย่างใส่ใจแล้ว ยังมีเมนูที่รสชาติเข้มข้นครบรสและลงตัวด้วยเทคนิคการปรุงที่มากประสบการณ์ไม่ว่าจะเป็น เกี๊ยวกุ้ง ปลาหิมะทอดซีอิ๊ว และผัดคะน้าปลาเค็มที่ใช้ปลาตาเดียว โทรสำรองโต๊ะก่อนทุกครั้งก่อนมาลิ้มรสความอร่อย

Hidden inside a small wet market, this simple yet legendary shop has earned its reputation for Thai-Chinese cuisine, with quality seafood a speciality. The chef's set menu is based on daily available ingredients. Best dishes include the shrimp wonton, deep-fried snow fish with soy sauce and stir-fried kale with salted halibut – flavours show great intensity and complexity. Booking is compulsory.

TEL. 02 221 4075

23 ซ.เจริญกรุง 21 ถ.พลับพลาไชย
เขตป้อมปราบศัตรูพ่าย
23 Soi Charoen Krung 21,
Phlapphla Chai Road,
Pom Prap Sattru Phai

■ ราคา PRICE

อาหารกลางวัน Lunch:
เซตเมนู set: ฿ 1,650-1,700
อาหารเย็น Dinner:
เซตเมนู set: ฿ 1,650-1,700

■ เวลาเปิด-ปิด OPENING HOURS

อาหารกลางวัน Lunch:
11:00-14:00 (L.O.)
อาหารเย็น Dinner:
17:00-22:00 (L.O.)

PHRA NAKHON SIDE ฝั่งพระนคร

12

TEL. 02 662 4237

46/10 โครงการพิมาน 49 อาคาร D1
ซ.สุขุมวิท 49 ถ.สุขุมวิท เขตวัฒนา
46/10 Piman 49, D1 Building,
Soi Sukhumvit 49, Sukhumvit Road,
Vadhana

www.karatamarobatayaki.com

■ ราคา PRICE

อาหารเย็น Dinner:
อาหารตามสั่ง à la carte: ฿ 3,000-4,500

■ เวลาเปิด-ปิด OPENING HOURS

อาหารเย็น Dinner:
18:00-23:00 (L.O.)

■ วันปิดบริการ ANNUAL AND WEEKLY CLOSING

ปิดวันสงกรานต์ 3 วัน และวันจันทร์
Closed 3 days Thai New Year and Monday

KARATAMA ROBATAYAKI

อาหารญี่ปุ่น • ดั้งเดิม

Japanese • Traditional

ในภาษาญี่ปุ่นคำว่า Karatama แปลว่า "แสงสว่าง" ร้านอาหารแห่งนี้ถูกออกแบบและตกแต่งให้ดูคล้ายตลาดญี่ปุ่นแบบดั้งเดิม วัตถุดิบเกือบทั้งหมดส่งตรงจากญี่ปุ่นสัปดาห์ละ 3 ครั้ง เพื่อให้มั่นใจได้ในความสดและคุณภาพชั้นเยี่ยม อาหารที่นี่เป็นสไตล์โรบาทายากิ ที่มีที่นั่งแบบเคาน์เตอร์ ให้ลูกค้าที่มาทานได้เลือกวัตถุดิบแบบสดๆ และชมการจัดเตรียมอาหารที่พิถีพิถันในทุกจานของเชฟ ซิกเนเจอร์ของที่นี่ต้องยกให้อาหารปิ้งย่างทั้งเนื้อและปลา

Karatama means "light", and this spacious restaurant is designed to represent a traditional Japanese festive market. Almost all the ingredients, from high-quality fish to freshly picked seasonal produce, are flown in from Japan's top markets three times a week. The cuisine is presented robatayaki-style and diners at the counter get to watch the chefs in action. Signature dishes from the grill pit include beef steak and grilled fish.

เขียวไข่กา
KIEW KAI KA

อาหารไทย • รัสติก

Thai • Rustic

หลีกหนีจากความวุ่นวายในเมืองชั่วครู่ แล้วเปิดประตูสู่มื้ออร่อยแสนผ่อนคลายในเรือนกระจกสวย ตกแต่งในโทนสีเขียวไข่กา รายล้อมด้วยแมกไม้เขียวขจี ที่ร้านเขียวไข่กาแห่งนี้ลูกค้าสามารถเลือกนั่งได้สามโซน ทั้งภายในร้าน ด้านนอก หรือที่คาเฟ่สบายๆ ที่นี่เสิร์ฟอาหารไทยโบราณและอาหารไทยพื้นถิ่นที่หาทานยาก โดยรังสรรค์จากวัตถุดิบชั้นดีทั่วประเทศ เมนูยอดนิยม เช่น พะโล้โบราณ ปลาช่อนนาจำศีล และหมูทอดมะแขว่น

Temporarily escape the concrete jungle and enjoy a meal at this glasshouse restaurant that adheres to a strict green colour scheme. Dine in one of three zones: the dining room, outdoor area, or cosy café, and enjoy hard-to-find Thai recipes made with local ingredients. Can't choose? The top selections are Phalo Bolan (stewed streaky pork with duck egg), Pla Chon Na Jam Sin (snakehead fish with Thai-style salad), and Mu Thot Makhwaen (fried pork with Northern spices).

TEL. 02 102 6388

33 ถ.นาคนิวาส เขตลาดพร้าว
33 Nak Niwat Road, Lat Phrao

■ ราคา PRICE
อาหารตามสั่ง à la carte: ฿ 300-600

■ เวลาเปิด-ปิด OPENING HOURS
11:00-21:30 (L.O.)

TEL. 02 392 8688

161/1 ซ.ทองหล่อ 9 เขตวัฒนา
161/1 Soi Thong Lo 9, Vadhana

■ ราคา PRICE

อาหารกลางวัน Lunch:
อาหารตามสั่ง à la carte: ฿ 700-1,300
อาหารเย็น Dinner:
อาหารตามสั่ง à la carte: ฿ 700-1,300

■ เวลาเปิด-ปิด OPENING HOURS

อาหารกลางวัน Lunch:
11:30-14:30 (L.O.)
อาหารเย็น Dinner:
17:30-22:30 (L.O.)

■ วันปิดบริการ ANNUAL AND WEEKLY CLOSING

ปิดวันสงกรานต์ Closed Thai New Year

LA DOTTA (N)

อาหารอิตาเลียน • สีสันสดใส
Italian • Colourful

พาสต้าบาร์สุดฮิปแห่งนี้เสิร์ฟเมนูพาสต้าแสนอร่อย ทั้งที่เป็นแบบโฮมเมดสดใหม่และพาสต้าออร์กานิกแห้ง ลูกค้าสามารถเลือกนั่งชั้นล่างเพื่อชมเชฟปรุงสดจากครัวเปิด หรือเลือกนั่งที่ชั้นบนหากต้องการความเป็นส่วนตัวมากขึ้น เมนูแนะนำของร้าน คือ Tortellini พาสต้าสดที่เชฟทำเอง และยังมีเมนูใหม่ตามฤดูกาลให้เลือกทานในทุกเดือน หากยังไม่จุใจสามารถซื้อพาสต้าและซอสกลับไปอร่อยต่อที่บ้านได้

Offering daily handcrafted pasta, as well as dried organic options, is the speciality of this colourful little Italian restaurant. Sit at the counter to watch the kitchen or dine upstairs for more privacy; either way, the vibe is fun and relaxed. Tortellini is a favourite; there's also a seasonal monthly-changing menu. Their signature sauces are available for takeaway too. Valet parking offered during dinner service.

LA SCALA N

อาหารอิตาเลียน • โมเดิร์น

Italian • Modern

หลังจากปิดปรับปรุงร้านในปี 2017 La Scala ได้เปิดตัวอีกครั้งพร้อมเชฟ David Tamburini ผู้ปรับโฉมเมนูอิตาเลียนเดิมโดยเน้นวัตถุดิบพรีเมียมให้มีความทันสมัยขึ้นพร้อมกับการจัดแต่งที่ประณีตสวยงาม วัตถุดิบกว่า 80% นำเข้าจากแหล่งที่ดีที่สุดในอิตาลี ส่วนขนมปังและพาสต้า ทางร้านทำเองเพื่อควบคุมคุณภาพความสดใหม่และรสชาติ ไม่ควรพลาดเมนู mozzarella bavaroise และ Iberico lamb หรือเลือกสั่งเซตเมนู La Scala Naturally

After months of renovation in 2017, La Scala re-opened with a new chef who transitioned the cuisine from being largely traditional to something more innovative and modern. 80% of the ingredients are imported from various sources in Italy, while bread and pasta is homemade to ensure freshness and flavour. Don't miss the mozzarella bavaroise and the Iberico lamb, or go on a lovely culinary journey with the 'La Scala Naturally' tasting menu.

♿ P 8

TEL. 02 344 8888

13/3 ถ.สาทรใต้ เขตสาทร
13/3 Sathon Tai Road, Sathon

■ ราคา PRICE

อาหารกลางวัน Lunch:
เซตเมนู set: ฿ 1,000-4,000
อาหารตามสั่ง à la carte: ฿ 2,000-4,500
อาหารเย็น Dinner:
เซตเมนู set: ฿ 2,000-5,000
อาหารตามสั่ง à la carte: ฿ 2,000-4,500

■ เวลาเปิด-ปิด OPENING HOURS

อาหารกลางวัน Lunch:
12:00-14:00 (L.O.)
อาหารเย็น Dinner:
18:00-22:00 (L.O.)

PHRA NAKHON SIDE ฝั่งพระนคร

TEL. 02 636 3220

69/5 ถ.ศาลาแดง เขตบางรัก
69/5 Sala Daeng Road, Bang Rak
www.latabledetee.com

■ **ราคา PRICE**
อาหารเย็น Dinner:
เซตเมนู set: ฿ 1,350

■ **เวลาเปิด–ปิด OPENING HOURS**
อาหารเย็น Dinner:
18:30-22:00 (L.O.)

■ **วันปิดบริการ ANNUAL AND WEEKLY CLOSING**
ปิดวันจันทร์ Closed Monday

LA TABLE DE TEE

อาหารเชิงนวัตกรรม • เรียบง่าย
Innovative • Simple

ร้านอาหารฝรั่งเศส-ไทยแห่งนี้ซ่อนตัวอยู่ในซอยเล็กๆ บนถนน
สีลม มีเมนูอาหารเป็นแบบเซตที่น่าสนใจในราคาสมเหตุสมผล
และคุณสามารถวางใจได้ว่า เชฟหนุ่มคนไทยที่เดินทางไป
สั่งสมประสบการณ์มาอย่างโชกโชนจากร้านดังในยุโรปนี้จะ
ไม่ทำให้คุณผิดหวัง เซตเมนูของที่นี่ประกอบด้วย 5 คอร์ส
และปรับเปลี่ยนทุกๆ สัปดาห์ โดยเน้นใช้วัตถุดิบในท้องถิ่น
ถือได้ว่าเป็นอาหารฝรั่งเศสที่เจือความเป็นไทยได้อย่างลงตัว
ที่สำคัญควรจองโต๊ะล่วงหน้า

Journey down a back alley in Si Lom to find this
Franco-Thai inspired restaurant under the
guidance of a young Bangkok-born chef. Inside
an ambitious and reasonably priced chef's
menu awaits – so loosen the reigns and trust
that Chef Tee's years of experience in Europe
will shine. The fixed five-course menu changes
weekly but dishes are made with locally
sourced ingredients and are a hybrid of
creative French cuisine with Thai touches.
Advanced booking recommended.

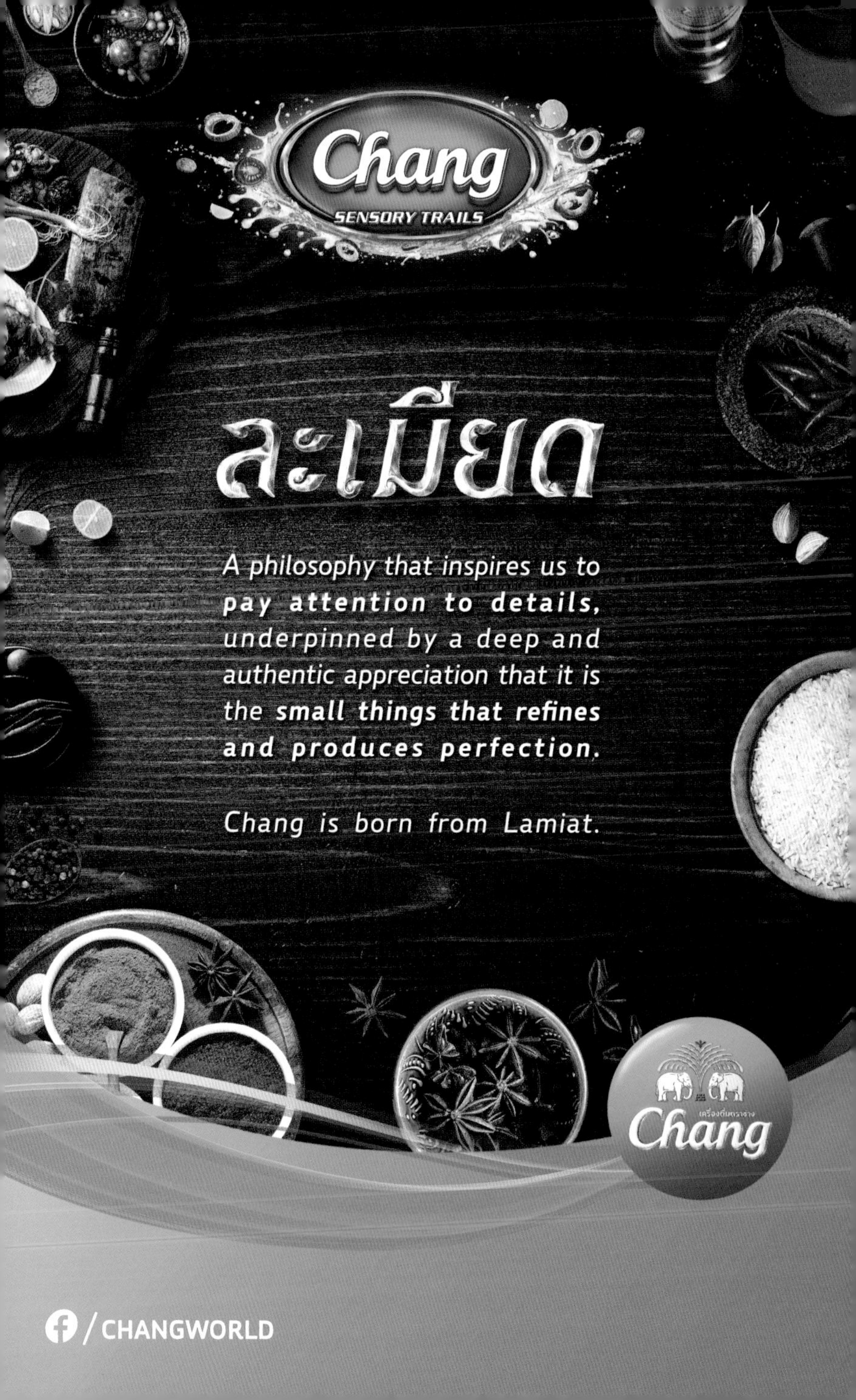

Chang
SENSORY TRAILS
ละเมียด
A philosophy that inspires us to pay attention to details, underpinned by a deep and authentic appreciation that it is the small things that refines and produces perfection.
Chang is born from Lamiat.
Chang

Chang
SENSORY TRAILS
FOOD
FUN
FRIENDS
Chang
Experience the philosophy of Lamiat at Chang Sensory Trails event
where FOOD and MUSIC will perfect the moment among friends.
Find out more at /CHANGWORLD

ลีคิทเช่น
LEE KITCHEN

อาหารจีน • ดั้งเดิม

Chinese • Traditional

อาหารจีนไม่เคยห่างหายไปจากชีวิตคนกรุงเทพฯ และ
ลีคิทเช่น คือ ภัตตาคารจีนอีกแห่งที่ก่อตั้งมายาวนานตั้งแต่
ปี 1989 เมนูที่มัดใจลูกค้าได้อยู่หมัดเสมอ คือ ติ่มซำทำ
สดใหม่ หรือเมนูซิกเนเจอร์อย่างเป็ดมิสเตอร์ลี บะหมี่
ปลากะพงจักรพรรดิ และก้ามปูกระทะร้อน มิสเตอร์ลีหรือ
คุณชัยเทพ เชฟและเจ้าของร้านถ่ายทอดความเป็นจีนแท้ๆ
ผ่านเมนูอาหารของที่นี่ และคัดสรรเฉพาะวัตถุดิบสดใหม่
คุณภาพสูงสำหรับลูกค้าของเขาเท่านั้น

Bangkok never runs short of choices in Chinese
food and this is one of those with a long history.
Founded in 1989, it has served thousands of
happy customers who return for their homemade
dim sum and other signature dishes such as Mr Lee
Duck, seabass with egg noodle soup and sautéed
crab claw in spicy sauce. The owner-chef reflects
his Teochew descent in the menu and only the
freshest ingredients make it to the kitchen.

🪑40 🕐🍴

TEL. 02 213 1018

26/37-38 ถ.จันทร์ตัดใหม่ เขตสาทร
26/37-38 Chan Tat Mai Road, Sathon
www.leekitchenthai.com

■ **ราคา PRICE**
อาหารกลางวัน Lunch:
อาหารตามสั่ง à la carte: ฿ 500-1,000
อาหารเย็น Dinner:
อาหารตามสั่ง à la carte: ฿ 500-1,000

■ **เวลาเปิด-ปิด OPENING HOURS**
อาหารกลางวัน Lunch:
11:00-13:45 (L.O.)
อาหารเย็น Dinner:
18:00-21:30 (L.O.)

PHRA NAKHON SIDE ฝั่งพระนคร

TEL. 02 001 0116

69/2 ซ.ร่วมฤดี 2 ถ.วิทยุ เขตปทุมวัน
69/2 Soi Ruam Ruedi 2,
Witthayu Road, Pathum Wan
www.lenzibangkok.com

■ **ราคา PRICE**
อาหารกลางวัน Lunch:
เซตเมนู set: ฿ 400-1,300
อาหารตามสั่ง à la carte: ฿ 1,000-2,700
อาหารเย็น Dinner:
อาหารตามสั่ง à la carte: ฿ 1,000-2,700

■ **เวลาเปิด-ปิด OPENING HOURS**
อาหารกลางวัน Lunch:
12:00-14:00 (L.O.)
อาหารเย็น Dinner:
18:00-22:30 (L.O.)

■ **วันปิดบริการ ANNUAL AND**
WEEKLY CLOSING
ปิดวันสงกรานต์ 3 วัน
Closed 3 days Thai New Year

LENZI

อาหารอิตาเลียน • คลาสสิก
Italian • Classic

ที่ Lenzi คุณจะรู้สึกถึงบรรยากาศสบายๆ เป็นกันเองเหมือน
ทานอาหารอยู่ที่บ้านเพื่อน อาจเป็นเพราะเชฟ Francesco
Lenzi ที่ออกมาทักทายลูกค้าถึงโต๊ะเป็นประจำ หรือด้วย
วัตถุดิบทั้งเนื้อและชีส ส่งตรงจากบ้านเกิดของเชฟชาวอิตาลี
คนนี้ที่แคว้นทัสคานี ไม่ว่าด้วยเหตุผลใดก็ตาม แต่ Lenzi
นั้นแน่นทุกชั้นเต็มทุกค่ำคืน ดังนั้นอย่าลืมจองโต๊ะล่วงหน้า
และควรปิดท้ายมื้ออร่อยด้วย limoncello สูตรของคุณแม่เชฟ

Unpretentious and cosy, Lenzi feels like dining
at a friend's home. Maybe it is that chef
Francesco Lenzi pops out of the lively open
kitchen to greet each table, or that the meat
and cheese platter is sourced from his family's
farm in Tuscany. Whatever the magic is, it
keeps the multi-floor restaurant busy each
night, so book in advance. The freshness of the
top-notch ingredients shines in classic Italian
dishes. End with Lenzi's mother's famed
limoncello.

ลูกไก่ทอง (สาขาดิเอ็มควอเทียร์)
LUKKAITHONG (THE EMQUARTIER)

อาหารไทย-จีน • ตกแต่งอย่างมีดีไซน์
Thai-Chinese • Design

สัญลักษณ์รูปไก่ของร้านนี้มีที่มาจากปีเกิดของคุณพ่อของ
เจ้าของร้าน คือ ปีระกา และมีกิมมิกน่ารักเป็นเสียงไก่ขัน
เมื่อลูกค้ากดกริ่งเรียกพนักงาน เมนูส่วนใหญ่เป็นอาหารจีน
ที่ดัดแปลงให้ถูกปากคนไทย โดยมีเมนูซิกเนเจอร์ของร้าน
คือ อาหารจีนฮกเกี้ยนอย่าง "เคาหยก" (หมูสามชั้นตุ๋นกับ
ผักดอง) ที่ต้องใช้เวลาตุ๋นถึงสองวัน ส่วนปังชาลูกไก่ทองรอยัล
นั้นเป็นขนมยอดฮิตในหมู่วัยรุ่น ซึ่งคุณสามารถสั่งได้ที่โซน
Fucheer Lounge ด้านหน้า

The restaurant has a rooster theme, because it's
the zodiac sign of the owner's father. You'll hear a
rooster crow every time a customer rings the bell for
service. The menu is basically Chinese cooking with
a Thai twist and the signature Hakkanese dish Kao
Yok (stewed pork belly with pickled vegetables)
takes two days to make. The shaved ice dessert
(Pang Cha Royal Thai tea) is hugely popular and
can be ordered at Fucheer Lounge outside.

    P   40

TEL. 02 003 6301

ชั้น 6 ศูนย์การค้าดิเอ็มควอเทียร์
693 ถ.สุขุมวิท เขตวัฒนา
6F, The EmQuartier Department Store,
693 Sukhumvit Road, Vadhana
www.lukkaithong.com

■ **ราคา PRICE**
อาหารตามสั่ง à la carte: ฿ 500-1,000

■ **เวลาเปิด–ปิด OPENING HOURS**
10:30-21:15 (L.O.)

PHRA NAKHON SIDE ฝั่งพระนคร

P

TEL. 083 655 4245

159/3 ถ.สาทรใต้ เขตสาทร
159/3 Sathon Tai Road, Sathon

■ ราคา PRICE

อาหารกลางวัน Lunch:
เซตเมนู set: ฿ 4,900
อาหารเย็น Dinner:
เซตเมนู set: ฿ 4,900

■ เวลาเปิด-ปิด OPENING HOURS

อาหารกลางวัน Lunch:
11:30-13:30 (L.O)
อาหารเย็น Dinner:
18:00-20:30 (L.O)

■ วันปิดบริการ ANNUAL AND WEEKLY CLOSING

ปิดวันอาทิตย์ Closed Sunday

MIHARA TOFUTEN N

อาหารญี่ปุ่น • ตกแต่งแบบร่วมสมัย

Japanese • Contemporary décor

หลังจากตกหลุมรักร้านเต้าหู้ในเมืองฟุกุโอกะมานาน เชฟ Gaggan ตัดสินใจเปิดสาขาในกรุงเทพฯ โดยร่วมมือกับเชฟ Mihara และเชฟ Gou ทุกอย่างที่ใช้เสิร์ฟผ่านการคัดสรรมาอย่างดีและนำเข้าจากญี่ปุ่น ทั้งจานชาม เต้าหู้ หรือแม้กระทั่งน้ำ เซตเมนู 16 คอร์สนำเสนอเต้าหู้หลายชนิด ซึ่งเป็นส่วนประกอบหลักของแต่ละจานอย่าง เต้าหู้ Zaru ที่รสชาติโดดเด่นเข้มข้นจากการบ่มในตะกร้าไม้ไผ่ หรือช็อกโกแลตเต้าหู้สดที่นุ่มนวลโดยไม่มีส่วนผสมของนม

After falling in love with their famous tofu shop in Fukuoka, renowned chef Gaggan opened this shop in Bangkok. Hidden down a small street, the venue is a collaboration between Chef Mihara, Gaggan and Chef Gou. The fine glass and plates, as well as the tofu, are imported from Japan. A 16-course menu moves from the simple to the sophisticated; the signature Zaru tofu, aged in a bamboo basket, is the strongest flavour. Finish with nama tofu chocolate.

น้ำซ่าส์ บอทเทอลิ่ง ทรัสต์
NAMSAAH BOTTLING TRUST

อาหารไทยร่วมสมัย • ตกแต่งแบบเอ็กโซติก

Thai contemporary • Exotic décor

บ้านโบราณสีชมพูสดใสโดดเด่นสะดุดตา ตั้งอยู่ใจกลางย่านธุรกิจอย่างสีลม น้ำซ่าส์เป็นร้านอาหารและบาร์ค็อกเทลสุดฮิปที่ไม่เหมือนใคร โดยมีเชฟเอียน กิตติชัย เป็นผู้รังสรรค์อาหารไทยรูปแบบใหม่ที่ผสมผสานกับอาหารนานาชาติได้อย่างน่าสนใจ เริ่มต้นด้วยจานยอดนิยมอย่าง ยำทูน่าใส่กะทิ ที่ได้แรงบันดาลใจจากยำปลาดิบ ceviche ของเปรู มาถึงที่นี่ต้องไม่พลาดค็อกเทลคลาสสิกที่ให้อารมณ์ของกรุงเทพฯ ในยามราตรี

You really can't miss this fuchsia pink century-old house in the busy financial district of Si Lom - a restaurant and bar equally funky and hip on the inside. Local celebrity chef Ian Kittichai puts a new spin on Thai food with eclectic influences. Get a kick out of his famous yellow tuna ceviche marinated in coconut milk and green chilli. Don't miss their cocktails - classics tweaked to embody a Bangkok state of mind.

60

TEL. 02 636 6622

401 ซ.สีลม 7 ถ.สีลม เขตบางรัก
401 Soi Si Lom 7, Si Lom Road, Bang Rak

www.namsaah.com

■ ราคา PRICE

อาหารเย็น Dinner:
อาหารตามสั่ง à la carte: ฿ 700-2,000

■ เวลาเปิด-ปิด OPENING HOURS

อาหารเย็น Dinner: 17:00-00:00 (L.O.)

♿ 🅿 ⓘ

TEL. 02 250 7707

ชั้น LG ศูนย์การค้าเอราวัณ แบงค็อก
494 ถ.เพลินจิต เขตปทุมวัน
LGF, Erawan Bangkok Mall,
494 Ratchadamri Road,
Pathum Wan
www.naracuisine.com

■ ราคา PRICE
อาหารตามสั่ง à la carte: ฿ 600-1,000

■ เวลาเปิด–ปิด OPENING HOURS
10:30-21:30 (L.O.)

🍴◯

นารา (สาขาเอราวัณ)
NARA (ERAWAN)

อาหารไทย • ดั้งเดิม
Thai • Traditional

นารา เกิดจากการรวมตัวของกลุ่มนักธุรกิจหญิงผู้หลงใหล
การทำอาหารและเริ่มต้นจากการขายอาหารไทยง่ายๆ อย่าง
ผัดไทยและก๋วยเตี๋ยวเรือในศูนย์การค้าเอราวัณ จนขยายมา
เป็นร้านอาหารไทยหรูระดับคลาสสิกในวันนี้ กว่าสิบปีที่
นารามุ่งมั่นในการเลือกใช้แต่วัตถุดิบคุณภาพดี เครื่องแกง
และซอสโฮมเมดสูตรเฉพาะของครอบครัวยังคงความอร่อย
ไม่เคยเปลี่ยนแปลง เมนูเด่นที่ควรลอง เช่น ต้มยำกุ้ง
มัสมั่นเนื้อ แกงปู และผัดไทย

Founded by a group of female entrepreneurs who
wanted to serve Thai comforts like pad Thai and
boat noodles, the restaurant, after more than a
decade, has transformed into a home for elevated
Thai classics. Through the years, this commitment
to quality ingredients, handmade curry pastes, and
homemade sauces from family recipes has been
unwavering. Tom Yum with shrimp, beef massaman
curry, crab curries, and Phad Thai are all standouts.

NEW YORK STEAKHOUSE

สเต๊กเฮาส์ • คลาสสิก

Steakhouse • Classic

เฟอร์นิเจอร์ไม้สีเข้ม เก้าอี้หนังตัวเขื่อง และภาพถ่ายขาวดำของ
เมืองในสหรัฐฯ ชวนให้นึกถึงร้านสเต๊กชั้นเยี่ยมในแมนฮัตตัน
เริ่มต้นมื้อค่ำด้วยการสั่งมาร์ตินีในสไตล์ที่คุณชื่นชอบ
โดยพนักงานจะมาเชคและเสิร์ฟถึงข้างโต๊ะ เช่นเดียวกับ
น้ำสลัดซีซาร์ที่ทำขึ้นใหม่เพื่อคุณโดยเฉพาะ ส่วนเมนูหลัก คือ
เนื้อสเต๊กชั้นดีทั้งจากอเมริกา ออสเตรเลีย และญี่ปุ่น
รวมไปถึงจาน combination คลาสสิกอย่าง surf and turf

Dark wood furniture, oversized leather chairs
and monochrome photos of U.S. cities evoke
images of a classic Manhattan steakhouse.
Start your meal by ordering a martini in your
chosen flavour, shaken at your table. Caesar
salad is tossed tableside in a dressing made
from scratch. The menu includes a decent
selection of steaks from the U.S., Australia and
Japan. Classic steak combinations such as surf
and turf are also available.

TEL. 02 656 7700

ชั้น 2 โรงแรมเจดับบลิว แมริออท
4 ซ.สุขุมวิท 2 เขตคลองเตย
2F, JW Marriott Hotel,
4 Soi Sukhumvit 2, Khlong Toei

■ ราคา PRICE
อาหารเย็น Dinner:
เซตเมนู set: ฿ 2,500-3,800
อาหารตามสั่ง à la carte: ฿ 1,800-5,500

■ เวลาเปิด-ปิด OPENING HOURS
อาหารเย็น Dinner: 18:00-23:00 (L.O.)

PHRA NAKHON SIDE ฝั่งพระนคร

P 14

TEL. 02 256 6555

99 ถ.วิทยุ เขตปทุมวัน
99 Witthayu Road, Pathum Wan
www.oshabangkok.com

■ ราคา PRICE

อาหารกลางวัน Lunch:
เซตเมนู set: ฿ 1,900-2,800
อาหารตามสั่ง à la carte: ฿ 1,200-2,200
อาหารเย็น Dinner:
เซตเมนู set: ฿ 1,900-2,800
อาหารตามสั่ง à la carte: ฿ 1,200-2,200

■ เวลาเปิด-ปิด OPENING HOURS

อาหารกลางวัน Lunch:
11:00-14:00 (L.O.)
อาหารเย็น Dinner:
18:00-22:30 (L.O.)

OSHA (N)

อาหารไทยร่วมสมัย • ลักชัวรี

Thai contemporary • Luxury

โด่งดังจากสาขาแรกในเมืองซานฟรานซิสโก โอชามีทั้งเมนูอาหารไทยยอดนิยมและเมนูที่เชฟรังสรรค์ขึ้นใหม่ ภายในตกแต่งอย่างร่วมสมัยแต่มีความเป็นไทยอยู่ในทุกอณู เช่น ชฎาที่ลอยเด่นอยู่เหนือบาร์สีทอง และลวดลายศิลปะไทยที่ประดับอยู่โดยรอบ อาจเริ่มต้นมื้อด้วย Hanuman Gin Fizz ค็อกเทลที่ได้แรงบันดาลใจจากวรรณคดีรามเกียรติ์ ตามด้วยหมึกผัดไข่เค็มกลิ่นควันมะพร้าวที่เสิร์ฟบนกะลา และต้มยำกุ้งหอมสมุนไพรที่เสิร์ฟในไซฟอน

Originally from San Francisco, OSHA (meaning delicious) offers many of the same signature dishes, as well as new creations. Interiors are modern and sleek with a Chada (crown) as the centrepiece, along with Thai art. Start with a cocktail inspired from Ramakien characters and crafted with Thai rum before moving onto dishes such as salted yolk squid smoked with coconut husk and a sophisticated Tom Yum, infused with herbal notes and fresh shrimp.

ภัทรา
PATARA

อาหารไทย • ดั้งเดิม

Thai • Traditional

ที่ภัทรา อาหารของที่นี่ใส่ใจทุกรายละเอียดและจัดจานอย่างประณีตงดงามตามแบบสำรับไทย ทั้งยังให้รสแท้ตำรับดั้งเดิม เมนูแนะนำ เช่น แกงเผ็ดเป็ดย่าง ปลาทอดราดซอสตะไคร้ และออเดิร์ฟภัทราที่เสิร์ฟเมนูเรียกน้ำย่อยแสนอร่อยถึง 5 อย่าง ภัทราเป็นบ้านสองชั้นในสวนสวยที่ตั้งอยู่ใจกลางทองหล่อ เชิญชวนให้คุณมาดินเนอร์ที่นี่ก่อนออกไปท่องราตรีต่อในกรุงเทพฯ

There is real care for details and presentation here at Patara, and the flavours are authentic, especially in dishes like duck red curry, deep-fried grouper with lemongrass, and the assorted appetiser platter. Patara is the owner's name and the restaurant, which occupies a beautiful two storey house and has a lovely garden, is in the heart of nightlife-heavy Thong Lo, making it a great first stop on a night out in Bangkok.

30

TEL. 02 185 2960

375 ซ.ทองหล่อ 19 เขตวัฒนา
375 Soi Thong Lo 19, Vadhana
www.patarathailand.com

■ ราคา PRICE

อาหารกลางวัน Lunch:
อาหารตามสั่ง à la carte: ฿ 600-1,000
อาหารเย็น Dinner:
อาหารตามสั่ง à la carte: ฿ 600-1,000

■ เวลาเปิด-ปิด OPENING HOURS

อาหารกลางวัน Lunch:
11:30-14:00 (L.O.)
อาหารเย็น Dinner:
17:30-22:00 (L.O.)

PHRA NAKHON SIDE ฝั่งพระนคร

P 22

TEL. 063 267 7778

39 ซ.เอกมัย 12 เขตวัฒนา
39 Soi Ekkamai 12, Vadhana
www.pesca-bangkok.com

■ ราคา PRICE

อาหารกลางวัน Lunch:
อาหารตามสั่ง à la carte: ฿ 850-2,900
อาหารเย็น Dinner:
อาหารตามสั่ง à la carte: ฿ 850-2,900

■ เวลาเปิด-ปิด OPENING HOURS

อาหารกลางวัน Lunch:
11:00-14:30 (L.O.)
อาหารเย็น Dinner:
17:00-22:30 (L.O.)

■ วันปิดบริการ ANNUAL AND WEEKLY CLOSING

ปิดมื้อกลางวันวันจันทร์-วันศุกร์
Closed Monday to Friday lunch

PESCA MAR & TERRA N

อาหารสเปน • ตกแต่งแบบเมดิเตอร์เรเนียน
Spanish • Mediterranean décor

Pesca Mar & Terra เลือกสรรวัตถุดิบชั้นยอดจากทั้ง "พื้นดิน" และ "ผืนน้ำ" ตามชื่อ ก่อนนำมารังสรรค์เป็นเมนูที่มีเอกลักษณ์ ทั้งเมนูทาปาสที่เน้นวัตถุดิบจากท้องทะเล ไปจนถึงขนมปังทำเองอบใหม่ทุกวัน เมนูที่เราชื่นชอบ คือ ceviche, Pesca Paelle และเมนูรสชาติโดดเด่นอย่าง truffle beef tartar เลือกนั่งด้านในที่ตกแต่งสไตล์เมดิเตอร์เรเนียนแบบสเปนสีฟ้าโทนเย็น หรือนั่งรับลมในสวนสวยหลังร้านกับบรรยากาศสบายๆ

Reflecting their name, Pesca Mar & Terra offers high quality produce from both sea and earth, arriving from the world's best markets and masterfully prepared. Bread is baked daily, while the tapas menu highlights seafood, so try the ceviche and Pesca Paella. We also like the truffle beef tartare, which is aromatic and rich in flavour. The stylish Spanish-Mediterranean inspired interior creates a relaxed feel; you can also dine al fresco.

PHILIPPE

อาหารฝรั่งเศส • คลาสสิก

French • Classic

เชฟ Philippe Peretti ควบคุมการปรุงอาหารทุกเมนูตามสูตร
ดั้งเดิมแท้ๆ ทำให้ร้านนี้มีลูกค้าเหนียวแน่นตั้งแต่ปี 1997
ภายในร้านยังคงไว้ซึ่งความอบอุ่นด้วยไม้สีเข้ม อีกทั้งกระจก
และเฟอร์นิเจอร์ที่ไม่จำเป็นต้องปรับเปลี่ยนตามสมัย
ประกอบกับรสชาติอาหารที่ยังคงความคลาสสิกไม่ว่าจะเป็น
Burgundy snails ขากบทอด ซุปหัวหอม duck confit หรือ
นกพิราบย่าง นอกจากนี้เซตเมนูอาหารกลางวันก็คุ้มค่า
น่าลองเช่นกัน

Proudly by-the-book, chef Philippe Peretti's
French cooking has been a feature of the city
since 1997, so why try and change it? The
atmosphere, like the food, doesn't sway into
the innovative, and dark wood panels, mirrors
and traditional furniture complete the dining
room. But boredom never strikes, and dishes,
like Burgundy snails, pan-fried frog legs, onion
soup, duck confit, and roasted pigeon are always
done well. The lunch set menu is good value.

TEL. 02 259 4577

20/15-17 ซ.สุขุมวิท 39 เขตวัฒนา
20/15-17 Soi Sukhumvit 39, Vadhana
www.philipperestaurant.com

■ **ราคา PRICE**
อาหารกลางวัน Lunch:
เซตเมนู set: ฿ 700-2,200
อาหารตามสั่ง à la carte: ฿ 1,500-3,500
อาหารเย็น Dinner:
เซตเมนู set: ฿ 2,200
อาหารตามสั่ง à la carte: ฿ 1,500-3,500

■ **เวลาเปิด-ปิด OPENING HOURS**
อาหารกลางวัน Lunch:
11:30-14:30 (L.O.)
อาหารเย็น Dinner:
18:30-22:30 (L.O.)

■ **วันปิดบริการ ANNUAL AND WEEKLY CLOSING**
ปิดวันจันทร์ Closed Monday

🅿 ⇔20

TEL. 02 015 0297

1/8 ซ.สุขุมวิท 49 เขตวัฒนา
1/8 Soi Sukhumvit 49, Vadhana
www.pizzamassilia.com

■ **ราคา PRICE**
อาหารกลางวัน Lunch:
เซตเมนู set: ฿ 450
อาหารตามสั่ง à la carte: ฿ 950-3,000
อาหารเย็น Dinner:
อาหารตามสั่ง à la carte: ฿ 950-3,000

■ **เวลาเปิด-ปิด OPENING HOURS**
อาหารกลางวัน Lunch:
11:30-14:30 (L.O.)
อาหารเย็น Dinner:
17:30-23:00 (L.O.)

PIZZA MASSILIA (SUKHUMVIT 49)

อาหารอิตาเลียน • อบอุ่น
Italian • Cosy

ด้วยเมนูพิซซ่าที่หลากหลายกว่า 17 แบบทั้งต้นตำรับและ
ที่เชฟสร้างสรรค์ขึ้นใหม่ รวมถึงวัตถุดิบแป้งและอุปกรณ์
อย่าง เตาอบ หรือฟืนจากไม้สนและยูคาลิปตัส ล้วนนำ
เข้าจากประเทศอิตาลี บ่งบอกถึงคุณภาพและความมุ่งมั่น
ของร้านที่จะเป็นจุดหมายปลายทางของผู้ที่ชื่นชอบพิซซ่า
นอกจากนี้ยังมีเมนูเด็ด "Rib eye XL" สเต็กเนื้อคุณภาพที่
รสชาติดีน่าประทับใจ บรรยากาศร้านสวยสบายเหมาะแก่
การสังสรรค์ที่อบอุ่น

Pizza lovers won't want to miss this place as the
17 speciality pizzas offer not only variety, but
also use high quality produce. All ingredients –
dough, oven and even the fire wood (pine and
eucalyptus) – are imported from Italy. Choose
from authentic or creative recipes, as well as
gluten-free options. We also suggest you try
the terrific 'Rib eye XL'. A cosy look and friendly
ambience make it ideal for small gatherings.

QUINCE

อาหารเมดิเตอร์เรเนียน • เป็นกันเอง

Mediterranean • Friendly

ร้านอาหารสไตล์เมดิเตอร์เรเนียนในสวนสวย ที่นำเสนอเมนูง่ายๆ กับหลากหลายไวน์บูติคนำเข้าจากยุโรป ทำให้ Quince เป็นที่ถูกใจของใครหลายคน เมนูพิเศษอย่าง lamb shank และไก่อบออร์กานิก แสดงให้เห็นถึงความรักและความใส่ใจในคุณภาพอาหารของที่นี่ โดยวัตถุดิบส่วนใหญ่นำเข้าจากฟาร์มออร์กานิกโดยตรง ด้วยที่ตั้งใจกลางเมือง Quince จึงเหมาะสำหรับแวะทานอาหารกลางวันหลังจากชอปปิงหรือดินเนอร์ก่อนท่องราตรีในย่านสุขุมวิทก็ได้

With its charming garden, a Mediterranean-tinged menu loaded with well-made, comforting dishes, and a wine list that specialises in boutique European vineyards, Quince should be on everyone's list. Specialities like lamb shank and roasted organic baby chicken show the owner's passion and care for quality food and most of their raw materials are imported from an organic farm. It's in the centre of town so come for lunch after shopping or before enjoying the Sukhumvit nightlife.

P 14

TEL. 02 662 4478

ซ.สุขุมวิท 45 เขตวัฒนา
Soi Sukhumvit 45, Vadhana
www.quincebangkok.com

■ ราคา PRICE
อาหารตามสั่ง à la carte: ฿ 800-1,800

■ เวลาเปิด-ปิด OPENING HOURS
11:30-22:30 (L.O.)
วันศุกร์-วันเสาร์ Friday to Saturday:
10:30-23:30 (L.O.)

PHRA NAKHON SIDE ฝั่งพระนคร

P 40

TEL. 02 295 2610

762/2 โครงการบางกอกสแควร์
ถ.พระราม 3 เขตยานนาวา
762/2 Bangkok Square,
Rama 3 Road, Yan Nawa

■ ราคา PRICE

อาหารกลางวัน Lunch:
อาหารตามสั่ง à la carte: ฿ 890-1,600
อาหารเย็น Dinner:
อาหารตามสั่ง à la carte: ฿ 890-1,600

■ เวลาเปิด-ปิด OPENING HOURS

อาหารกลางวัน Lunch:
11:00-14:00 (L.O.)
อาหารเย็น Dinner:
17:00-21:30 (L.O.)

รื่นรส N

REUNROS

อาหารจีน • เรียบง่าย

Chinese • Simple

เมื่อ 40 ปีก่อน ผู้ก่อตั้งร้านรื่นรสนำความรู้ทางการแพทย์สมุนไพรมาผสมผสานเพื่อรังสรรค์เมนูรสชาติอร่อยและดีต่อสุขภาพ จนถึงทายาทรุ่นที่ 3 ยังคงสานต่อและรักษาคุณภาพโดยคัดเลือกวัตถุดิบทุกอย่างด้วยตัวเอง แนะนำเปาะเปี๊ยะทอดรื่นรสที่ปรุงจากสูตรลับในครอบครัว เนื้อแพะผัดขึ้นฉ่าย ข้าวผัดคะน้าปลาแห้ง และเมนูซุปต่างๆ ที่เคี่ยวนานหลายชั่วโมงผ่านเทคนิค double boiler อย่าลืมปิดท้ายมื้อด้วยเผือกกวนแปะก๊วย

When Ruenros opened 40 years ago, its owner came from a medical background, hence the focus on herbal and medicinal braised dishes. The 3rd generation heir now runs it and he chooses all the market fresh ingredients himself every day. Specialties include spring rolls using a family recipe, stir-fried goat with celery, fried rice with salted fish and slow-cooked soup, which is packed with flavour. For dessert, try the taro purée with sticky rice.

ริบรูม แอนด์ บาร์
RIB ROOM & BAR

สเต๊กเฮาส์ • คลาสสิก
Steakhouse • Classic

ด้วยที่ตั้งบนชั้น 31 ของโรงแรมแลนด์มาร์ค ทำให้ Rib Room
& Bar เป็นเสมือนแลนด์มาร์คไปด้วยโดยปริยาย ห้องอาหาร
แห่งนี้เป็นจุดหมายของผู้ที่ชื่นชอบสเต๊กมาตั้งแต่ปลายปี 1980
แม้เมนูมีความหลากหลายแต่เมนูคลาสสิกจะไม่ทำให้คุณ
ผิดหวัง ทั้งสเต๊กรสชาติเยี่ยม หรือซิกเนเจอร์อย่างซีซาร์สลัด
ที่มาปรุงให้คุณถึงข้างโต๊ะ วิวเมืองที่สวยงามผสานกับ
บรรยากาศจากครัวเปิดยิ่งช่วยเสริมให้ประสบการณ์มื้อค่ำ
ของคุณรื่นรมย์มากยิ่งขึ้น

Located on the 31st floor of the Landmark
Hotel, this restaurant is a "landmark" in its own
right and has been a go-to steakhouse in town
since the late 1980s. The vast and varied menu
can feel overwhelming so stick to the classics,
like perfectly cooked steaks and the signature
Caesar salad which is prepared tableside.
Enjoy impressive city views and a lively open
kitchen while you dine.

♿ ⬲ ♨ 🅿 ⊟8 �︎ ◑🍴 ⌘

TEL. 02 254 0404

ชั้น 31 โรงแรมแลนด์มาร์ค
138 ถ.สุขุมวิท เขตคลองเตย
31F, The Landmark Hotel,
138 Sukhumvit Road, Khlong Toei
www.landmarkbangkok.com

■ **ราคา PRICE**
อาหารเย็น Dinner:
เซตเมนู set: ฿ 2,000-3,500
อาหารตามสั่ง à la carte: ฿ 1,700-7,500

■ **เวลาเปิด-ปิด OPENING HOURS**
อาหารเย็น Dinner: 18:00-22:30 (L.O.)

30

TEL. 02 649 8364

ชั้น 1 โรงแรมเชอราตัน แกรนด์ สุขุมวิท
250 ถ.สุขุมวิท เขตคลองเตย
1F, Sheraton Grande Sukhumvit Hotel,
250 Sukhumvit Road, Khlong Toei
www.rossinisbangkok.com

■ **ราคา PRICE**

อาหารกลางวัน Lunch:
เซตเมนู set: ฿ 600-1,000
อาหารตามสั่ง à la carte: ฿ 1,200-3,300
อาหารเย็น Dinner:
เซตเมนู set: ฿ 1,350-3,300
อาหารตามสั่ง à la carte: ฿ 1,200-3,300

■ **เวลาเปิด-ปิด OPENING HOURS**

อาหารกลางวัน Lunch:
12:00-14:30 (L.O.)
อาหารเย็น Dinner:
18:00-22:30 (L.O.)

■ **วันปิดบริการ ANNUAL AND WEEKLY CLOSING**

ปิดมื้อกลางวันวันหยุดนักขัตฤกษ์
และมื้อกลางวันวันเสาร์
Closed Public Holidays and
Saturday lunch

รอสซินีส์
ROSSINI'S

อาหารอิตาเลียน • ตกแต่งแบบเมดิเตอร์เรเนียน
Italian • Mediterranean décor

Rossini's ตกแต่งสไตล์วิลล่าในแคว้นทัสคานี โดดเด่นมาอย่างยาวนานด้วยอาหารอิตาเลียนที่สร้างสรรค์จัดแต่งอย่างมีศิลปะ ทุกจานใช้วัตถุดิบสั่งตรงจากออสเตรเลีย ญี่ปุ่น รวมทั้งจากหลายแคว้นในอิตาลี ตั้งแต่ Sicily ถึง Piedmont มีเซตเมนูน่าสนใจให้เลือกมากมาย หรือจะเป็นพาสต้า เนื้อลูกวัว และทิรามิสุที่แสนอร่อย พร้อมการบริการเป็นกันเองและอบอุ่น แนะนำ brunch วันอาทิตย์ที่ให้คุณได้ผ่อนคลายไปกับวงดนตรีแจ๊สเล่นสด

Decorated to resemble a Tuscan villa, complete with a rustic timber ceiling and stone fireplace, this long-standing hotel restaurant has won favour for its artfully presented and creative Italian dishes. Produce is flown in from Australia, Japan and all regions of Italy, from Sicily to Piedmont. There is a tempting range of set menus and the pastas, milk-fed veal and tiramisu are standouts. Service is attentive, chatty and warm. Sunday brunches with live jazz are popular.

เรือนมัลลิการ์ (สาขาสุขุมวิท 22)
RUEN MALLIKA (SUKHUMVIT 22)

อาหารไทย • ดั้งเดิม
Thai • Traditional

เรือนไทยไม้สักโบราณอายุกว่า 200 ปีแห่งนี้ คือ ร้านอาหารไทยที่ซ่อนตัวอยู่ในสวนสงบกลางใจเมือง เรือนมัลลิการ์บริการอาหารไทยแท้ตำรับชาววังรวมไปถึงอาหารที่หาทานได้ยากและตกแต่งจานด้วยผักแกะสลักที่ประณีตงดงาม กรรมวิธีการปรุงและคุณภาพอาหารที่ดีเลิศเสมอ จานพิเศษที่คุณห้ามพลาด เช่น ฉันชื่อบุษบา (ดอกไม้ทอดกรอบ) แกงส้มชะอมกุ้ง ยำหัวปลี คุณสามารถเลือกที่นั่งได้ทั้งโซนด้านในและด้านนอก

Nestled in a quiet garden at the heart of the city, this traditional teak house, over 200 years old, is home to a restaurant faithfully adhering to royal Thai culinary traditions. From rare recipes to the intricately carved vegetables on the plate, techniques and food quality are never compromised. Must-try items include Bussaba, hot and sour soup with shrimp and omelette, and spicy banana flower salad. Both outdoor and indoor seating available.

P ⇔25

TEL. 02 663 3211

189 ซ.สุขุมวิท 22 ถ.สุขุมวิท เขตคลองเตย
189 Soi Sukhumvit 22,
Sukhumvit Road, Khlong Toei
www.ruenmallika.com

■ ราคา PRICE
อาหารตามสั่ง à la carte: ฿ 600-1,000

■ เวลาเปิด-ปิด OPENING HOURS
12:00-22:30 (L.O.)

PHRA NAKHON SIDE ฝั่งพระนคร

TEL. 02 659 9000

โรงแรมแมนดาริน โอเรียนเต็ล
48 โอเรียนเต็ล อเวนิว เขตบางรัก
Mandarin Oriental Hotel,
48 Oriental Avenue, Bang Rak
www.mandarinoriental.com

■ ราคา PRICE
อาหารกลางวัน Lunch:
เซตเมนู set: ฿ 950
อาหารเย็น Dinner:
เซตเมนู set: ฿ 2,450

■ เวลาเปิด-ปิด OPENING HOURS
อาหารกลางวัน Lunch:
12:00-14:30 (L.O.)
อาหารเย็น Dinner:
19:00-22:30 (L.O.)

ศาลาริมน้ำ
SALA RIM NAAM

อาหารไทย • ดั้งเดิม
Thai • Traditional

ร้านอาหารที่มีการแสดงศิลปะวัฒนธรรมไทยควบคู่กับอาหารชั้นเยี่ยมเป็นสิ่งที่หาไม่ได้ง่ายนักในกรุงเทพฯ แต่ที่ห้องอาหารศาลาริมน้ำ โรงแรมแมนดาริน โอเรียนเต็ล มีครบทั้งความงดงามของการแสดงและอาหารไทยแท้ตำรับชาววังในบรรยากาศศาลาริมน้ำแบบไทย อาหารแบบเซตเมนูมอบประสบการณ์มื้อค่ำที่น่าประทับใจและครบอรรถรส

In Bangkok, restaurants offering traditional Thai dancing are often touristy and associated with characterless cooking, but Sala Rim Naam at The Mandarin Oriental is altogether different and proves that entertainment and delicious food are not mutually exclusive. Here you can experience Thai culture and royal cuisine in a charming and traditional sala on the river. Enjoy the show while enjoying a wonderful riverside meal.

สการ์เล็ต
SCARLETT

อาหารฝรั่งเศส • ทันสมัย

French • Fashionable

Scarlett อยู่บนชั้นสูงสุดของโรงแรม Pullman ที่ๆ คุณจะได้รื่นรมย์ไปกับเครื่องดื่มและอาหารค่ำพร้อมกับชมวิวยามราตรีของกรุงเทพฯ นอกจากเมนูอาหารฝรั่งเศสระดับคลาสสิกแล้ว จุดเด่นของที่นี่ คือ สเต๊กจากออสเตรเลียที่ย่างอยู่ในครัวเปิดมองเห็นพ่อครัวทำงานกันอย่างแข็งขัน ทั้งพนักงานที่พร้อมแนะนำไวน์ให้คุณจากรายการไวน์ราคาดีที่มีให้เลือกมากมาย และอย่าลืมเก็บท้องไว้เผื่อของหวานแสนอร่อยที่เป็นไฮไลต์ของที่นี่ด้วย

Located on the top floor of the trendy Pullman Hotel, Scarlett offers a fashionable and lively spot to enjoy a cocktail and dine while the lights of Bangkok twinkle below. Alongside a list of classic French dishes, prime Australian steaks are broiled on the chargrill – the focal point of the lively open kitchen. Allow the knowledgeable staff to help you choose from the comprehensive list of reasonably priced wines. Desserts are a highlight so save room for something sweet.

15

TEL. 02 352 4000

ชั้น 37 โรงแรมพูลแมน จี
188 ถ.สีลม เขตบางรัก
37F, Pullman Hotel G,
188 Si Lom Road, Bang Rak
www.randblab.com/scarlett-bkk

■ ราคา PRICE
อาหารเย็น Dinner:
อาหารตามสั่ง à la carte: ฿ 800-2,700

■ เวลาเปิด-ปิด OPENING HOURS
อาหารเย็น Dinner:
18:00-23:30 (L.O.)

PHRA NAKHON SIDE ฝั่งพระนคร

ร้านอาหาร RESTAURANTS

PHRA NAKHON SIDE ฝั่งพระนคร

80

TEL. 02 233 3104

169, 169/7-12 ถ.สุรวงศ์ เขตบางรัก
169, 169/7-12 Surawong Road, Bang Rak
www.somboonseafood.com

■ ราคา PRICE
อาหารเย็น Dinner:
อาหารตามสั่ง à la carte: ฿ 200-1,200

■ เวลาเปิด-ปิด OPENING HOURS
อาหารเย็น Dinner: 16:00-22:45 (L.O.)

สมบูรณ์โภชนา (สาขาสุรวงศ์)
SOMBOON SEAFOOD (SURAWONG)

อาหารไทย-จีน • เหมาะสำหรับครอบครัว
Thai-Chinese • Family

ตั้งแต่ปี 1969 สมบูรณ์โภชนาสร้างชื่อด้วยเมนูปูผัดผงกะหรี่จนกลายเป็นร้านอาหารทะเลระดับตำนานที่โด่งดังไปไกลทั่วโลก ร้านขึ้นชื่อเรื่องวัตถุดิบสดใหม่ รสชาติเยี่ยมและราคาสมเหตุสมผล ปัจจุบันมี 7 สาขาทั่วกรุงเทพฯ โดยสาขาสุรวงศ์เป็นสาขาที่ใหญ่ที่สุดซึ่งรองรับได้กว่า 200 ที่นั่ง นอกจากเมนูปูแล้ว ที่นี่ยังมีเมนูห้ามพลาดอย่าง กุ้งอบวุ้นเส้นหม้อดิน กั้งทอดกระเทียม รวมถึงเมนูโต๊ะจีนสำหรับ 10 ท่าน

Fried curry crab allegedly put this legendary seafood chain on the global culinary map since 1969. Known for fresh ingredients, impeccable cooking and reasonable prices, it now has seven branches around town and this is the biggest one, seating up to 200 people. Apart from the must-order crab dish, try prawns and glass noodles in clay pots and garlic fried mantis shrimps. Set menus are available for parties of more than 10.

ส้มตำเด้อ (สาขาสีลม)
SOMTUM DER (SI LOM)

อาหารอีสาน • เรียบง่าย

Isan • Simple

ส้มตำเด้อมีเมนูอาหารไทยเละอาหารอีสานให้คุณเลือกมากมาย ในบรรยากาศร้านที่นั่งสบายบนถนนสีลมย่านธุรกิจ นอกจากไส้กรอกอีสานที่เป็นสูตรเฉพาะของทางร้านและต้มแซ่บที่เป็นจานเด็ดแล้ว เมนูที่ครองใจลูกค้าที่สุดคือส้มตำที่มีให้เลือกกว่า 10 รายการ ส้มตำเด้อมีสาขาที่นิวยอร์ก โฮจิมินห์ โตเกียว และสาขาล่าสุดที่ทองหล่อ

While other regional Thai cuisines are represented, Isan dishes from north-eastern Thailand dominate the menu at this cosy eatery in the busy Si Lom neighbourhood. The homemade grilled sausage and spicy herbal soup are standouts, but the big draw is Som Tum, the famous Thai papaya salad, served ten different ways. The team of Thai owners has other branches in New York City, Ho Chi Minh City, Tokyo and the most recent opening in Thong Lo, Bangkok.

TEL. 02 632 4499

5/5 ถ.ศาลาแดง เขตบางรัก
5/5 Sala Daeng Road, Bang Rak
www.somtumder.com

■ ราคา PRICE

อาหารกลางวัน Lunch:
อาหารตามสั่ง à la carte: ฿ 200-400
อาหารเย็น Dinner:
อาหารตามสั่ง à la carte: ฿ 200-400

■ เวลาเปิด-ปิด OPENING HOURS

อาหารกลางวัน Lunch:
11:00-14:00 (L.O.)
อาหารเย็น Dinner:
16:30-22:00 (L.O.)

60

TEL. 02 397 0770

6 ซ.วชิรธรรมสาธิต 23 ถ.สุขุมวิท เขตพระโขนง
6 Soi Wachira Thammasatit 23, Sukhumvit Road, Phra Khanong

■ ราคา PRICE

อาหารตามสั่ง à la carte: ฿ 250-400

■ เวลาเปิด-ปิด OPENING HOURS

10:00-22:00 (L.O.)
วันศุกร์-วันอาทิตย์ Friday to Sunday: 10:00-23:00 (L.O.)

ส้มตำ คุณกัญจณ์ N

SOMTUM KHUN KAN

อาหารอีสาน • เรียบง่าย

Isan • Simple

ร้านส้มตำคุณกัญจณ์เริ่มต้นจากร้านเล็กๆ ในเมืองทองธานี ก่อนสร้างชื่อเสียงด้วยรางวัลชนะเลิศการประกวดส้มตำ ในปี 1999 อาหารของทางร้านใช้วัตถุดิบคุณภาพเยี่ยม และมีรสชาติถึงเครื่อง นอกจากส้มตำรสเด็ดอันโด่งดังแล้ว ที่ร้านยังมีอาหารไทยและอีสานหลากหลายให้คุณเลือก ลิ้มลอง ไม่ควรพลาดคอหมูย่างน้ำผึ้ง ไก่ย่างหนังกรอบ และยำกุ้งฟู ทางร้านมีห้องส่วนตัวให้บริการพร้อม คาราโอเกะ

Starting from a small shop in Mueang Thong Thani, and then winning a Som Tum (spicy papaya salad) competition in 1999, Khun Kan has earned his reputation through high quality dishes and great flavours. As well as its famous Som Tum, the menu offers a wide variety of authentic Thai and Thai-Isan cuisine. We recommend the grilled pork shoulder with honey and herbs, roasted chicken with crispy skin and the deep-fried minced shrimp with mango salad.

ศรทองโภชนา
SORNTHONG

อาหารทะเล • เรียบง่าย

Seafood • Simple

ร้านอาหารทะเลในราคาสบายกระเป๋า สังเกตุเห็นร้านง่ายๆ ด้วยจำนวนคนที่นั่งทานมากมายภายใต้ป้ายชื่อร้านใหญ่สีเหลืองทั้งภาษาไทยและภาษาจีน ศรทองโภชนาเป็นธุรกิจครอบครัวที่โด่งดังด้วยวัตถุดิบคุณภาพสูงมากว่า 20 ปี โดยมีคุณชัยเจ้าของร้านเป็นผู้ควบคุมคุณภาพด้วยตนเองเสมอ เมนูแนะนำของที่นี่ คือ ปูผัดพริกกระเทียม ออส่วนจานร้อน ขาห่านนำเข้า และตบท้ายด้วยผัดผักบุ้งไฟแดง

For quality seafood that won't burn a hole in your pocket, look no further than Sornthong. Easily identified by crowds dining beneath a large yellow sign in Thai and Chinese, this family-run shop has done a booming trade in high-quality fresh fish for more than 20 years. Under the watchful eye of patron Mr. Chai, the quality of the food shines - don't miss the garlic and chilli crab, fried oysters on a hot plate, imported goose feet, and a side of stir-fried morning glory.

30

TEL. 02 258 0118

2829-31 ถ.พระรามที่ 4 เขตคลองเตย
2829-31 Rama 4 Road, Khlong Toei
www.sornthong.com

■ ราคา PRICE

อาหารเย็น Dinner:
อาหารตามสั่ง à la carte: ฿ 500-1,000

■ เวลาเปิด-ปิด OPENING HOURS

อาหารเย็น Dinner:
16:00-00:30 (L.O.)

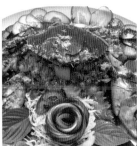

20

TEL. 02 088 0968

90 ซ.สุขุมวิท 33 ถ.สุขุมวิท เขตวัฒนา
90 Soi Sukhumvit 33,
Sukhumvit Road, Vadhana
www.sritrat.com

■ ราคา PRICE
อาหารตามสั่ง à la carte: ฿ 400-1,200

■ เวลาเปิด-ปิด OPENING HOURS
12:00-21:45 (L.O.)
วันศุกร์และวันเสาร์ Friday and Saturday:
12:00-22:30 (L.O.)

■ วันปิดบริการ ANNUAL AND WEEKLY CLOSING
ปิดวันอังคาร Closed Tuesday

ศรีตราด

SRI TRAT

อาหารไทย • รัสติก

Thai • Rustic

ตราด จังหวัดชายทะเลตะวันออกของประเทศเป็นที่ขึ้นชื่อในเรื่องอาหารทะเลและแกงรสจัด ซึ่งเจ้าของร้านศรีตราดตั้งใจมานำเสนอให้ชาวกรุงเทพฯ ได้รู้จัก ดาวเด่นของครัวที่นี่ คือ คุณแม่ของเจ้าของร้านนั่นเอง ซึ่งคุณจะเห็นภาพของท่านเด่นอยู่บนผนังภายในร้าน หลายเมนูเป็นจานโปรดของท่านและเป็นเมนูแนะนำของร้าน ไม่ว่าจะเป็นน้ำพริก เส้นหมี่ผัดปูนิ่ม แกงมัสมั่นทุเรียนอ่อน และหมูสับปลาเค็มตราด แม้แต่น้ำปลาพริกของที่นี่ก็ยังเป็นสูตรเฉพาะของที่บ้าน

Trat is a province on the eastern seaboard of Thailand known for fiery seafood and curries, and the owners of Sri Trat brought this famed regional food to the capital to much fanfare. The star in the kitchen is the owner's mother – you'll find a funky mural of her in the dining room. The menu is a roll-call of her favourite recipes, including Thai-style chilli dips, homemade fish sauce, and stir-fried noodles with soft shell crab. Don't miss the massaman curry with young durian or the anchovy and minced pork chilli dip.

บ้านเรือศรีพลฯ (N)

SRIPOL SEAFOOD HOUSE

ซีฟู้ด • *คันทรีเฮาส์*

Seafood • *Country House*

เรือศรีพลฯ ตั้งชื่อตามเรือประมงของเจ้าของร้าน บ่งบอกถึงวัตถุดิบสดใหม่ที่ถูกคัดมาแต่ไซส์ใหญ่พิเศษจากทะเลส่งตรงถึงห้องครัว เจ้าของร้านและลูกชายเป็นผู้ปรุงและควบคุมคุณภาพเองทุกจานจึงอร่อยสม่ำเสมอ จานเด่นคือ หอยแครงไซส์ยักษ์พร้อมน้ำจิ้มซีฟู้ดรสจัดจ้าน และข้าวผัดปลาเค็มหอมอร่อยไม่เหมือนใคร ทุกเมนูปริมาณเสิร์ฟค่อนข้างใหญ่ แนะนำให้โทรจองและสั่งล่วงหน้าก่อน 1 วัน เพราะเมนูอาจเปลี่ยนไปตามวัตถุดิบ

The name 'Sripol' comes from the owner's fishing boat, which also provides many of the restaurant's primary ingredients. All of the generously sized dishes are highly recommended and cooked by the owner himself – guests can even call the day before to discuss menu choices and preparation. Don't miss their huge cockles, as well as the salted fish fried rice which is full of flavour. Dining rooms are private only and reservations are a must.

$ P 30

TEL. 02 246 6402

61/12 ถ.พระราม 9 เขตห้วยขวาง
61/12 Rama 9 Road, Huai Khwang

■ ราคา PRICE

อาหารตามสั่ง à la carte: ฿ 2,000-5,000

■ เวลาเปิด-ปิด OPENING HOURS

11:00-22:30 (L.O.)

■ วันปิดบริการ ANNUAL AND WEEKLY CLOSING

ปิดวันอาทิตย์ Closed Sunday

TEL. 02 015 4224

392/25–26 ถ.มหาราช เขตพระนคร
392/25-26 Maha Rat Road,
Phra Nakhon
www.supannigaeatingroom.com

■ ราคา PRICE
อาหารกลางวัน Lunch:
เซตเมนู set: ฿ 220
อาหารตามสั่ง à la carte: ฿ 400-800
อาหารเย็น Dinner:
อาหารตามสั่ง à la carte: ฿ 400-800

■ เวลาเปิด-ปิด OPENING HOURS
11:30-22:00 (L.O.)

■ วันปิดบริการ ANNUAL AND
WEEKLY CLOSING
ปิดวันสงกรานต์ 3 วัน
Closed 3 days Thai New Year

ห้องทานข้าวสุพรรณิการ์
(สาขาท่าเตียน)
SUPANNIGA EATING ROOM (THA TIAN)

อาหารไทย • อบอุ่น
Thai • Intimate

กรุงเทพฯ มีร้านอาหารบนดาดฟ้าและริมแม่น้ำสวยงาม
มากมาย ร้านสุพรรณิการ์สาขาท่าเตียนริมแม่น้ำเจ้าพระยา
เป็นอีกหนึ่งในร้านที่เหมาะสำหรับการนัดสังสรรค์และชม
ทิวทัศน์อันงดงามของพระปรางค์วัดอรุณฯ พร้อมลิ้มรส
อาหารไทยอย่าง กะหล่ำทอดน้ำปลาดี ต้มยำกุ้ง หรือ
แกงมัสมั่น ด้วยบรรยากาศที่สบายๆ เหมาะอย่างยิ่งสำหรับ
แวะทานอาหารกลางวันหลังเที่ยวชมพระบรมมหาราชวัง
หรืออย่าลืมจองโต๊ะล่วงหน้าเพื่อชมพระอาทิตย์ตกตอนเย็น

Bangkok is famous for rooftop bars and riverside eateries,
and Supanniga Tha Tian is a good choice if you're looking
to dine with friends along the Chao Phraya River. With
postcard-worthy views of iconic Wat Arun, enjoy traditional
dishes like fried Chinese cabbage with soy sauce, tom
yum goong, and massaman curry. The ambience is
friendly and casual making it an ideal spot for lunch when
touring the nearby Grand Palace, or book in advance to
reserve one of the coveted rooftop tables for sunset.

ห้องทานข้าวสุพรรณิการ์ (สาขาทองหล่อ)

SUPANNIGA EATING ROOM (THONG LO)

อาหารไทย • อบอุ่น

Thai • Intimate

ขึ้นชื่อว่าสุพรรณิการ์ ร้านอาหารที่มีถึงสี่สาขาและอีกหนึ่งดินเนอร์ครูซ ยิ่งสร้างความมั่นใจให้ทั้งคนไทยและชาวต่างชาติได้ว่าจะติดใจในรสชาติอาหารไทยสไตล์อบอุ่นแบบครัวในบ้านที่นี่ สุพรรณิการ์ทองหล่อเป็นสาขาแรก ภายในตกแต่งแบบสบายๆ แต่แฝงด้วยความสดใสเหมาะกับการมาเป็นกลุ่มหรือเป็นคู่ เมนูครอบครัวที่เป็นสูตรเด็ดตกทอดกันมาถึงสามรุ่นคงต้องยกให้แกงคั่วปูใบชะพลูสูตรเข้มข้น และยำปลาดุกฟูเนื้อเบากรอบไม่เหมือนใคร

The Supanniga brand, which includes four branches and a dinner cruise, captivated the hearts and stomachs of locals and expats alike with home-style cooking at their flagship restaurant in trendy Thong Lo. The dining room is lively and casual and is as appealing to groups as it is to dates. Family recipes have been preserved for three generations and include a richly flavoured crab curry and a deep-fried catfish that perfectly balances crispy skin and light, flaky fish.

TEL. 02 714 7508

160/11 ซ.สุขุมวิท 55 เขตวัฒนา
160/11 Soi Sukhumvit 55, Vadhana
www.supannigaeatingroom.com

■ ราคา PRICE
อาหารกลางวัน Lunch:
เซตเมนู set: ฿ 220
อาหารตามสั่ง à la carte: ฿ 400-800
อาหารเย็น Dinner:
อาหารตามสั่ง à la carte: ฿ 400-800

■ เวลาเปิด-ปิด OPENING HOURS
อาหารกลางวัน Lunch:
11:30-14:15 (L.O.)
อาหารเย็น Dinner:
17:30-22:15 (L.O.)

■ วันปิดบริการ ANNUAL AND WEEKLY CLOSING
ปิดวันสงกรานต์ 3 วัน
Closed 3 days Thai New Year

TEL. 02 040 0015

3/22 ซ.สุขุมวิท 31 เขตวัฒนา
3/22 Soi Sukhumvit 31, Vadhana
www.sushimasato.com

■ ราคา PRICE
อาหารเย็น Dinner:
เซตเมนู set: ฿ 4,000-6,000

■ เวลาเปิด-ปิด OPENING HOURS
อาหารเย็น Dinner:
17:30-20:30 (L.O.)

■ วันปิดบริการ ANNUAL AND
WEEKLY CLOSING
ปิดวันจันทร์ Closed Monday

SUSHI MASATO

ซูชิ • อบอุ่น

Sushi • Intimate

หลังจากเคี่ยวกรำฝีมือที่โตเกียวแล้วไปสร้างชื่อเสียงจนโด่งดัง
ที่นิวยอร์ก Masato Shimizu ตัดสินใจเปิดซูชิบาร์สไตล์
omakase ของตัวเองในซอยสุขุมวิท 31 เป็นร้านเล็กๆ ค่อนข้าง
หายากมีเพียงป้ายภาษาญี่ปุ่น แต่ภายในกลับให้ความรู้สึก
ผ่อนคลายด้วยการตกแต่งแบบเรียบหรู วัตถุดิบของร้านสั่งตรง
จากญี่ปุ่นเท่านั้น และทีมเชฟพร้อมแบ่งปันแรงบันดาลใจ
ของแต่ละเมนูกับคุณอย่างเป็นกันเอง ที่สำคัญร้านนี้ต้องจอง
ล่วงหน้าเท่านั้น

After honing his craft in Tokyo and building his
reputation in New York City, Masato Shimizu
opened his eponymous omakase sushi bar in
Bangkok. Housed on a quiet lane, Sushi Masato
is hard to find and only identified by a small sign
in Japanese. Once inside, the intimate space and
elegant interior create a tranquil feeling. The
team of inspired chefs use ingredients sourced
from Japan and share their passion for food with
customers at the intimate chef's table. Advanced
reservations are mandatory.

SUSHI MISAKI (N)

ซูชิ • *เรียบง่าย*

Sushi • *Simple*

หลังจากได้รับความสำเร็จอย่างล้นหลามจากร้านชื่อดังย่านกินซ่าในกรุงโตเกียวแล้ว เชฟ Masahiro Misaki ก็ถูกทาบทามให้มาเปิดร้านซูชิที่กรุงเทพฯ วัตถุดิบที่ส่งตรงจากญี่ปุ่น 3 ครั้งต่อสัปดาห์ทำให้ร้านมีวัตถุดิบสดใหม่ ทว่าบุคลิกภาพและความเป็นกันเองของเชฟ ทำให้บาร์ซูชิแห่งนี้ดูผ่อนคลายต่างจากร้านซูชิโอมากาเสะทั่วไป เคาท์เตอร์บาร์สามารถรองรับลูกค้าได้แค่ครั้งละ 12 คนเท่านั้น แนะนำให้โทรจองล่วงหน้า

Chef Masahiro Misaki was lured to Bangkok from Tokyo's Ginza to set up Sushi Misaki. Here, the fish is delivered three times a week and all the prep done pure Tokyo-style. His playful personality keeps it fun and relaxed, while the popular counter bar, seating 12, mixes up the seating options. The décor too is a mashup between Thai and Japanese but it's no matter, as food is the real hero. Bookings are recommended.

TEL. 02 258 1783

ชั้น 1 โครงการ Rain Hill ซ.สุขุมวิท 47 ถ.สุขุมวิท เขตวัฒนา
1F, Rain Hill, Soi Sukhumvit 47, Sukhumvit Road, Vadhana

■ ราคา PRICE
อาหารเย็น Dinner:
เซตเมนู set: ฿ 4,000-6,000

■ เวลาเปิด-ปิด OPENING HOURS
อาหารเย็น Dinner:
18:00-20:30 (L.O.)

■ วันปิดบริการ ANNUAL AND WEEKLY CLOSING
ปิดวันอาทิตย์ Closed Sunday

TEL. 091 871 0666

ชั้น M 46/10 โครงการพิมาน 49 ซ.สุขุมวิท 49 ถ.สุขุมวิท เขตวัฒนา
M Level, 46/10 Piman 49, Soi Sukhumvit 49, Sukhumvit Road, Vadhana

■ ราคา PRICE
อาหารเย็น Dinner:
เซตเมนู set: ฿ 6,500-7,500

■ เวลาเปิด-ปิด OPENING HOURS
อาหารเย็น Dinner:
19:00-22:30 (L.O.)

■ วันปิดบริการ ANNUAL AND WEEKLY CLOSING
ปิดวันจันทร์ Closed Monday

SUSHI TAMA (N)

ซูชิ • เรียบง่าย
Sushi • Simple

เชฟ Seiji Sudo เคยดูแลร้านระดับดาวมิชลินมาแล้ว ก่อนผันตัวมาเปิด Sushi Tama ที่มีเพียง 6 ที่นั่ง และเสิร์ฟเพียงคอร์สโอมากาเสะในสไตล์ Sho โดยมีเชฟรังสรรค์ซูชิและเมนูต่างๆ ด้วยความตั้งใจ ในขณะที่พนักงานเป็นผู้ให้รายละเอียดของอาหารทุกจาน ลูกค้าจะสัมผัสได้ถึงเทคนิคและประสบการณ์อันโชกโชนของเชฟผ่านเนื้อสัมผัสที่มีความลุ่มลึกและสม่ำเสมอในทุกคำที่ทาน ตั้งตารอข้าวซูชิในซุปซึ่งเป็นเมนูซิกเนเจอร์ของเชฟ

Seiji Sudo is the well-known chef who moved here to helm this 6-seater restaurant, where only one omakase 'Sho'-style menu is served. During the meal staff are on hand to explain each dish, leaving the chef to really focus on preparation, which utilises a wide variety of cooking techniques. The differing textures can sometime seem playful but flavours are always clear and consistent. Enjoy the signature soup with sushi rice.

เทเบิลส์ กริลล์
TABLES GRILL

อาหารยุโรป • หรูหรา
European • Elegant

เชฟ Hans Zahner มาเสริมทัพที่ร้าน Tables Grill และนำเสนออาหารฝรั่งเศสแบบร่วมสมัยที่ยังคงมีอัตลักษณ์ชัดเจน เมนูคลาสสิกอย่าง sole meunière, beef tartare และ lobster bisque ที่รังสรรค์ด้วยเทคนิคชั้นสูงและจัดแต่งอย่างสวยงามร่วมสมัย เปิดประสบการณ์มื้อพิเศษน่าประทับใจด้วยเซตเมนู 5 หรือ 7 คอร์ส ก่อนปิดท้ายด้วยชีสจากแหล่งผลิตชั้นยอดในฝรั่งเศส

Chef Hans Zahner joined forces with Tables Grill in 2018 and introduced contemporary French cuisine with a classical base. Traditional dishes such as sole meunière, beef tartare and lobster bisque are cleverly updated, thanks to the chef's modern techniques and creative flair. For a memorable dining experience, choose the 5 or 7 course degustation menu and end with the premium artisan cheese trolley.

P 32

TEL. 02 254 6295

ชั้น M โรงแรมแกรนด์ ไฮแอท เอราวัณ 494 ถ.ราชดำริ เขตปทุมวัน
M level, Grand Hyatt Erawan Hotel, 494 Ratchadamri Road, Pathum Wan
www.tablesgrill.com

■ ราคา PRICE

บรันช์ Brunch:
เซตเมนู set: ฿ 3,200
อาหารเย็น Dinner:
เซตเมนู set: ฿ 2,900-3,900
อาหารตามสั่ง à la carte: ฿ 2,700-5,900

■ เวลาเปิด-ปิด OPENING HOURS

บรันช์วันเสาร์-อาทิตย์ Weekend brunch:
11:00-14:45 (L.O.)
อาหารเย็น Dinner:
18:00-22:00 (L.O.)

PHRA NAKHON SIDE ฝั่งพระนคร

P 🚻 ☕🅿️

TEL. 095 720 0557

ชั้น 1 โครงการ No.88
ซ.สุขุมวิท 53 เขตวัฒนา
1F, No.88, Soi Sukhumvit 53, Vadhana

■ **ราคา PRICE**
อาหารกลางวัน Lunch:
เซตเมนู set: ฿ 580-7,300
อาหารเย็น Dinner:
เซตเมนู set: ฿ 2,900-7,300

■ **เวลาเปิด-ปิด OPENING HOURS**
อาหารกลางวัน Lunch:
11:30-13:30 (L.O.)
อาหารเย็น Dinner:
17:30-22:30 (L.O.)

■ **วันปิดบริการ ANNUAL AND WEEKLY CLOSING**
ปิดวันพุธ Closed Wednesday

🍴

TEMPURA KANDA Ⓝ

อาหารญี่ปุ่น • เรียบง่าย
Japanese • Simple

ร้านนี้เป็นร้านในเครือร้านอาหารญี่ปุ่น Kanda และเป็น
ร้านแรกของกรุงเทพฯ ที่เสิร์ฟแต่เมนูเทมปุระสไตล์กินซ่า
ในรูปแบบโอมากาเสะ โดยมีเชฟที่ผ่านการฝึกฝนกับเชฟ
ชาวญี่ปุ่นเป็นเวลาถึง 2 ปี ทางร้านเลือกใช้ผักและอาหาร
ทะเลตามฤดูกาลเท่านั้น เกลือที่ใช้มีหลากหลายซึ่งเชฟ
จะเป็นผู้แนะนำให้ทานคู่กับแต่ละเมนู การตกแต่งของ
ร้านเรียบง่ายในแบบฉบับญี่ปุ่น แนะนำให้จองโต๊ะล่วง
หน้าหากไม่อยากพลาดความอร่อย

This is one of the first omakase places in the
city, which means placing your order in the
hands of the chef. But don't let that worry you
– chef Chaloemrat has several years of
experience working in Japanese kitchens,
while the rest of the staff have at least two. The
tempura uses only seasonal vegetables, as well
as seafood. Décor-wise, the interior sticks to a
simple script, with a marble-topped counter
adding some charm. Booking essential.

THE ART OF NATIONAL THAI CUISINE

The art of Thai cuisine, with its meticulous preparations and exquisite presentation, has existed alongside Thai people since the very beginning, which is why Thai food has become world renowned and loved internationally. To further promote the art of Thai cuisine, **Mekhong Iconic Thai Collection** is exquisitely created to encapsulate and reflect the country's rich cultural heritage and iconic experiences through illustration art pieces. Be a part of these unforgettable experiences with Mekhong the Spirit of Thailand. Now available at King Power Duty Free Thailand.

THE ART OF THAI RIVER CULTURE

Thai Floating markets are part of the cultural charm that provides visitors to Thailand the opportunity to experience how people living in the riverside communities lead their everyday lives. To further promote Thai culture, **Mekhong Iconic Thai Collection** is exquisitely created to encapsulate and reflect the country's rich cultural heritage and iconic experiences through illustration art pieces. Be a part of these unforgettable experiences with Mekhong the Spirit of Thailand. Now available at King Power Duty Free Thailand.

เดอะไดน์นิ่งรูม
THE DINING ROOM

อาหารเชิงนวัตกรรม • ตกแต่งแบบเอ็กโซติก

Innovative • Exotic décor

ควรเผื่อเวลาชื่นชมคฤหาสน์ทรงโคโลเนียลอันงดงามที่ก่อสร้างตั้งแต่ปี 1889 ซึ่งครั้งหนึ่งเคยเป็นสถานทูตสหภาพโซเวียต แล้วเดินผ่านซุ้มประตูเข้าไปนั่งจิบค็อกเทลที่บาร์สุดหรู ห้องอาหารที่นี่เสิร์ฟอาหารเอเชียกลิ่นอายตุรกีที่ผสานกันอย่างลงตัวพร้อมกับการจัดจานที่งามสะดุดตา โดยเชฟชาวตุรกี ผู้มากประสบการณ์ ที่ถ่ายทอดเรื่องราวการเดินทางและความทรงจำในวัยเยาว์ของเขาผ่านอาหาร

It's worth arriving early to wander around the beautiful colonial mansion, which dates from 1889 and was once the embassy of the Soviet Union. The porte-cochère entrance leads to a sumptuous bar and the perfect spot for a cocktail. The food is Asian with a Turkish twist; the combinations are ambitious and the presentation flamboyant - the Turkish chef's travels and childhood memories inform his cuisine, reflecting the past and the future at the same time.

20

TEL. 02 344 4000

โรงแรมดับเบิ้ลยู
106, 108 ถ.สาทรเหนือ เขตบางรัก
W Hotel,
106, 108 Sathon Nuea Road, Bang Rak
www.thehouseonsathorn.com

■ **ราคา PRICE**
อาหารเย็น Dinner:
เซตเมนู set: ฿ 2,800-3,400

■ **เวลาเปิด-ปิด OPENING HOURS**
อาหารเย็น Dinner:
18:00-21:30 (L.O.)

■ **วันปิดบริการ ANNUAL AND WEEKLY CLOSING**
ปิดวันปีใหม่ Closed New Year

PHRA NAKHON SIDE ฝั่งพระนคร

TEL. 02 650 8800

ชั้น 3 โรงแรมดิ แอทธินี
61 ถ.วิทยุ เขตปทุมวัน
3F, The Athénée Hotel,
61 Witthayu Road, Pathum Wan
www.theatheneehotel.com

■ ราคา PRICE
อาหารกลางวัน Lunch:
เซตเมนู set: ฿ 1,000-7,000
อาหารตามสั่ง à la carte: ฿ 1,600-1,900
อาหารเย็น Dinner:
เซตเมนู set: ฿ 2,600-4,000
อาหารตามสั่ง à la carte: ฿ 1,600-1,900

■ เวลาเปิด-ปิด OPENING HOURS
อาหารกลางวัน Lunch:
12:00-14:00 (L.O.)
อาหารกลางวันวันเสาร์ Saturday lunch:
12:00-15:00 (L.O.)
อาหารเย็น Dinner:
18:00-22:30 (L.O.)

■ วันปิดบริการ ANNUAL AND
WEEKLY CLOSING
ปิดวันอาทิตย์ และวันจันทร์
Closed Sunday and Monday

เดอะ รีเฟล็กซ์ชั่น
THE REFLEXIONS

อาหารฝรั่งเศสร่วมสมัย • หรูหรา
French contemporary • Elegant

เพดานสูง กระจกเงา และภาพพิมพ์ขาวดำขนาดใหญ่บน
ผนังให้ความรู้สึกโปร่ง แม้ว่าการตกแต่งอาจดูเรียบง่ายแต่
รสชาติอาหารฝรั่งเศสร่วมสมัยของที่นี่ไม่ธรรมดา ด้วยเมนู
สุดสร้างสรรค์เปี่ยมไปด้วยศักยภาพ ภายใต้การกำกับดูแล
อย่างใกล้ชิดของ Roxanne Lange มือขวาของเชฟ Henk
Savelberg ชื่อเมนูสั้นๆ ช่างตรงข้ามกับรสสัมผัสอันซับซ้อน
และมีความคลาสสิกที่สะท้อนถึงฝีมือ ความละเอียดอ่อน
ในการจัดแต่งผสานกับเทคนิคสมัยใหม่

With tall ceilings, mirrors and large-scale
black-and-white screen prints on the wall, the
dining space can seem cavernous. While the
room's decor won't elicit oohs and aahs, the
modern French cuisine does. Under the watchful
eye of Roxanne Lange, an acolyte of Henk
Savelberg, the creative menu shows culinary
ambition. The terse descriptions belie the
complexity of the flavours, and the dishes exhibit
skill, refinement and detailed presentation.

ทีโอมีโอ
THEO MIO

อาหารอิตาเลียน • ตกแต่งแบบบาร์ยุโรป

Italian • Brasserie

Theo Mio เปิดบริการทั้งวันในบรรยากาศสบายๆ ทั้งโถงกลางที่เปิดรับแสงสว่าง พื้นลายหมากรุก โต๊ะหินอ่อน เทอเรสกว้างขวาง และครัวแบบกึ่งเปิด ทุกอย่างดูรับกันเป็นอย่างดี ที่นี่มีเมนูหลากหลาย ทั้งพาสต้า พิซซ่า และเมนูคลาสสิกอย่าง roasted suckling pig and seafood stew ทุกจานมีรสชาติแบบอิตาเลียนพื้นถิ่นแท้ ด้วยวัตถุดิบตามฤดูกาลจากอิตาลี นอกจากนี้ วันเสาร์และอาทิตย์ยังมี brunch ที่เสิร์ฟพร้อม Prosecco แบบฟรีโฟลว์อีกด้วย

This relaxed all day dining operation has a light-filled glass atrium and boasts a semi-open kitchen, checkerboard floor, marble-topped tables and a large terrace. The menus have wide appeal – from sharing plates to pasta, pizza and Italian classics like roasted suckling pig and seafood stew. Dishes are authentic and big on flavour with a tempting rustic feel. The Saturday and Sunday brunch with free-flowing Prosecco is a real winner.

TEL. 02 656 0444

ชั้น G โรงแรมอินเตอร์คอนติเนนตัล
973 ถ.เพลินจิต เขตปทุมวัน
GF, InterContinental Hotel,
973 Phloen Chit Road, Pathum Wan
www.bangkok.intercontinental.com

■ ราคา PRICE

อาหารตามสั่ง à la carte: ฿ 650-2,500

■ เวลาเปิด-ปิด OPENING HOURS

11:30-22:30 (L.O.)

TEL. 093 469 2969

69 ถ.มหาราช เขตพระนคร
69 Maha Rat Road, Phra Nakhon

■ ราคา PRICE
อาหารตามสั่ง à la carte: ฿ 180-400

■ เวลาเปิด-ปิด OPENING HOURS
11:00-21:00 (L.O.)

■ วันปิดบริการ ANNUAL AND WEEKLY CLOSING
ปิดวันตรุษจีน และวันอังคาร
Closed Chinese New Year and Tuesday

ตงกิง อันนัม
TONKIN ANNAM

อาหารเวียดนาม • เรียบง่าย
Vietnamese • Simple

ตงกิง อันนัม ต่างจากร้านอาหารเวียดนามทั่วไป เพราะร้านเล็กสองชั้นบรรยากาศอบอุ่นนี้เป็นของสามพี่น้องชาวเวียดนามที่เสิร์ฟแต่อาหารเวียดนามแท้สูตรดั้งเดิมตั้งแต่รุ่นคุณปู่คุณย่า เมนูแนะนำอย่าง แหนมเนืองที่มีหมูเนื้อนุ่มกับผักสดกรอบหลากชนิดห่อด้วยแผ่นแป้งนุ่มเหนียวเคี้ยวเพลิน และบั่นแซว หรือขนมเบื้องญวนที่เป็นแผ่นแป้งทอดใส่ไส้หมู กุ้ง ผัก และถั่วงอก

Most self-proclaimed Vietnamese restaurants in Bangkok only serve phở alongside other Thai food. This cosy two-storey restaurant is among the few that dish up the real deal by staying true to their culinary roots. The Vietnamese siblings faithfully re-enact their grandparents' recipes such as nem nướng, pork sausage and greens wrapped in chewy rice paper, and bánh xèo, a savoury pancake stuffed with meat, shrimp, greens and bean sprouts.

UNO MAS

อาหารสเปน • ตกแต่งแบบเมดิเตอร์เรเนียน
Spanish • Mediterranean décor

Uno Mas แปลว่า "ขออีกหนึ่ง" ในภาษาสเปน ซึ่งอาจหมาย
ถึง ทาปาสอีกจาน เหล้าเชอร์รี่อีกแก้ว หรือสูงขึ้นไปอีกชั้น
เพราะร้านนี้อยู่ชั้น 54 ของโรงแรมเซ็นทาราแกรนด์ เซ็นทรัล
เวิลด์ เชฟมาจากแคว้น Catalonia เครื่องปรุงและวัตถุดิบ
ส่วนใหญ่ของร้านนำเข้าจากสเปน รวมทั้งสเต็กจากตลาด
เก่าแก่ในแคว้น Basque จึงไม่ควรพลาดทั้ง tapas และเมนู
อาหารสเปนคลาสสิกของที่นี่ ในบรรยากาศสบายๆ พร้อมมี
วิวเมืองสวยงามให้ตื่นตาตื่นใจ

One more. That's the meaning of the name;
perhaps one more plate of tapas, one more
glass of sherry or one more level in the lift as you
make your way to the 54th floor. The chef hails
from Catalonia - and most of the ingredients are
flown in from Spain - so come hungry and order
hot and cold tapas, cheeses, Jamon Ibérico, a
range of paellas, and steaks from 16-year-old
Basque cattle. The atmosphere is lively and
buzzy with great city views.

TEL. 02 100 6255

ชั้น 54 โรงแรมเซ็นทาราแกรนด์ เซ็นทรัลเวิลด์
999/99 ถ.พระรามที่ 1 เขตปทุมวัน
54F, Centara Grand at CentralWorld
Hotel, 999/99 Rama 1 Road,
Pathum Wan
www.centarahotelsresorts.com

■ **ราคา PRICE**
อาหารกลางวัน Lunch:
เซตเมนู set: ฿ 1,500-4,900
อาหารตามสั่ง à la carte: ฿ 460-1,300
อาหารเย็น Dinner:
เซตเมนู set: ฿ 1,500-4,900
อาหารตามสั่ง à la carte: ฿ 460-1,300

■ **เวลาเปิด-ปิด OPENING HOURS**
อาหารกลางวัน Lunch:
11:30-14:30 (L.O.)
อาหารเย็น Dinner:
16:00-00:00 (L.O.)

■ **วันปิดบริการ ANNUAL AND
WEEKLY CLOSING**
ปิดมื้อกลางวันวันหยุดนักขัตฤกษ์
และมื้อกลางวันวันเสาร์-อาทิตย์
Closed Public Holidays and
weekend lunch

PHRA NAKHON SIDE ฝั่งพระนคร

TEL. 02 160 5188

ชั้น 2 อาคารจามจุรีสแควร์
ถ.พญาไท เขตปทุมวัน
Level 2, Chamchuri Square,
Phaya Thai Road, Pathum Wan
www.waterlibrary.com

■ ราคา PRICE

อาหารกลางวัน Lunch:
เซตเมนู set: ฿ 1,000-1,300
อาหารตามสั่ง à la carte: ฿ 1,900-3,300
อาหารเย็น Dinner:
เซตเมนู set: ฿ 2,800
อาหารตามสั่ง à la carte: ฿ 1,900-3,300

■ เวลาเปิด-ปิด OPENING HOURS

อาหารกลางวัน Lunch:
11:30-14:00 (L.O.)
อาหารเย็น Dinner:
18:00-21:30 (L.O.)

วอเตอร์ ไลบราลี่ (สาขาจามจุรีสแควร์)
WATER LIBRARY (CHAMCHURI SQUARE)

อาหารยุโรปร่วมสมัย • หรูหรา

European contemporary • Elegant

อาหารตะวันตกสไตล์ร่วมสมัยรังสรรค์อย่างสร้างสรรค์ด้วยวัตถุดิบตามฤดูกาล รสชาติอาหารบ่งบอกได้ถึงความละเมียดละไมในการปรุง พบกับไวน์คุณภาพจาก Napa Valley ที่ชิงพื้นที่ส่วนใหญ่ในไวน์ลิสต์ที่คัดสรรมาแล้วอย่างดี และน้ำแร่คุณภาพสูงจากหลากหลายแหล่งทั่วโลกที่มีให้เลือก ซึ่ง sommelier ของร้านพร้อมให้คำแนะนำแก่คุณ แม้ร้านนี้จะตั้งอยู่ในศูนย์การค้า แต่มีการตกแต่งที่ดูโอ่อ่าและโปร่งสบาย

Contemporary in style, the food is European influenced and focuses on fresh seasonal produce and robust flavours. An impressive wine list not only features a large selection from the Napa Valley, but there's also an impressive choice of spring water from around the world. Even though it's in a shopping mall, the decor is light, airy and relax.

ยามาซาโตะ
YAMAZATO

อาหารญี่ปุ่น • หรูหรา

Japanese • Elegant

ร้านอาหารญี่ปุ่นในโรงแรม The Okura Prestige นี้แบ่งออกเป็น 3 ส่วน คือ ซูชิบาร์ เทปันยากิ และภัตตาคารหรู พนักงานในชุดกิโมโนพร้อมบริการอาหารหลากหลาย รวมไปถึงสุดยอดเมนูแบบ omakase หรือเชฟเมนูที่ต้องจองล่วงหน้า 2 วัน ที่นี่นำเข้าปลาจากตลาด Toyosu โดยตรง แม้แต่ชุดถ้วยชามก็ล้วนมาจากญี่ปุ่น มื้อกลางวันมีทั้งเซตเมนู และ à la carte ส่วนมื้อค่ำอิ่มเอมกับเซตเมนู kaiseki ที่มีให้เลือกทั้งแบบ 6 และ 8 คอร์ส

The Okura Prestige hotel's Japanese restaurant is divided into three - a sushi bar, teppanyaki stations, and an elegant dining area. Kimono-clad staff serve sushi, bento boxes or an omakase chef's menu that requires booking two days in advance. Fish originates at Toyosu Market and the teacups and plates are from Japan as well. Lunch selections include set menus, rice boxes, noodles, and sushi. Dinner celebrates refined six- or eight-course kaiseki menus.

12

TEL. 02 687 9200

ชั้น 24 โรงแรมดิ โอกุระ เพรสทีจ
57 ถ.วิทยุ เขตปทุมวัน
24F, The Okura Prestige Hotel,
57 Witthayu Road, Pathum Wan
www.okurabangkok.com

■ ราคา PRICE

อาหารกลางวัน Lunch:
เซตเมนู set: ฿ 650-1,800
อาหารตามสั่ง à la carte: ฿ 600-4,200
อาหารเย็น Dinner:
เซตเมนู set: ฿ 2,500-6,000
อาหารตามสั่ง à la carte: ฿ 600-4,200

■ เวลาเปิด-ปิด OPENING HOURS

อาหารกลางวัน Lunch:
11:30-14:00 (L.O.)
อาหารเย็น Dinner:
18:00-22:00 (L.O.)

ยุ้งข้าวหอม (สาขาแอมพาร์คจุฬา) N

YOONG KHAO HOM (I'M PARK CHULA)

อาหารใต้ • เป็นกันเอง

Southern Thai • Friendly

ในปี 2017 ยุ้งข้าวหอมยกสูตรอาหารใต้รสดั้งเดิมจากร้านเล็กๆ บนเกาะสมุยมาให้ชาวกรุงเทพฯ ได้ลิ้มลอง โดยเชฟทุกคนต้องไปเรียนรู้สูตรจากร้านต้นตำรับที่สมุย วัตถุดิบต่างๆ ส่งตรงจากใต้เพื่อให้ได้คุณภาพและรสชาติแบบใต้แท้ๆ อย่าง ต้มส้มปลาเค็มหมูสามชั้นรสเปรี้ยวแต่กลมกล่อมให้ความสดชื่น หรือหมูผัดกะปิกลิ่นหอมรัญจวนชวนน้ำลายสอ ภายในร้านตกแต่งในบรรยากาศน่ารักอบอุ่นแฝงกลิ่นอายของชาวเกาะ

Yoong Khao Hom brought its authentic Southern cuisine from its longstanding stall in Samui to Bangkok in 2017. Interiors playfully reflect a tropical charm, while all the chefs were trained in Samui. Ingredients also come from down south to ensure quality and authenticity. We recommend the pork belly sour soup with sun-dried salted fish, which brings a refreshing acidity, and the tasty stir-fried pork with shrimp paste, with its refined aroma.

TEL. 063 465 6565

ชั้น 1 ศูนย์การค้าแอม พาร์ค จุฬา ซ.จุฬาลงกรณ์ 9 ถ.เจริญเมือง เขตปทุมวัน
1F, I'm Park Chula, Soi Chulalongkorn 9, Charoen Mueang Road, Pathum Wan

■ **ราคา PRICE**
อาหารตามสั่ง à la carte: ฿ 400-700

■ **เวลาเปิด-ปิด OPENING HOURS**
11:00-21:40 (L.O.)

ซูม่า
ZUMA

อาหารญี่ปุ่นร่วมสมัย • ทันสมัย

Japanese contemporary • Fashionable

ร้านอาหารญี่ปุ่นเชนระดับโลก Zuma สาขากรุงเทพฯ ตั้งอยู่ที่
โรงแรม the St. Regis โดดเด่นด้วยครัวเปิดขนาดใหญ่กับ
การตกแต่งสไตล์มินิมอลลิสต์ด้วยไม้และหิน ส่วนเทอเรส
ด้านนอกถูกจัดไว้อย่างสวยงามเหมาะสำหรับช่วงอากาศ
เย็นๆ อาหารญี่ปุ่นร่วมสมัยของที่นี่มีซิกเนเจอร์อยู่ที่ เมนูปูนิ่ม
และปลาหิมะกับเต้าหู้ พร้อมทั้งซูชิที่มีให้เลือกหลากหลาย
สามารถเลือกนั่งในร้านหรือที่บาร์หินปิ้งย่างสไตล์ Robata

The Bangkok branch of this global chain is in
the St. Regis Hotel. Boasting a large, open
kitchen and chic wood and stone minimalist
décor, the restaurant also has a landscaped
terrace which is ideal in cooler months. The
modern Japanese menu includes signature
dishes like soft shell crab and black cod with
miso. There is an impressive selection of sushi,
or you can watch the chefs in action at the
large robata grill.

♿ �w 🍳 🅿 ⬭20 🚇 ◑Ⅱ

TEL. 02 252 4707

ชั้น G โรงแรมเดอะ เซนต์ รีจิส
159 ถ.ราชดำริ เขตปทุมวัน
GF, The St. Regis,
159 Ratchadamri Road, Pathum Wan
www.zumarestaurant.com

■ **ราคา PRICE**
อาหารกลางวัน Lunch:
เซตเมนู set: ฿ 800-4,500
อาหารตามสั่ง à la carte: ฿ 1,200-4,800
อาหารเย็น Dinner:
เซตเมนู set: ฿ 3,250-4,500
อาหารตามสั่ง à la carte: ฿ 1,200-4,800

■ **เวลาเปิด-ปิด OPENING HOURS**
อาหารกลางวัน Lunch:
11:30-14:45 (L.O.)
อาหารเย็น Dinner:
18:00-23:15 (L.O.)

PHRA NAKHON SIDE ฝั่งพระนคร

ฝั่งพระนคร PHRA NAKHON SIDE

ร้านอาหารริมทาง
STREET FOOD

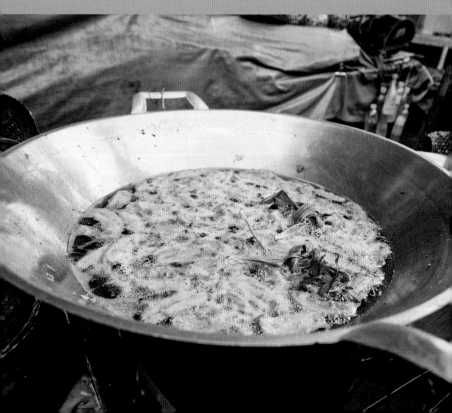

เจ๊ไฝ
JAY FAI

ร้านเก่าแก่ที่ทั้งนักชิมตัวยงต่างกล่าวขวัญถึง และหากคุณเป็นผู้ที่รักการตระเวนชิมอาหารจานเด็ด ยิ่งไม่ควรพลาดร้านนี้ เจ๊ไฝมักใส่แว่นประดาน้ำระหว่างปรุงอาหารอยู่หน้าร้านที่เปิดมายาวนานกว่า 70 ปี เมนูเด็ด เช่น ไข่เจียวปู ปูผัดผงกะหรี่ และโจ๊กแห้ง คือ รสชาติและฝีมือระดับพระกาฬที่ทำให้เจ๊ไฝเป็นตำนานจริงๆ

Jay Fai is a place that both taxi drivers and foodies wax lyrical about and it's easy to see why. Wearing her signature goggles, the local legend that is Jay Fai continues what her father started 70 years ago and makes crab omelettes, crab curries and dry congee.

327 สี่แยกสำราญราษฎร์ เขตพระนคร
327 Samran Rat Intersection, Phra Nakhon
TEL. 02 223 9384

ราคา PRICE | ฿ 400-1,000

เวลาเปิด-ปิด OPENING HOURS |
13:30-01:30 (L.O.)

แอน ก๋วยเตี๋ยวคั่วไก่
ANN GUAY TIEW KUA GAI

ก๋วยเตี๋ยวคั่วไก่อาจเป็นอาหารที่พบได้ทั่วไปตามท้องถนน แต่ที่ "แอน" คุณจะได้พบกับความอร่อยเหนือชั้น เลือกสั่งได้ว่าต้องการก๋วยเตี๋ยวแบบกรอบกับไข่สุก หรือแบบนิ่มกับไข่เยิ้มๆ เส้นก๋วยเตี๋ยวกรอบนอกนุ่มในที่ไม่มันเลี่ยน และยังมีหนังไก่ทอดกรอบให้เคี้ยวเพลินในร้านติดแอร์นั่งสบายอีกด้วย

Fried noodles are a ubiquitous street dish, but they're taken to another level here. Whether ordered crispy with a fried egg or soft with a runny egg, they retain a soft texture on the inside and a crispy exterior that isn't oily. Munch on crispy chicken skin and cool off in the air-con.

419 ถ.หลวง เขตป้อมปราบศัตรูพ่าย
419 Luang Road, Pom Prap Sattru Phai
TEL. 02 621 5199

ราคา PRICE | ฿ 50-150

เวลาเปิด-ปิด OPENING HOURS |
16:00-01:00 (L.O.)

บ้านใหญ่ผัดไทย
BAAN YAI PHAD THAI

บ้านใหญ่ผัดไทยเตาถ่านเป็นผัดไทยที่อร่อยที่สุด
อีกร้านหนึ่งในกรุงเทพฯ ด้วยเส้นเหนียวนุ่มกำลัง
พอดี รสชาติจัดจ้านกับกลิ่นหอมควันเตาถ่านที่
หาทานได้ยาก เลือกเส้นกับเครื่องที่คุณชื่นชอบ
จดออเดอร์แล้วเข้าคิวรอกันได้เลย

This is one of the best places for Phad
Thai – piping hot noodles cooked to
perfection boldly flavoured and with a
distinctive smokiness from the
charcoal stove. Expect to wait in line.
Come with a local since you have to
write in Thai to make an order.

ซ.อินทามระ 47 เขตดินแดง
Soi Inthamara 47, Din Daeng
TEL. N/A

ราคา PRICE | ฿ 40-70

เวลาเปิด-ปิด OPENING HOURS |
16:00-00:00 (L.O.)

จ๊ากกี่
CHAKKI

ร้านอาหารจีนอร่อยถูกปากคนไทยแห่งนี้เป็นธุรกิจ
ครอบครัว เดิมอยู่ย่านเยาวราช ก่อนย้ายมาอยู่ที่
ถนนราชวิถีเป็นเวลาถึง 30 ปีแล้ว ลูกค้าส่วนใหญ่
มาเพื่อสั่งจานเด็ดของร้าน เช่น ราดหน้าเนื้อเส้นหมี่
และเกี๊ยวทอดกรอบ หากไม่อยากพลาดความอร่อย
ควรมาแต่เนิ่นๆ

This family-run Cantonese shop has been
on Ratchawithi Road for 30 years. Chakki's
owner doesn't believe in menus - everyone
is here for their famous deep-fried
wontons or deep-fried rice noodles and
beef topped with gravy. Once these
dishes sell out, the shop closes for the day.

1/35 ซ.วัฒนโยธิน ถ.รางน้ำ เขตราชเทวี
1/35 Soi Watthanayothin, Rang Nam Road,
Ratchathewi
TEL. 02 245 0849

ราคา PRICE | ฿ 80-160

เวลาเปิด-ปิด OPENING HOURS |
11:00-15:00 (L.O.)

เจริญแสงสีลม
CHAROEN SAENG SILOM

ข้าวขาหมูเจริญแสงเปิดกิจการในปี 1959 ซึ่งนับเป็นเวลากว่า 5 ทศวรรษมาแล้ว ร้านนี้โดดเด่นกว่าเจ้าอื่น ตรงเนื้อหมูที่นุ่มแทบจะละลายในปาก รสชาติเข้าเนื้อ น้ำขาหมูเข้มข้นหอมเครื่องยาจีน เสิร์ฟคู่กับผักดองและน้ำจิ้มทำเองรสจัดจ้าน มั่นใจได้ว่าร้านนี้อร่อยเกินคุ้ม

"Kha Mu Si Lom" has been serving stewed pork knuckle since 1959. What sets this shop apart from the hundreds of others is their meltingly soft, caramelised pork in a rich and aromatic gravy with Chinese herbs. Enjoy the pork with their homemade spicy sauce and pickles. Great value.

$

492/6 ซ.เจริญกรุง 49 ถนนสีลม บางรัก
492/6 Soi Charoen Krung 49, Si Lom Road, Bang Rak
TEL. 02 234 4602

ราคา PRICE | ฿ 40-240

เวลาเปิด-ปิด OPENING HOURS |
08:00-13:30 (L.O.)

ผัดไทยไฟทะลุ N
EAT PAD THAI

ผัดไทยร้านนี้ ทำให้ลืมภาพของผัดไทยริมทางไปเลย ด้วยการตกแต่งที่ดูทันสมัยแต่มีกลิ่นอายความย้อนยุค เชฟแอนดี้ หยาง เชฟชาวไทยที่โด่งดังจากนิวยอร์กสร้างสรรค์เมนูผัดไทยได้อย่างน่าทึ่งด้วยวัตถุดิบชั้นดีอย่าง คอหมูเบิร์กเชียร์ และกุ้งแชบ๊วยตัวใหญ่ ด้วยความใส่ใจในรายละเอียดทำให้เมนูผัดไทยที่นี่อร่อยไม่เหมือนใคร

Don't expect your average street-side Phad Thai here at this funky spot as the recipe has been jazzed-up by famous chef Andy Yang. It is also cooked à la minute, using premium ingredients such as Berkshire pork and banana shrimps.

$

115/5 ถ.ดินสอ เขตพระนคร
115/5 Dinso Road, Phra Nakhon
TEL. 089 811 1888

ราคา PRICE | ฿ 75-230

เวลาเปิด-ปิด OPENING HOURS |
10:00-21:00 (L.O.)

เอลวิส สุกี้ (สาขาซ.ยศเส)
ELVIS SUKI (SOI YOTSE)

แม้จะอยู่ในย่านยศเสที่มีอาหารริมทางอร่อยให้เลือก
มากมาย แต่ "เอลวิส สุกี้" กลับโดดเด่นกว่าใคร
ด้วยสูตรและฝีมือที่สั่งสมมาถึง 30 ปี จานเด็ดที่เรา
ขอแนะนำ คือ สุกี้แห้งเนื้อนุ่มชุ่มลิ้นที่มีกลิ่นหอม
จากไข่และเตาถ่าน ทางร้านยังมีอีกหลายเมนูที่น่า
ลิ้มลองและไม่ควรพลาด เช่น หอยเชลล์ทรงเครื่อง

Situated in a competitive street food
neighbourhood, Elvis Suki rises above
the rest of the vendors on Yotse Road.
Following the same recipe for 30 years, the
suki can be ordered with or without soup,
but the dry sukiyaki beef with Elvis' secret
eggy sauce, smoky aroma from the coal
stove and perfectly cooked beef is the best.

200/37 ซ.ยศเส ถ.พลับพลาไชย เขตป้อมปราบศัตรูพ่าย
**200/37 Soi Yotse, Phlapphla Chai Road,
Pom Prap Sattru Phai**
TEL. 02 223 4979

ราคา PRICE | ฿ 40-100

เวลาเปิด-ปิด OPENING HOURS |
16:00-00:00 (L.O.)

โกอ่างข้าวมันไก่ประตูน้ำ (สาขาประตูน้ำ)
GO-ANG KAOMUNKAI PRATUNAM (PRATUNAM)

กว่า 50 ปีแล้วที่ร้านโกอ่างเปิดให้บริการแก่แฟนพันธุ์
แท้ชาวไทย และนักท่องเที่ยวที่ล่วงรู้กิตติศัพท์ความ
อร่อยล้ำของข้าวมันไก่โกอ่าง ข้าวมันหอมฉุย รสชาติ
ลงตัวกับไก่ต้มเนื้อนุ่ม พร้อมน้ำซุปที่เคี่ยวจนได้รสชาติ
กลมกล่อมอย่างที่พูดได้เต็มปากเลยว่า "อร่อยมากๆ"

This humble chicken and rice stall has
drawn a devoted fan base of locals and
in-the-know visitors for more than 50 years.
The aromatic rice is cooked with chicken oil
and perfectly matches the flavour of the
chicken, and the doubleboiled soup is
delicious, or, as the locals say, aroymak.

960-962 ถ.เพชรบุรี เขตราชเทวี
960-962 Phetchaburi Road, Ratchathewi
TEL. 02 252 6325

ราคา PRICE | ฿ 40-290

เวลาเปิด-ปิด OPENING HOURS |
06:00-14:00 (L.O.); 17:00-02:00 (L.O.)

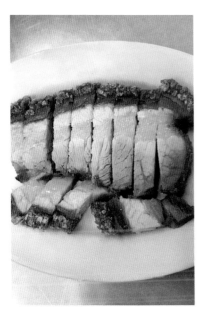

ก๋วยจั๊บมิสเตอร์โจ
GUAY JUB MR. JOE

มิสเตอร์โจเสิร์ฟความอร่อยระดับภัตตาคารในราคา
ร้านริมถนน หนังหมูกรุบกรอบติดเนื้อ แทรกชั้นไขมัน
หนานุ่ม จะเลือกสั่งเป็นอาหารทานเล่นหรือใส่ใน
กวยจั๊บก็อร่อยลิ้นทุกเมนู มิสเตอร์โจตั้งอยู่ระหว่าง
ซอยจันทน์ 42 กับซอยจันทน์ 44 เปิดบริการตั้งแต่
เช้าตรู่จนถึงบ่ายแก่ๆ

The pork skin is crispy and surrounds rich
layers of soft pork. Enjoy this dish as an
entrée or mixed into a pepper broth and
rice noodle soup known as Guay Jub. It's
open from early in the morning until late
afternoon, between Soi Chan 42 and 44.

46 ซ.จันทน์ 44 เขตบางคอแหลม
46 Soi Chan 44, Bang Kho Laem
TEL. 02 213 3007

ราคา PRICE | ฿ 50-60

เวลาเปิด-ปิด OPENING HOURS |
08:00-16:30 (L.O.)

ก๋วยจั๊บอ้วนโภชนา
GUAY JUB OUAN POCHANA

กวยจั๊บอ้วนโภชนาเปิดบริการมากว่า 50 ปี แต่ยังคง
มีลูกค้าจะมารอต่อคิวกันยาวเหยียดทุกวันเพราะ
กวยจั๊บที่นี่ไม่เป็นสองรองใคร ด้วยเส้นกวยจั๊บนุ่ม
หนึบ น้ำซุปหอมที่มีรสเผ็ดร้อนจากพริกไทย และ
หมูกรอบที่อร่อยนุ่มชุ่มลิ้น

This cart has been serving Guay Jub
(rolled rice noodle soup) for over 50
years and there is always a long line. The
noodles are tender but chewy, the broth
is aromatic and peppery, and the pork
belly is juicy and crispy.

หน้าโรงหนังไชน่าทาวน์รามา
408 ถ.เยาวราช เขตสัมพันธวงศ์
In front of China Town Rama Cinema,
408 Yaowarat Road, Samphantawong
TEL. 086 500 9979

ราคา PRICE | ฿ 50-60

เวลาเปิด-ปิด OPENING HOURS |
18:00-03:00 (L.O.)

ก๋วยเตี๋ยวคั่วไก่สวนมะลิ (สาขาสี่แยกโรงพยาบาลกลาง)

GUAY TIEW KUA GAI SUANMALI (KHLANG HOSPITAL INTERSECTION)

ก๋วยเตี๋ยวคั่วไก่สวนมะลิเสิร์ฟความอร่อยให้ลูกค้าติดใจมาอย่างยาวนาน ด้วยเนื้อไก่ที่หมักจนนุ่มเข้าเนื้อ เส้นก๋วยเตี๋ยวกรอบนอกนุ่มในซึ่งเป็นเทคนิคการปรุงเส้นที่หาได้ยาก หนึ่งมื้อสนนราคาประมาณ 50 บาทเท่านั้น อย่างนี้ไม่สั่งอีกจานไม่ได้แล้ว

This long-standing stir-fried chicken noodle shop is a hidden gem. The chicken is well marinated, tasty and soft, while the noodles are crispy on the outside and soft on the inside. A meal averages 50 baht, so why not order seconds?

266/1 ซ.เทวีวรญาติ ถ.หลวง เขตป้อมปราบศัตรูพ่าย
266/1 Soi Thewi Worayat, Luang Road, Pom Prap Sattru Phai
TEL. 02 222 4047

ราคา PRICE | ฿ 40-100

เวลาเปิด-ปิด OPENING HOURS |
17:00-23:00 (L.O.)

ก๋วยเตี๋ยวหมูรุ่งเรือง

GUAY TIEW MU RUNG RUEANG

ก๋วยเตี๋ยวร้อนๆ โปะด้วยลูกชิ้นปลาทำเอง เนื้อเด้งสดอร่อย ได้รสชาติปลาแท้ๆ และหมูสับหอมๆ รสชาติละมุนลิ้น เลือกอร่อยได้ทั้งน้ำใสหรือต้มยำที่ขึ้นชื่อของร้าน อย่าลืมสั่งหนังปลากรอบเพิ่มเพื่อความอร่อยอย่างครบเครื่อง

Evaluate your hunger then choose a small or large portion. Next, opt for clear minced pork soup or the famous tom yum broth. Each steaming bowl is topped with homemade fish balls, which have a pleasant fishy flavour and bouncy texture. Don't miss adding crispy fish skin to your order.

10/3 ซ.สุขุมวิท 26 ถนนสุขุมวิท เขตคลองเตย
10/3 Soi Sukhumvit 26, Khlong Toei
TEL. 02 258 6746

ราคา PRICE | ฿ 50-100

เวลาเปิด-ปิด OPENING HOURS |
08:30-17:00 (L.O.)

เฮียหวานข้าวต้มปลา
HIA WAN KHAO TOM PLA

เฮียหวานข้าวต้มปลา ชื่อร้านนั้นบอกชัดเจนอยู่แล้วว่าเมนูไหนที่คุณไม่ควรพลาด นอกจากเนื้อปลาสดแน่นส่งตรงจากทะเล ยังมีเมนูอาหารทะเลสดๆ แนะนำอีกมากมาย เช่น ยำทะเลรวมมิตร ต้มยำทะเล และกุ้งอบวุ้นเส้น อิ่มอร่อยไปกับเมนูที่คุณถูกใจในบรรยากาศร้านอาหารริมทางแบบเป็นกันเอง

With the shop's signature dish - soft boiled rice with fish - in the name, it's obvious what you should be ordering. But pull up a stool and also try the mixed seafood salad, Tom Yum seafood, and baked vermicelli noodles with prawns.

$

2 ถ.จันทร์ เขตสาทร
2 Chan Road, Sathon
TEL. 02 211 0829

ราคา PRICE | ฿ 50-400

เวลาเปิด-ปิด OPENING HOURS |
17:00-23:30 (L.O.)

โจ๊กปรินซ์
JOK PRINCE

โจ๊กเป็นอาหารทานง่ายอิ่มสบายท้องที่อยู่คู่กับคนเอเชียมานาน โจ๊กอร่อยร้านดังแห่งนี้ซ่อนตัวอยู่ในตรอกเล็กๆ ที่หาไม่ง่าย แต่เมื่อได้ลิ้มลองก็จะรู้ว่าอร่อยสมคำร่ำลือและคุ้มค่าที่ตามหา โจ๊กเนื้อเนียนนุ่มต้มจากปลายข้าวชั้นดี ใส่หมูสับก้อนโต หอมกลิ่นเตาถ่านอันเป็นเอกลักษณ์ เลือกทานร้อนๆ กับไข่ลวกหรือไข่เยี่ยวม้าได้ตามใจชอบ

Congee is the ultimate Asian comfort food, and one of the best bowls is at this little stall down a narrow alley. The rice porridge is topped with minced pork balls and either a raw egg or a century egg. The congee is smooth and savoury and has a smoky aroma.

$

1391 ถ.เจริญกรุง เขตบางรัก
1391 Charoen Krung Road, Bang Rak
TEL. 089 795 2629

ราคา PRICE | ฿ 45-60

เวลาเปิด-ปิด OPENING HOURS |
06:00-12:00 (L.O.); 16:30-22:00 (L.O.)

PHRA NAKHON SIDE ฝั่งพระนคร

ก. พานิช N
K. PANICH

ร้านข้าวเหนียวมูนเจ้าดังที่ขายมายาวนานจนกลายเป็นตำนานความอร่อยคู่กรุงเทพฯ มากว่า 80 ปี สูตรลับของครอบครัวที่สืบทอดกันมาหลายรุ่นมีความพิเศษอยู่ที่ ข้าวเหนียวที่สุกนุ่มพอดี เม็ดสวยเรียงตัว รสหวานกำลังเหมาะ และน้ำกะทิช่วยเติมเต็มความกลมกล่อม อร่อยทุกเมนูทั้งข้าวเหนียวมะม่วง ทุเรียน และสังขยา

You can find mango sticky rice on every corner, but this legendary shop near the Grand Palace uses a family recipe passed down the generations for over 80 years. The rice is perfectly cooked with the right level of sweetness. Try also their durian variation.

431-433 ถ.ตะนาว เขตพระนคร
431-433 Tanao Road, Phra Nakhon
TEL. 02 221 3554

ราคา PRICE | ฿ 40-100

เวลาเปิด-ปิด OPENING HOURS |
07:00-19:00 (L.O.)

ข้าวผัดปูช้างเผือก (สาขาเวิ้งนครเกษม) N
KHAO PHAD PU CHANG PHUEAK (WOENG NAKHON KASEM)

ร้านรถเข็นนี้ตั้งอยู่ริมถนนใกล้ย่านเยาวราช อัดแน่นด้วยคุณภาพและความอร่อยที่เป็นเอกลักษณ์จนลูกค้าประจำแวะเวียนมาไม่ขาดสาย ทุกจานปรุงด้วยของคุณภาพเนื้อปูสดแน่นก้อนโตหอมติดกระทะ ทั้งข้าวผัดปู ผัดหมี่ปู และกระเพาะปลาผัดแห้ง ซึ่งรับรองว่ารสชาติและคุณภาพไม่แพ้ร้านอาหารราคาแพง

This push cart on the main drag in Chinatown serves tasty crab fried rice, crab noodles and stir-fried fish maw. Chunks of crab cooked à la minute have a smoky aroma and could put many an upmarket Chinese restaurant to shame. Arrive early or be ready to queue.

140 ถ. เยาวราช เขตสัมพันธวงศ์
140 Yaowarat Road, Samphanthawong
TEL. 081 812 5067

ราคา PRICE | ฿ 90-140

เวลาเปิด-ปิด OPENING HOURS |
18:00-00:00 (L.O.)

ลิ้มเหล่าโหงว (สาขาเยาวราช)
LIM LAO NGOW (CHINA TOWN)

กว่า 60 ปีหรือสามชั่วอายุคนมาแล้วที่สูตรลับประจำตระกูลได้สร้างความประทับใจให้กับลูกค้า รสชาติของก๋วยเตี๋ยวลูกชิ้นปลาทำเองกับเกี๊ยวปลานั้นคุ้มค่าต่อการเข้าคิวรอ ลูกชิ้นปลาของร้านทำจากเนื้อปลาล้วนๆ ไม่ผสมแป้ง เนื้อนุ่มเด้ง อร่อยเด็ดด้วยรสชาติของปลาแท้ๆ หากไม่อยากพลาดชิมเกี๊ยวปลาคงต้องมาไวสักนิด

This stall has been here for more than 60 years and three generations. The homemade fish balls with Chinese-style noodles and fish wontons are worth the queue. The bouncy fish balls are made without flour from a mix of fresh fish. Come early before the wontons sell out.

หน้าอาคารเลขที่ 299-301 ถ.ทรงสวัสดิ์ เขตสัมพันธวงศ์
in front of the buiding no. 299-301,
Song Sawat Road, Samphanthawong
TEL. 081 640 4750

ราคา PRICE | ฿ 40-50

เวลาเปิด-ปิด OPENING HOURS |
19:00-23:00 (L.O.)

เมาเวอริค (สาขาซ.ยศเส) N
MAVERICK (SOI YOTSE)

หากคุณเป็นแฟนเมนูสุกี้แห้ง ไม่ควรพลาดร้านนี้ด้วยประการทั้งปวง เมาเวอริคเสิร์ฟความอร่อยในซอยยศเสเป็นสาขาแรก และขายมายาวนานจนกลายเป็นตำนานสุกี้เจ้าดัง ด้วยสูตรเฉพาะของร้านที่รสชาติเข้มข้นเผ็ดร้อนไม่เหมือนใคร โรยด้วยกากหมูเจียวเป็นซิกเนเจอร์ของร้าน เมนูห้ามพลาด คือ สุกี้แห้งเนื้อนุ่มรสเด็ดหอมกระทะ

Japanese food may not spring to mind when it comes to Bangkok street food. This shop prides itself on sukiyaki beef alongside fried glass noodles with an eggy sauce. When they run out of beef, you can opt for chicken, pork or seafood.

34-36 ซ.ยศเส เขตป้อมปราบศัตรูพ่าย
34-36, Soi Yotse, Pom Prap Sattru Phai
TEL. 081 005 2526

ราคา PRICE | ฿ 50-80

เวลาเปิด-ปิด OPENING HOURS |
15:00-22:30 (L.O.)

นายหมงหอยทอด
NAI MONG HOI THOD

เยาวราชเป็นย่านอาหารริมทางที่ขึ้นชื่อที่สุดในกรุงเทพฯ และร้านนายหมงหอยทอดเตาถ่านก็เป็นอีกร้านที่เลื่องลือที่สุดแห่งหนึ่งในย่านนี้ เปิดขายมายาวนานกว่า 30 ปี ที่เด็ด คือ หอยนางรม และหอยแมลงภู่สดใหม่ ที่เลือกสั่งได้ทั้งแบบหอยทอดกรอบๆ หรือออส่วนนุ่มๆ

Chinatown has some of the best street food in the city, and this is one of its most famous stands. Hoi thod translates as fried oyster, and that is exactly what Mr Mong has been serving for over 30 years. Order the omelette with crispy or soft fried oysters or have it with mussels instead.

539 ถ.พลับพลาไชย เขตป้อมปราบศัตรูพ่าย
539 Phlapphla Chai Road, Pom Prap Sattru Phai
TEL. 089 773 3133

ราคา PRICE | ฿ 70-100

เวลาเปิด-ปิด OPENING HOURS |
11:00-21:00 (L.O.)

อองตอง (N)
ONGTONG

ด้วยสูตรลับของครอบครัวที่มาจากเชียงใหม่แท้ๆ และวัตถุดิบคุณภาพสดใหม่เท่านั้น ทำให้คุณหลงรักเมนูข้าวซอยของที่นี่ได้ไม่ยาก ซึ่งมีให้เลือกอย่างหลากหลายทั้งแบบธรรมดาและแบบคั่วแห้ง แนะนำให้ลองข้าวซอยผัดไส้อั่ว และเมนูอาหารเหนืออื่นๆ ที่อร่อยไม่แพ้กัน โดยเฉพาะปูอ่องซึ่งหาทานได้ยากในกรุงเทพฯ และมีเฉพาะบางฤดูกาลเท่านั้น

Originally from Chiang Mai, Ongtong specialises in Khao Soi, a flat egg noodle with coconut curry soup. Recipes have been passed down from the grandmother, only high quality ingredients are used and everything is homemade each morning. Other local Northern dishes are also available.

17 ซ.พหลโยธิน 7 เขตพญาไท
17 Soi Phahon Yothin 7, Phaya Thai
TEL. 02 003 5254

ราคา PRICE | ฿ 100-250

เวลาเปิด-ปิด OPENING HOURS |
10:30-20:30 (L.O.)

ไก่ทอดเจ๊กีซ.โปโล (สาขาซ.โปโล)
POLO FRIED CHICKEN (SOI POLO)

ชิมไก่ทอดรสเด็ดระดับตำนานของกรุงเทพฯ ใน
ซอยโปโล ร้านนี้เปิดมานานถึง 50 ปีแล้วด้วยเมนู
ไก่ทอดอันเลื่องชื่อ เนื้อนุ่มหนังกรอบโรยกระเทียม
ที่ยิ่งอร่อยถึงใจเมื่อได้กินกับข้าวเหนียวร้อนๆ
นอกจากนี้ยังมีอาหารอีสานรสแซ่บให้เลือกอีก
หลายรายการ เช่น ส้มตำ ลาบหมู และเนื้อย่าง

This standalone shop has been here for 50
years, and their garlic fried chicken has
perfectly crispy skin and is soft on the
inside; it's best with warm sticky rice.
Other Isan delights include Som Tum, Lap
Mu (minced pork salad) and grilled beef.

 P

137/1-2 ซ.โปโล เขตปทุมวัน
137/1-2 Soi Polo, Pathum Wan
TEL. 02 655 8489

ราคา PRICE | ฿ 150-350

เวลาเปิด-ปิด OPENING HOURS |
07:00-21:00 (L.O.)

พูนเลิศ เหลาะงาทิ้นเจ้าเก่า (สาขาห้าแยกพลับพลาไชย) **N**
POON LERT ROOM (PHLAPPHLA CHAI INTERSECTION)

ร้านพูนเลิศ เหลาะงาทิ้นเจ้าเก่า อยู่ตรงสาขาห้าแยก
พลับพลาไชยส่งต่อสูตรลับมาถึง 3 รุ่นแล้ว อาหาร
จานเด็ด คือ ข้าวหน้าไก่เข้มข้นสูตรต้นตำรับ ทางร้าน
ต้องใช้สะโพกไก่ถึงวันละ 300 กก. เพื่อนำมาปรุงเป็น
น้ำราดเข้มข้นหอมอร่อยที่คนมากมายต้องตามมา
ทาน โกยซีหมี่และข้าวเหนียวหมูแดงก็น่าลองเช่นกัน

Into its third generation and as popular
as ever, this old-fashioned shop was the
origin of local favourite Khao Na Gai
(chicken gravy rice). About 300kg of
chicken thigh is poached in chicken
stock every day for its signature dish.

562 ถ.หลวง ห้าแยกพลับพลาไชย เขตป้อมปราบศัตรูพ่าย
562 Luang Road, Phlapphla Chai Intersection,
Pom Prap Sattru Phai
TEL. 02 688 9254

ราคา PRICE | ฿ 50-150

เวลาเปิด-ปิด OPENING HOURS |
10:00-18:00 (L.O.)

ราดหน้ายอดผักสูตร 40 ปี N
RAT NA YOT PHAK 40 YEARS

ร้านราดหน้าเก่าแก่อันโด่งดังใกล้ศาลเจ้าพ่อเสือแห่งนี้ นอกจากจะมีเส้นราดหน้าที่ผัดได้อย่างหอมกรุ่น กับน้ำราดรสชาติสุดกลมกล่อมแล้ว ยังมีบะหมี่กรอบผัดซีอิ๊ว และหมูสะเต๊ะเสิร์ฟร้อนๆ เป็นจานเด็ดของร้านที่ใครหลายคนยังไม่รู้ ทุกเมนูของที่นี่ใช้วัตถุดิบสดใหม่ และปรุงด้วยทักษะที่สั่งสมมายาวนานกว่า 40 ปี

Its speciality and history are in its name: it has served Rat Na, noodles in gravy with an array of meats and seafood with a unique smoky aroma, for over 40 years. Try also Phad Si Io, fried noodles in soy, and their satay skewers.

514 ถ.ตะนาว เขตพระนคร
514 Tanao Road, Phra Nakhon
TEL. 02 622 1910

ราคา PRICE | ฿ 40-70

เวลาเปิด-ปิด OPENING HOURS |
09:00-22:00 (L.O.)

แซ่พุ้น N
SAE PHUN

แซ่พุ้นตั้งอยู่ในย่านเมืองเก่า รายล้อมด้วยสถานที่ท่องเที่ยวสำคัญมากมาย แม้ว่าสไตล์การตกแต่งอาจดูเหมือนร้านเพิ่งเปิดใหม่ แต่ความจริงแล้วร้านนี้มีสูตรข้าวหน้าไก่ของคุณปู่ที่สืบทอดมายาวนานกว่า 80 ปี ไก่เนื้อนุ่มหอมละมุน กับตัวซอสรสเข้มข้นแต่กลมกล่อมเป็นเอกลักษณ์ ชวนให้นึกถึงความทรงจำสมัยเด็กของใครหลายๆ คน

Despite the new-look décor, the owners carry on what their grandpa started over 80 years ago, making chicken stew on rice or noodles the way it has always been. The tender, juicy chicken and rich, smooth gravy will bring back childhood memories.

112 ถ.มหรรณพ เขตพระนคร
112 Mahannop Road, Phra Nakhon
TEL. 061 994 7171

ราคา PRICE | ฿ 50-120

เวลาเปิด-ปิด OPENING HOURS |
07:00-15:00 (L.O.)

สว่างบะหมี่ก้ามปู (สาขาสี่พระยา)
SAWANG BAMI KAM PU (SI PHRAYA)

ร้านสว่างบะหมี่ก้ามปูสาขานี้โด่งดังจากเส้นบะหมี่เหนียวนุ่ม และก้ามปูสดเนื้อแน่นชิ้นใหญ่มีหลายขนาดให้เลือก สามารถสั่งเพิ่มเกี๊ยวหรือหมูแดงที่อร่อยไม่แพ้กัน แนะนำเมนูบะหมี่แห้งพร้อมก้ามปู และสั่งน้ำซุปเพิ่มเพื่อความคล่องคอ ร้านมีทั้งหมด 3 สาขา แบ่งกันดูแลในครอบครัวระหว่างพี่ชายน้องสาว

Its crab claws brought this family-run noodle shop, with three branches, its fame. Order anything on the menu though and you won't be disappointed – it's all fresh and top quality. Just be sure to try their famous noodles with extra soup.

264 ถ.สี่พระยา เขตบางรัก
264 Si Phraya Road, Bang Rak
TEL. 02 236 1772

ราคา PRICE | ฿ 60-350

เวลาเปิด-ปิด OPENING HOURS |
17:00-23:00 (L.O.)

เทนซัน
TEN SUNS

ร้านเนื้อยอดนิยมแห่งนี้ตั้งอยู่ในตึกแถวย่านเมืองเก่า เนื้อตุ๋นทุกคำหอมนุ่มละมุนลิ้น รสชาติอร่อยล้ำไร้เทียมทานสมคำร่ำลือ เลือกสั่งก๋วยเตี๋ยว หรือเกาเหลาใส่เนื้อส่วนต่างๆ หลากสไตล์หลายรสสัมผัสที่พร้อมเสิร์ฟตามความชื่นชอบของลูกค้าที่มาเยือน หากใครชอบทานเนื้อเป็นพิเศษ แนะนำให้สั่งเนื้อตุ๋นหม้อไฟรสเด็ด

This trendy stand in the old town sells legendary braised beef noodle soup – and the beef is masterfully braised. Try their noodles with different cuts of beef for a variety of textures or ask for the beef hotpot (not on the menu) for an extra serving of beef.

456 ถ.วิสุทธิกษัตริย์ เขตพระนคร
456 Wisut Kasat Road, Phra Nakhon
TEL. 085 569 9915

ราคา PRICE | ฿ 100-120

เวลาเปิด-ปิด OPENING HOURS |
09:00-15:00 (L.O.); 17:00-21:00 (L.O.)

PHRA NAKHON SIDE ฝั่งพระนคร

167

ตั้งซุ่ยเฮงโภชนา (สาขาพระราม 4)
TUNG SUI HENG POCHANA (RAMA 4)

ลองขาห่านอบหม้อดินสักคำแล้วจะได้คำตอบว่าทำไมร้านนี้จึงเปิดบริการมาได้ยาวนานกว่า 50 ปี ตั้งซุ่ยเฮงโภชนาเป็นร้านบะหมี่เป็ดและห่านหม้อดินที่อร่อยระดับตำนาน มาที่นี่ห้ามพลาดบะหมี่เป็ดกับไส้แก้ว วัตถุดิบทุกอย่างสดใหม่ คุณภาพดี และทำอย่างสะอาด ตามสูตรเก่าแก่ที่ไม่เป็นสองรองใคร

One bite of the signature stewed goose in a clay pot, and it is easy to see why this family-run shop has been here for more than 50 years. If you make the pilgrimage, be sure to order the duck noodle soup and the stewed duck intestine.

528/45 ถ.พระรามที่ 4 เขตบางรัก
528/45 Rama 4 Road, Bang Rak
TEL. 02 234 0084

ราคา PRICE | ฿ 50-500

เวลาเปิด-ปิด OPENING HOURS |
16:00-22:00 (L.O.);
วันเสาร์-อาทิตย์ Weekend 14:30-22:00 (L.O.)

เจ๊เจี่ยเย็นตาโฟ
JAY JIA YENTAFO

ร้านเย็นตาโฟย่านพระราม 4 แห่งนี้เสิร์ฟความเลิศรสระดับตำนานมากว่า 30 ปี และมี 2 ร้านใกล้ๆ กันโดยสลับกันขายคนละช่วงเวลา (กลางวันและเย็น) ลูกค้าแวะเวียนเข้าร้านไม่ขาดสายเพื่อมาลิ้มลองเย็นตาโฟใส่ลูกชิ้นกุ้งทำเองสูตรเด็ด เส้นบะหมี่ของร้านเจ๊เจี่ยก็เหนียวนุ่ม หรือสั่งเกี๊ยวกุ้งเพิ่มเพื่อความอิ่มอร่อย

This noodle stall is more than 30 years old and has two nearby shops; one for lunch and one for dinner. Office workers flood the shop for Yentafo (pink noodle soup) and its legendary homemade shrimp balls. The egg noodles are also good; add an order of shrimp wontons if you're hungry.

564 ถ.พระรามที่ 4 เขตบางรัก
564 Rama 4 Road, Bang Rak
TEL. 086 688 9646

ราคา PRICE | ฿ 45-100

เวลาเปิด-ปิด OPENING HOURS |
16:00-22:00 (L.O.)

ข้าวต้มปลากิมโป้
KHAO TOM PLA KIMPO

ฮ้อข้าวต้มปลาหรือที่ลูกค้าเรียกติดปากว่า ข้าวต้มปลากิมโป้ ร้านเก่าแก่ย่านตรอกจันทน์ใกล้ตลาดปลาที่ใหญ่ที่สุดในกรุงเทพฯ ที่เฮียฮ้อเจ้าของร้านไปคัดปลาสดๆ ด้วยตนเอง โดดเด่นด้วยน้ำซุปกลมกล่อมที่เคี่ยวจากกระดูกหมูและกระดูกปลา เสริมทัพด้วยอาหารทะเลสดๆ เม็ดข้าวต้มนุ่มกำลังดี และกระเทียมเจียวเพิ่มความหอม

This long-standing boiled rice and fish spot is near Bangkok's biggest fish market, and that's where the owner sources ingredients. The distinguishing element is the broth, made mainly from pork and fish bones for a sweet soup that comes with fresh seafood, rice and garlic chips.

1897 ถ.เจริญกรุง เขตบางคอแหลม
1897 Charoen Krung Road, Bang Kho Laem
TEL. 02 675 2598

ราคา PRICE | ฿ 100-500

เวลาเปิด-ปิด OPENING HOURS |
18:00-00:00 (L.O.)

ล้งเล้งลูกชิ้นปลา (สาขาบรรทัดทอง)
LONGLENG LOOKCHIN PLA (BANTHAT THONG)

ร้านก๋วยเตี๋ยวลูกชิ้นปลาในกรุงเทพฯ อาจมีมากมายนับไม่ถ้วน แต่ล้งเล้งลูกชิ้นปลาโดดเด่นกว่าใครเพราะใช้ลูกชิ้นปลาที่ทางร้านทำเอง สดใหม่ทุกวันและปลอดผงชูรส บะหมี่เย็นตาโฟใส่ลูกชิ้นสารพัดชนิดเป็นเมนูเด็ดที่ทุกคนต้องมาชิม เคล็ดลับเด็ดอยู่ที่หนังปลาทอดกรอบที่แม้อยู่ในน้ำซุปก็ยังกรอบเคี้ยวเพลิน

Ice-packed carts and basic street-side grills all sell versions of fish balls, but the homemade ones at this shop are MSG-free and made fresh daily. Enjoy them with egg noodles yentafo (pink noodle soup). The secret is the crispy fish skin that retains the crunch even in the soup.

315 ซ.จุฬาลงกรณ์ 22 ถ.บรรทัดทอง เขตปทุมวัน
315 Soi Chulalongkorn
22 Banthat Thong Road, Pathum Wan
TEL. 02 215 1905

ราคา PRICE | ฿ 50-100

เวลาเปิด-ปิด OPENING HOURS |
17:00-22:00 (L.O.)

ก๋วยจั๊บนายเอ๊ก
NAI EK ROLL NOODLES

เมื่อปี 1960 นายเอ๊กอพยพจากเมืองจีนมาขาย
กวยจั๊บบนรถเข็นเล็กๆ แต่ชื่อเสียงโด่งดังขึ้นเรื่อยๆ
จนขยายมาเปิดเป็นร้านที่ซ.เยาวราช 9 เมื่อปี 1989
เมนูเด่นของที่นี่ คือ กวยจั๊บ หมูกรอบชิ้นโตในน้ำซุป
หอมพริกไทย และอาหารจีนอร่อยอย่างซุปเยื่อไผ่
หรือซี่โครงหมูตุ๋นยาจีน อาหารราคาสบายๆ
ภายในร้านสะอาดและสว่างน่านั่ง

Nai Ek emigrated from China in 1960
and first sold his rolled noodles from a
cart; his reputation grew and he opened
his shop in 1989. His signature is crispy
pork in a peppery broth soup with rolled
noodles. Enjoy other Chinese delights
like herbal soups or stewed pork.

442 ซ.เยาวราช 9 เขตสัมพันธวงศ์
442 Soi Yaowarat 9, Samphanthawong
TEL. 02 226 4651

ราคา PRICE | ฿ 50-200

เวลาเปิด-ปิด OPENING HOURS |
09:00-00:00 (L.O.)

นายอ้วนเย็นตาโฟบะเต็งเสา ชิงช้า (สาขาเสาชิงช้า)
NAI OUAN YENTAFO BATENG SAO CHINGCHA (SAO CHINGCHA)

ร้านก๋วยเตี๋ยวเย็นตาโฟชื่อดังที่เปิดขายมานานกว่า
50 ปี ร้านนี้อยู่บริเวณเสาชิงช้า ลูกชิ้นปลามีทั้งแบบ
นึ่งและทอด หรืออาจเลือกใส่หมูบะเต็งหวานๆ เค็มๆ
เพิ่มลงไปก็อร่อยไม่ซ้ำใคร รสชาติเย็นตาโฟที่นี่เข้มข้น
ออกเผ็ดนิดๆ แต่ไม่เผ็ดเกินไปสำหรับชาวต่างชาติ

Located near the Giant Swing, this
50-year-old street food stand has served
Yentafo (pink noodle soup) with fish balls to
much fanfare. Enjoy them steamed or fried,
and there is the option of adding salty pork to
the dish. The flavours are intense and spicy.

41 ตรอกนาวา ถ.ตะนาว เขตพระนคร
41 Trok Nawa, Tanao Road, Phra Nakhon
TEL. 02 622 0701

ราคา PRICE | ฿ 50-60

เวลาเปิด-ปิด OPENING HOURS |
09:00-21:00 (L.O.);
วันเสาร์-อาทิตย์ Weekend 09:00-16:30 (L.O.)

ปาท่องโก๋เสวย (สาขาเยาวราช)
PA TONG GO SAVOEY (CHINA TOWN)

แป้งทอดอย่างปาท่องโก๋ เป็นของกินเล่นที่ไม่ว่าเด็กหรือผู้ใหญ่ก็ชื่นชอบ "ปาท่องโก๋เสวย" ร้านรถเข็นเล็กๆ ตั้งอยู่ริมถนนใกล้ซุ้มประตูจีน ขายปาท่องโก๋ที่อร่อยที่สุดในกรุงเทพฯ ทั้งปาท่องโก๋ทอดร้อนๆ กรอบๆ แบบดั้งเดิม หรือปาท่องโก๋ทอดที่นำมาย่างบนเตาถ่าน แล้วเลือกจิ้มกับท็อปปิ้งหลากรส เช่น สังขยาใบเตยหรือนมข้นหวาน

Deep-fried Chinese dough, called patongo, is a beloved local snack, and this Chinatown trolley is one of the best places to find it. Most order it crispy and deep-fried, or you can try it grilled, then dip it in an array of toppings like pandan coconut sauce or condensed milk.

489 แยกทรงสวัสดิ์ ถ.เยาวราช เขตสัมพันธวงศ์
489 Song Sawat Intersection, Yaowarat Road, Samphanthawong
TEL. 095 591 5651

ราคา PRICE | ฿ 40-60

เวลาเปิด-ปิด OPENING HOURS |
18:00-00:00 (L.O.)

เพ้งคั่วไก่ (สาขาตลาดสวนหลวง)
PENG KUA GAI (SUAN LUANG MARKET)

มาถึงตลาดสวนหลวงต้องไม่พลาด นายเพ้งราชาก๋วยเตี๋ยวคั่วไก่ ร้านเก่าแก่ที่อยู่คู่ย่านนี้มานาน จานเด็ดที่หาทานไม่ได้ที่อื่น คือ คั่วไก่ทาโร่ที่ใช้ปลาเส้นแบบทาโร่มาผัดแทนเส้นใหญ่ มีให้เลือกทั้งทาโร่คั่วไก่และทะเล ซึ่งทั้งสองจานนี้พลาดไม่ได้เด็ดขาด

Head to Suan Luang Market for this longstanding shop which sells stir-fried noodles with chicken. It's also known for its unique Kua Gai Taro; a stir-fried fish noodle dish served with chicken or seafood.

ซ.จุฬาลงกรณ์ 20 เขตปทุมวัน
Soi Chulalongkorn 20, Pathum Wan
TEL. 081 899 2173

ราคา PRICE | ฿ 40-100

เวลาเปิด-ปิด OPENING HOURS |
11:00-21:00 (L.O.)

ป.โภชยา (N)

POR. POCHAYA

ร้านนี้ตั้งอยู่ใกล้หน่วยงานราชการทั้งไทยและเทศ ลูกค้าที่มาทานจึงมีตั้งแต่นักชิมทั่วไปจนถึงเจ้าหน้าที่ระดับสูง เมนูขึ้นชื่อของร้านมีทั้งเมนูหาทานยากและเมนูง่ายๆ เช่น ปลากะพงราดพริก ไข่เจียวปู และผัดโป๊ยเซียน ด้วยรสชาติที่เป็นเอกลักษณ์และความใส่ใจในคุณภาพอาหาร ร้านป.โภชยาจึงอยู่คู่กับย่านนี้มานานกว่า 30 ปี

Por. Pochaya's status is assured, thanks to more than 30 years in business. Dishes are traditional Thai Chinese, but rare recipes and unwavering quality have delivered generations of loyal customers, so come early or book. Closed weekends and holidays.

654-656 ถ.วิสุทธิกษัตริย์ เขตพระนคร
654-656 Wisut Kasat Road, Phra Nakhon
TEL. 02 282 4363

ราคา PRICE | ฿ 100-300

เวลาเปิด-ปิด OPENING HOURS |
09:30-14:30 (L.O.)

ส้มตำเจ๊แดง

SOMTUM JAY DAENG

ร้านอาหารอีสานในซอยจุฬาฯ 42 แห่งนี้ เป็นที่เลื่องลือในหมู่นักศึกษาถึงความอร่อยแซ่บแบบอีสานแท้ๆ ในราคาไม่แพง จานหลักที่ขายดี คือ ส้มตำ ส่วนเมนูอีสานอื่นๆ ก็อร่อยเด็ดไม่แพ้กัน โดยเฉพาะคอหมูย่าง ยำไก่ทอด และต้มแซ่บหมู เรียกได้ว่าคออาหารอีสานรสจัดไม่ควรพลาด

University students clamour for this authentic, fiery and inexpensive Isan shop on Chula Soi 42. The main draw is Som Tum, but other North eastern delights include Kho Mu Yang (charcoal grilled pork neck), Yum Gai Thot (fried chicken salad), and spicy pork soup.

ซ.จุฬาลงกรณ์ 42 ถ.พระราม 4 เขตปทุมวัน
Soi Chulalongkorn 42, Rama 4 Road, Pathum Wan
TEL. 02 214 2590

ราคา PRICE | ฿ 100-150

เวลาเปิด-ปิด OPENING HOURS |
10:00-16:00 (L.O.)

ทิพ หอยทอดภูเขาไฟ (N)
THIP VOLCANIC FRIED MUSSEL & OYSTER

ร้านทิพ หอยทอดภูเขาไฟเปิดมากว่า 40 ปีแล้ว ด้วยสูตรลับความอร่อยของครอบครัวที่สืบทอดมา และวัตถุดิบคุณภาพเยี่ยมทำให้ลูกค้าเก่าใหม่แวะเวียนกลับมาไม่ขาดสาย แนะนำเมนู "หอยทับหอย" หอยแมลงภู่ทอดโปะด้วยออส่วนนุ่มหนึบ ร้านไม่มีที่จอดรถแต่อยู่ใกล้ BTS สถานีสะพานตากสินเพียง 5 นาที

Crispy mussel omelette topped with plump juicy oysters takes your taste buds on a culinary journey - you can never tire of the juxtaposition of textures and flavours. This family recipe is one reason why it's been in business over 40 years.

$

3 ซ.เจริญกรุง 50 ถ.เจริญกรุง เขตบางรัก
3 Soi Charoen Krung
50, Charoen Krung Road, Bang Rak
TEL. 02 233 1116

ราคา PRICE | ฿ 50-90

เวลาเปิด-ปิด OPENING HOURS |
10:30-20:00 (L.O.)

วัฒนาพานิช (สาขาเอกมัย)
WATTANAPANIT (EKKAMAI)

ร้านเนื้อตุ๋นเก่าแก่ระดับตำนาน ตั้งอยู่ในซอยเอกมัย สังเกตร้านง่ายๆ จากป้ายขนาดใหญ่หน้าร้านทั้งภาษาไทยและภาษาจีน เมนูเด็ด คือ ก๋วยเตี๋ยวเนื้อตุ๋นที่เนื้อนุ่มละลายในปากพร้อมกลิ่นหอมเครื่องยาจีน นอกจากนี้ ยังมีสุกี้ยากี้ เนื้อผัดน้ำมันหอย และข้าวหมูกระเทียมที่อร่อยน่าลิ้มลอง

To find one of the oldest beef stew restaurants in Bangkok, head to Ekkamai and look for a large sign in Thai and Chinese. Inside, order a piping hot bowl of stewed beef and noodles; sukiyaki, stir-fried beef in oyster sauce, and garlic pork with rice are other standouts.

$

336-338 ซ.สุขุมวิท 63 เขตวัฒนา
336-338 Soi Sukhumvit 63, Vadhana
TEL. 02 391 7264

ราคา PRICE | ฿ 50-200

เวลาเปิด-ปิด OPENING HOURS |
09:30-20:00 (L.O.)

โรงแรม
HOTELS

แมนดาริน โอเรียนเต็ล
MANDARIN ORIENTAL

อาคารประวัติศาสตร์ • แกรนด์ลักชัวรี
Historic Building • Grand Luxury

การสรรหาคำที่คู่ควรมายกย่องความงามของโรงแรมนี้ ไม่ใช่เรื่องง่าย ทั้งบริการไร้ที่ติ ทำเลริมแม่น้ำเจ้าพระยา หรือห้องอาหารที่ติดอันดับต้นๆ ของกรุงเทพฯ รวมไปถึง ห้องพักสวยสไตล์โคโลเนียลที่เห็นวิวแม่น้ำพร้อมบริการ บัตเลอร์ส่วนตัว ไม่ควรพลาดการจิบชายามบ่ายที่ Author's Lounge และสปาระดับโลกอย่าง "โอเรียนเต็ล สปา" หนึ่งในโรงแรมที่ดีที่สุดในโลกแห่งนี้เพิ่งฉลองครบรอบ 140 ปี ไปเมื่อปี 2016

Selecting superlatives to honour this Grand Dame adequately can be challenging. Service is superb, the riverside location is ideal, and the dining options are excellent. Bedrooms are decorated in a luxurious colonial style and private butlers anticipate your every need. Must-dos include high tea in the historic Authors' Lounge and a visit to the Oriental Spa. The hotel celebrated its 140th birthday in 2016 and ranks as one of the best in the world.

TEL. 02 659 9000
www.mandarinoriental.com

48 โอเรียนเต็ล อเวนิว เขตบางรัก
48 Oriental Avenue,
Charoen Krung Road, Bang Rak

324 ห้องพัก/Rooms
44 ห้องสวีท/Suites
ราคาสำหรับ 2 ท่าน/Price for 2 persons:
฿ 15,900-51,500
ราคาห้องสวีท/Price of suites:
฿ 26,500-690,000
ร้านอาหารแนะนำ/Recommended restaurants:
เลอ นอร์มังดี Le Normandie
ศาลาริมน้ำ Sala Rim Naam

อนันตรา สยาม
ANANTARA SIAM

แกรนด์ลักชัวรี • หรูหรา
Grand Luxury • Elegant

อนันตรา สยาม ขึ้นชื่อเรื่องความหรูหรามาอย่างยาวนาน เพียงเข้าไปในบริเวณโถงล็อบบี้คุณจะประทับใจในงานจิตรกรรมไทยอันงดงามที่รังสรรค์ด้วยมือ ทั้งบนฝ้าและฝาผนังที่โถงบันไดใหญ่ โรงแรมมีสระว่ายน้ำขนาดใหญ่ที่สุดแห่งหนึ่งในกรุงเทพฯ โอบล้อมด้วยสวนสวยเขียวชอุ่ม ร้านหรูต่างๆ ในโรงแรมก็เป็นอีกทางเลือกที่ดีหากไม่มีเวลาซื้อของฝาก และมีห้องอาหารให้คุณเลือกอิ่มอร่อยอย่างหลากหลาย

This long-standing hotel has a reputation for luxury - when you enter, take a moment to admire the impressive hand-painted lobby ceiling and the mural on the grand staircase. Lush, tropical gardens surround one of the city's largest swimming pools. The boutiques are ideal for last-minute souvenir shopping, and a handful of outstanding dining options mean guests are spoilt for choice.

TEL. 02 126 8866
www.anantara.com

155 ถ.ราชดำริ เขตปทุมวัน
155 Ratchadamri Road, Pathum Wan

320 ห้องพัก/Rooms
34 ห้องสวีท/Suites

ราคาสำหรับ 2 ท่าน/Price for 2 persons:
฿ 6,000–8,000

ราคาห้องสวีท/Price of suites:
฿ 10,000–18,000

ร้านอาหารแนะนำ/Recommended restaurants:
บิสก็อตติ Biscotti

บันยันทรี
BANYAN TREE

ลักชัวรี • คลาสสิก

Luxury • Classic

บันยันทรี ขึ้นชื่อเรื่องสปาระดับโลกและความหรูหราบน
ถนนสาทรที่ไม่เคยหยุดนิ่งของกรุงเทพฯ โรงแรมสูง
ตระหง่านแห่งนี้มีบาร์ชั้นดาดฟ้าที่เห็นวิวแบบ 360 องศา
ห้องพักตกแต่งในสไตล์หรูหราคลาสสิกและมีห้องสวีท
จำนวนมาก ภายในโรงแรมมีห้องอาหารหลากหลายให้คุณ
เลือกและทุกห้องมีวิวกรุงเทพฯ ที่ดงาม ไม่ว่าจะเป็นห้อง
อาหารไทย Saffron และห้องอาหารจีนกวางตุ้ง Baiyun

The Banyan Tree brand is famed for its world
class spas, and their Bangkok outpost on buzzy
Sathon Road lives up to expectations. The
towering hotel is known for its impressive
rooftop bar offering 360-degree views.
Bedrooms drip in classic luxury and there are
countless suites. The restaurants all have superb
views – it's Thai food in Saffron; Taihei offers
teppanyaki; and Bai Yun serves Cantonese.

TEL. 02 679 1200
www.banyantree.com

21/100 ถ.สาทรใต้ เขตสาทร
21/100 Sathon Tai Road, Sathon

259 ห้องพัก/Rooms
68 ห้องสวีท/Suites

ราคาสำหรับ 2 ท่าน/Price for 2 persons:
฿ 5,200–10,000

ราคาห้องสวีท/Price of suites:
฿ 10,000–40,000

แกรนด์ ไฮแอท เอราวัณ
GRAND HYATT ERAWAN

แกรนด์ลักชัวรี • คลาสสิก
Grand Luxury • Classic

โรงแรมแห่งนี้เป็นที่ชื่นชอบของนักเดินทางด้วยทำเลสะดวก
ใจกลางเมือง ใกล้สถานีรถไฟฟ้า ศาลพระพรหมเอราวัณ
และเซ็นทรัลเวิลด์ โดยเฉพาะห้องพักที่ปรับรูปโฉมใหม่
ผสานความเป็นไทยเข้ากับดีไซน์ร่วมสมัยอย่างมีรสนิยม
แกรนด์ล็อบบี้ดูโอ่อ่าพร้อมต้อนรับ และเติมเต็มประสบการณ์
ของคุณให้สมบูรณ์แบบด้วยบริการสปาครบวงจร นอกจากนี้
ยังมีหลากหลายห้องอาหารนานาชาติให้คุณเลือก ทั้ง
Tables Grill และ Erawan Tea Room

Adjacent to the Erawan Shrine, this hotel's
refurbishment in 2017 and central location are a
boon to travellers. Rooms effortlessly blend classic
Thai touches with contemporary design and offer
tasteful luxury. Spa Cottages are perfect for those
requiring extra rejuvenation and the grand lobby is
impressive and inviting. Comprehensive dining
options include Tables Grill and Erawan Tea Room.

TEL. 02 254 1234
www.bangkok.grand.hyatt.com

494 ถ.ราชดำริ เขตปทุมวัน
494 Ratchadamri Road, Pathum Wan

336 ห้องพัก/Rooms
44 ห้องสวีท/Suites

ราคาสำหรับ 2 ท่าน/Price for 2 persons:
฿ 5,200-13,500

ราคาห้องสวีท/Price of suites:
฿ 9,700-19,500

ร้านอาหารแนะนำ/Recommended restaurants:
เอราวัณ ที รูม Erawan Tea Room ||◯
เทเบิลส์ กริลล์ Tables Grill ||◯

TEL. 02 656 0444
www.bangkok.intercontinental.com

973 ถ.เพลินจิต เขตปทุมวัน
973 Phloen Chit Road, Pathum Wan
342 ห้องพัก/Rooms
39 ห้องสวีท/Suites
ราคาสำหรับ 2 ท่าน/Price for 2 persons:
฿ 6,000-8,000

ราคาห้องสวีท/Price of suites:
฿ 11,000-17,000

ร้านอาหารแนะนำ/Recommended restaurants:
ไฟร์เพลส กริลล์ แอนด์ บาร์ ⭐
Fireplace Grill and Bar ⭐
ทีโอมีโอ Theo Mio ⭐

อินเตอร์คอนติเนนตัล
INTERCONTINENTAL

โรงแรมในเครือ • แกรนด์ลักชัวรี
Chain • Grand Luxury

หนึ่งในโรงแรมที่ใหญ่ที่สุดในกรุงเทพฯ ที่ครบครันทุกองค์
ประกอบตอบโจทย์นักเดินทางเพื่อธุรกิจยุคใหม่ด้วยทำเลติด
รถไฟฟ้า BTS ภายในห้องพักพรั่งพร้อมด้วยสิ่งอำนวยความ
สะดวกและวิวเมืองงดงาม (โดยเฉพาะที่ชั้นคลับ) ทั้งห้องสวีท
กว้างขวาง ห้องฟิตเนสขนาดใหญ่ หรือจะผ่อนคลายที่
สระว่ายน้ำลอยฟ้าและสปา นอกจากนี้ยังมีร้านอาหาร
Fireplace Grill and Bar และครัวอิตาเลียน Theo Mio ที่
พร้อมเสิร์ฟความอร่อย

This hotel is one of the city's largest and has every
facility imaginable for the modern business
traveller. With the BTS Skytrain on its doorstep,
beating the infamous Bangkok traffic is a breeze.
Rooms feature a comprehensive range of
amenities and impressive views (especially from
the Club level). Relax at the rooftop pool or tranquil
spa, or make use of the host of food outlets.

PHRA NAKHON SIDE ฝั่งพระนคร

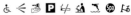

แชงกรี-ลา
SHANGRI-LA

แกรนด์ลักชัวรี • คลาสสิก
Grand Luxury • Classic

โรงแรมริมน้ำขนาดใหญ่ที่สุดในกรุงเทพฯ และด้วยมาตรฐานระดับแชงกรี-ลา ทำให้คุณอิ่มเอมกับบริการและทิวทัศน์ของแม่น้ำเจ้าพระยาได้จากภายในห้องพัก ห้องยอดนิยมของที่นี่คือ ห้องดีลักซ์หรูคลาสสิกพร้อมระเบียงและห้องวิวสระว่ายน้ำในสวนร่มรื่น เลือกอร่อยได้หลากหลายกับห้องอาหารไทยต้นตำรับอย่าง "ศาลาทิพย์" หรืออาหารอิตาเลียนสบายๆ อย่าง Volti ทั้งยังมีอาหารจีนกวางตุ้งที่ Shang Palace แล้วแวะเติมความหวานที่ Chocolate Boutique

The Shangri-La boasts the largest riverside frontage of any hotel in Bangkok and lives up to the brand's high standards. Top room categories include the classically furnished Deluxe Balcony bedrooms. Salathip is their flagship Thai restaurant, Volti is a relaxed Italian eatery, and Shang Palace does a booming trade in Cantonese cuisine. No stay is complete without a visit to the Chocolate Boutique.

TEL. 02 236 7777
www.shangri-la.com/bangkok

89 ซ.วัดสวนพลู ถ.เจริญกรุง เขตบางรัก
89 Soi Wat Suan Phlu,
Charoen Krung Road, Bang Rak

658 ห้องพัก/Rooms
72 ห้องสวีท/Suites

ราคาสำหรับ 2 ท่าน/Price for 2 persons:
฿ 6,000-9,000

ราคาห้องสวีท/Price of suites:
฿ 12,000-17,000

เชอราตัน แกรนด์ สุขุมวิท
SHERATON GRANDE SUKHUMVIT

โรงแรมธุรกิจ • คลาสสิก
Business • Classic

TEL. 02 649 8888
www.sheratongrandesukhumvit.com

250 ถ.สุขุมวิท เขตคลองเตย
250 Sukhumvit Road, Khlong Toei

377 ห้องพัก/Rooms
43 ห้องสวีท/Suites

ราคาสำหรับ 2 ท่าน/Price for 2 persons:
฿ 5,000–9,500

ราคาห้องสวีท/Price of suites:
฿ 9,500–17,000

ร้านอาหารแนะนำ/Recommended restaurants:
รอสซินี่ส์ Rossini's

ที่พักยอดนิยมของเหล่านักธุรกิจตัวจริงที่รู้ว่าที่นี่มี La Sala
สระว่ายน้ำท่ามกลางสวนสวยเป็นเพชรเม็ดงามซ่อนอยู่
ภายในโรงแรม ห้องพักหรูหราตกแต่งสไตล์ไทยร่วมสมัย
ตอบรับความต้องการของผู้มาเยือนไม่ว่าจะเพื่อธุรกิจหรือ
พักผ่อน ห้องอาหาร Barsu มอบประสบการณ์มื้ออาหาร
สุดล้ำแบบ dine in the dark ขณะที่ห้องอาหารอิตาเลียน
Rossini's ก็ให้ความเลิศรสในบรรยากาศที่หรูหราคลาสสิก

This hotel is popular with the business
community who know that the hotel's beautifully
landscaped pool and garden, La Sala, is a hidden
gem. Bedrooms adhere to a contemporary Thai
style and offer good standards of luxury for all
types of traveller. Barsu offers a one-of-a-kind
dine in the dark experience, or for a more
illuminated feel, try Rossini's for sophisticated
Italian cuisine.

PHRA NAKHON SIDE ฝั่งพระนคร

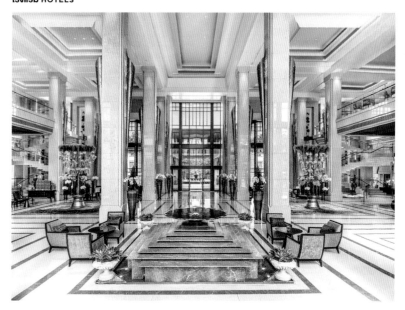

สยามเคมปินสกี้
SIAM KEMPINSKI

แกรนด์ลักชัวรี • โมเดิร์น
Grand Luxury • Modern

ด้วยสุดยอดทำเลที่ติดกับห้างสยามพารากอนและรถไฟฟ้า ทำให้โรงแรมสุดหรูนี้ตอบโจทย์ทุกความต้องการ สวนที่ตกแต่งภูมิทัศน์อย่างงดงามและสระว่ายน้ำที่สามารถมองเห็นได้จากห้องพัก มอบความผ่อนคลายเสมือนโอเอซิสเงียบสงบใจกลางเมือง ยกระดับความหรูหราด้วยห้อง "คาบานา" ที่มีทางออกตรงสู่สระว่ายน้ำ และยังมี kid's club ที่เด็กๆ ต้องตื่นตา สุดท้ายต้องลองความอร่อยที่ห้องอาหารไทยร่วมสมัย Sra Bua และเมนูจากทั่วเอเชียที่ห้องอาหาร Niche

Attached to Siam Paragon mall and close to public transport, this luxury hotel has it all. With its up-to-date modern style and beautiful landscaped central garden and pool, it's a retreat in the middle of the city. Bedrooms all overlook this quiet oasis, and cabana rooms have the added luxury of allowing you to step straight from your room into the pool. Sample modern Thai cuisine in the beautiful Sra Bua or pan-Asian dishes at Niche.

TEL. 02 162 9000
www.kempinski.com/bangkok

991/9 ถ.พระรามที่ 1 เขตปทุมวัน
991/9 Rama 1 Road, Pathum Wan

321 ห้องพัก/Rooms
80 ห้องสวีท/Suites

ราคาสำหรับ 2 ท่าน/Price for 2 persons:
฿ 7,000-8,200

ราคาห้องสวีท/Price of suites:
฿ 14,500-16,000

ร้านอาหารแนะนำ/Recommended restaurants:
สระบัว บาย กิน กิน Sra Bua by Kiin Kiin ✿

ดิ แอทธินี
THE ATHÉNÉE

แกรนด์ลักชัวรี • หรูหรา
Grand Luxury • Elegant

ณ ใจกลางย่านเพลินจิต ที่ครั้งหนึ่งเคยเป็นที่ตั้งพระตำหนัก
เก่า โรงแรมแห่งนี้เปิดให้บริการห้องพักหรูหราสไตล์ไทย
ที่มาพร้อมกับห้องน้ำปูหินอ่อน ห้องที่หันหน้าไปทางทิศใต้
คือ ห้องที่มีวิวดีที่สุด หรือเลือกห้อง "รอยัลคลับ " และ
"รัตนโกสินทร์สวีท" นอกจากนี้ยังมีพื้นที่จัดการประชุม
ขนาดใหญ่รวมถึงห้องสัมมนาที่รองรับได้สูงสุดถึง 1,000
คน ให้การพักผ่อนของคุณสมบูรณ์แบบด้วยสระว่ายน้ำ
สปา และครัวนานาชาติเลิศรส

Located in the heart of Phloen Chit on the site of
a former Thai palace, this sprawling luxury hotel
features classically-styled rooms with Thai
touches and marble bathrooms. For the best
views, request a south-facing room, or book one
of the splurge-worthy Royal Club Rooms or the
Ratanakosin Suite. Along with extensive meeting
rooms, there's also a pool, impressive spa, and
dining options to please any palate.

TEL. 02 650 8800
www.theatheneehotel.com

61 ถ.วิทยุ เขตปทุมวัน
61 Witthayu Road, Pathum Wan

353 ห้องพัก/Rooms
21 ห้องสวีท/Suites

ราคาสำหรับ 2 ท่าน/Price for 2 persons:
฿ 5,600–9,000

ราคาห้องสวีท/Price of suites:
฿ 17,000–28,000

ร้านอาหารแนะนำ/Recommended restaurants:
เดอะ รีเฟล็กชั่น The Reflexions ❍

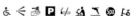

แลนด์มาร์ค
THE LANDMARK

โรงแรมธุรกิจ • ร่วมสมัย
Business • Contemporary

แม้ถนนสุขุมวิทในวันนี้มีโรงแรมอยู่เรียงราย แต่ The
Landmark คือ โรงแรมแห่งแรกบนถนนสายนี้ ทุกห้องพัก
มีวิวเมืองดงดงามและตกแต่งแบบหรูหราคลาสสิก ห้องโถง
ที่มีแนวต้นปาล์มจะพาคุณไปพบกับร้านอาหารมากมาย
ในโรงแรม ทั้งห้องอาหาร Sui Sian ที่มีอาหารจีนกวางตุ้ง
ขึ้นชื่อ และสเต๊กคุณภาพเยี่ยมจาก Rib Room & Bar
แล้วมาเรียกเหงื่อในฟิตเนสใหญ่ ผ่อนคลายไปกับสปา
Viva Jiva หรือจิบเครื่องดื่มที่เลานจ์ริมสระน้ำที่สวยงาม

Sukhumvit Road may now be dotted with hotels,
but The Landmark was the first one to open on
Bangkok's most famous road. Bedrooms have nice
city views and keep to a classic style with Thai silks
adding a touch of luxury. Enter through the palm
tree-lined atrium and find numerous on-site
restaurants, a patisserie and an English pub. Work
up a sweat in the large fitness facility, relax at Viva
Jiva spa, or lounge by the attractive pool.

TEL. 02 254 0404
www.landmarkbangkok.com

138 ถ.สุขุมวิท เขตคลองเตย
138 Sukhumvit Road, Khlong Toei

342 ห้องพัก/Rooms
57 ห้องสวีท/Suites

ราคาสำหรับ 2 ท่าน/Price for 2 persons:
฿ 4,000–7,000

ราคาห้องสวีท/Price of suites:
฿ 9,000–15,000

ร้านอาหารแนะนำ/Recommended restaurants:
ริบรูม แอนด์ บาร์ Rib Room & Bar ⫟◯

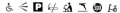

ดิ โอกุระ เพรสทีจ
THE OKURA PRESTIGE

โรงแรมธุรกิจ • แกรนด์ลักชัวรี
Business • Grand Luxury

อาคารสวยหรูทันสมัยของโรงแรมแห่งนี้ตั้งอยู่ในทำเลเด่นของกรุงเทพฯ สระว่ายน้ำแบบ infinity pool มอบทัศนียภาพตระการตาเสมือนกำลังล่องลอยอยู่กลางอากาศ ส่วนวิวเมืองที่มองจากห้องพักหรูกลิ่นอายญี่ปุ่นก็งดงามไม่แพ้กัน พนักงานที่นี่ให้บริการอย่างมืออาชีพ นอกจากนี้ยังมีห้องอาหารที่น่าจับตา ทั้งร้านอาหารญี่ปุ่น Yamazato และร้านอาหารร่วมสมัย Elements ให้คุณเลือกสรร พร้อมบริการชายามบ่ายที่บรรจงจัดเสิร์ฟอย่างสวยงาม

Occupying a prime block of Bangkok real estate, this modern hotel has an infinity pool with impressive views that seems to suspend in mid-air. Bedrooms offer similar city views, and Japanese touches are chic and luxurious. Service is strong, and substantial food and beverage operations include two Japanese-influenced restaurants, Elements and Yamazato, and a beautifully presented high tea service.

TEL. 02 687 9000
www.okurabangkok.com

อาคารปาร์ค เวนเชอร์ อีโคเพล็กซ์
57 ถ.วิทยุ เขตปทุมวัน
Park Ventures Ecoplex,
57 Witthayu Road, Pathum Wan

222 ห้องพัก/Rooms
18 ห้องสวีท/Suites

ราคาสำหรับ 2 ท่าน/Price for 2 persons:
฿ 9,000-14,000

ราคาห้องสวีท/Price of suites:
฿ 21,000-25,500

ร้านอาหารแนะนำ/Recommended restaurants:
เอเลเมนท์ Elements
ยามาซาโตะ Yamazato

TEL. 02 207 7777
www.stregisbangkok.com

159 ถ.ราชดำริ เขตปทุมวัน
159 Ratchadamri Road, Pathum Wan

178 ห้องพัก/Rooms
51 ห้องสวีท/Suites

ราคาสำหรับ 2 ท่าน/Price for 2 persons:
฿ 7,500-13,500

ราคาห้องสวีท/Price of suites:
฿ 10,500-32,000

ร้านอาหารแนะนำ/Recommended restaurants:
ซูม่า Zuma

เดอะ เซนต์ รีจิส
THE ST. REGIS

โรงแรมธุรกิจ • ตกแต่งอย่างมีดีไซน์
Business • Design

ร้านอาหารชั้นนำของที่นี่ดึงดูดทั้งชาวไทยและชาวต่างชาติให้มาเยือน ทั้ง JoJo ห้องอาหารอิตาเลียน Zuma ห้องอาหารญี่ปุ่น และ VIU ห้องอาหารแบบครัวเปิด เลือกพักห้อง Grand Deluxe หรือ Aster Suite ที่มีวิวสวยงามของราชกรีฑาสโมสรพร้อมบัตเลอร์ส่วนตัว แล้วเปิดประสบการณ์ผ่อนคลายเหนือระดับที่ Elemis Spa ที่พร้อมบริการทั้งการนวดบำบัดสูตรเฉพาะและการนวดแผนไทยในห้องสปาสุดหรู

Locals and tourists come to this hotel for the top-notch dining options, which include Italian delights at JoJo, Japanese specialities at Zuma, and international cuisine prepared in the open kitchen at VIU. Enjoy park views of the Royal Bangkok Sports Club from the Grand Deluxe rooms and Aster Suites, which include butler service. At the Elemis Spa, experience signature treatments and Thai massages in a beautiful space.

สุโขทัย
THE SUKHOTHAI

แกรนด์ลักซัวรี • ตกแต่งอย่างมีดีไซน์

Grand Luxury • Design

บรรยากาศแสนสงบของที่นี่ช่างแตกต่างอย่างสิ้นเชิงกับถนนสาทร และย่านธุรกิจที่โอบล้อมโรงแรมอยู่ เพียงเดินเล่นในสวนสวยประดับด้วยสระบัวก็ทำให้รู้สึกผ่อนคลาย หรือจองสปากับ Spa Botanica เพื่อขจัดความเมื่อยล้า ห้องพักทุกห้องมองเห็นวิวสวน ภายในตกแต่งแบบไทยคลาสสิกด้วยผ้าไหมและไม้สัก มาตรฐานการบริการและความหรูหราสูงสุด คือ จุดขายของโรงแรมนี้ ดื่มด่ำอาหารไทยเลื่องชื่อที่ห้องอาหารศิลาดล หรืออาหารอิตาเลียนที่ La Scala

The tranquil ambience of this well-regarded hotel is a welcome contrast to the all-business Sathon district outside. Walk around the manicured gardens adorned with lily ponds or book a jet-lag busting massage at the charming Spa Botanica. Thai silk and teak feature prominently in the classically styled bedrooms, and all have garden views. Enjoy renowned Thai cuisine at Celadon or sophisticated Italian at La Scala.

TEL. 02 344 8888
www.sukhothai.com

13/3 ถ.สาทรใต้ เขตสาทร
13/3 Sathon Tai Road, Sathon

127 ห้องพัก/Rooms
83 ห้องสวีท/Suites

ราคาสำหรับ 2 ท่าน/Price for 2 persons:
฿ 5,500-10,000

ราคาห้องสวีท/Price of suites:
฿ 6,500-15,000

ร้านอาหารแนะนำ/Recommended restaurants:
La Scala
ศิลาดล Celadon

คอนราด
CONRAD

โรงแรมธุรกิจ • คลาสสิก
Business • Classic

เมื่อเอ่ยถึงถนนวิทยุ นอกจากเราจะพบเห็นสถานทูตนานาประเทศ ถนนร่มรื่น และทางเดินเท้าสะอาดตาแล้ว ถนนสายนี้ยังเป็นที่ตั้งของโรงแรมคอนราดกับ Diplomat Bar ชื่อดังที่อยู่บริเวณด้านหน้าล็อบบี้อีกด้วย แวะจิบมาร์ตินีที่บาร์ก่อนเข้าพักผ่อนในห้องนอนหรูคลาสสิกประดับด้วยงานผ้าไหมไทยและไม้แกะสลัก หรือจะนั่งเล่นที่ระเบียงริมสระ เข้าคลาสโยคะ แล้วเลือกลิ้มลองอาหารจีนต้นตำรับที่ห้องอาหาร Liu หรือครัวเทปปันยากิ Kisara

Witthayu Road is where you'll find embassies, leafy streets and well-maintained sidewalks; it is also home to the Conrad Hotel and its aptly named Diplomat bar. The bar is just off the lobby, so pop in for a drink from their famous martini trolley before settling into the classically styled rooms with Thai silks and traditional wood carvings. You can also lounge by the pool, join a yoga class or choose from various dining options.

TEL. 02 690 9999
www.conradbangkok.com

ออลซีซันส์ เพลส 87 ถ.วิทยุ เขตปทุมวัน
All Seasons Place,
87 Witthayu Road, Pathum Wan

371 ห้องพัก/Rooms
20 ห้องสวีท/Suites

ราคาสำหรับ 2 ท่าน/Price for 2 persons:
฿ 3,800-8,000

ราคาห้องสวีท/Price of suites:
฿ 7,300-11,500

พาร์ค ไฮแอท
PARK HYATT

แกรนด์ลักชัวรี • ร่วมสมัย
Grand Luxury • Contemporary

Park Hyatt ตั้งอยู่บนถนนวิทยุห่างจากสถานีรถไฟฟ้าเพลินจิตเพียงไม่กี่ก้าว ห้องพักและห้องสวีทตกแต่งอย่างประณีตหรูหราในสไตล์ไทยร่วมสมัย สปามีอ่างอาบน้ำแบบฮัมมัม อ่างจากุซซี่ และห้องนวดสปา 8 ห้องเพื่อการผ่อนคลายเหนือระดับ รวมไปถึงสระน้ำเกลือดีไซน์แบบ infinity pool พร้อมวิวงดงามประทับใจ ทานอาหารเช้าสบายๆ แล้วต่อด้วย chef's table ที่สเต๊กเฮาส์ หรือจบด้วยการดื่มด่ำวิวบนดาดฟ้าที่ให้ประสบการณ์ที่ยากจะลืมเลือน

Opened in 2017, the Park Hyatt is steps away from the Ploenchit BTS station. Sun-filled guest rooms and suites have luxurious contemporary interiors that highlight refined Thai touches. For a moment of serenity, head to the in-house spa which includes a hammam, Jacuzzi and eight treatment rooms. From a casual breakfast spot to a chef's table at a steakhouse and an unforgettable rooftop bar, the hotel's dining options are standout.

TEL. 02 012 1234
www.bangkok.park.hyatt.com

88 ถ.วิทยุ เขตปทุมวัน
88 Witthayu Road, Pathum Wan

190 ห้องพัก/Rooms
32 ห้องสวีท/Suites

ราคาสำหรับ 2 ท่าน/Price for 2 persons:
฿ 6,800-19,000

ราคาห้องสวีท/Price of suites:
฿ 10,000-205,000

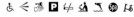

ทาวเวอร์ คลับ แอท เลอบัว
TOWER CLUB AT LEBUA

โรงแรมธุรกิจ • ฟังก์ชันนัล

Business • Functional

ห้องพักอันโอ่อ่าบนอาคารสูงที่สุดแห่งหนึ่งในกรุงเทพฯ ทำให้คุณเพลินตาทั้งวิวเมืองและวิวแม่น้ำพร้อมครัวและระเบียงส่วนตัว นักท่องเที่ยวทั่วโลกต่างมุ่งหน้ามาสัมผัสประสบการณ์อาหารและเครื่องดื่มเหนือระดับบน The Dome ชั้น 65 ที่เนืองแน่นด้วยผู้คนที่ตื่นตาตื่นใจกับการตามรอยภาพยนตร์ Hangover ที่เคยมาถ่ายทำที่นี่ ควรแวะจิบวิสกี้ที่ Alfresco 64 ก่อนทานอาหารอิตาเลียนคลาสสิกที่ Sirocco หรือเปิดประสบการณ์อาหารสุดล้ำที่ห้องอาหาร Mezzaluna

You'll take an ear-popping elevator ride to your spacious bedroom because this is one of the tallest hotels in the city. Upper floor rooms have superb river and city views, kitchens and private balconies. The Dome on the 65th floor is perma-crowded with those coming for a Hangover movie experience, but spend your baht at Alfresco 64 for a more intimate rooftop experience. Dine on Italian classics at Sirocco or innovative cuisine in Mezzaluna.

TEL. 02 624 9999
www.lebua.com

สเตททาวเวอร์ 1055 ถ.สีลม เขตบางรัก
State Tower, 1055 Si Lom Road, Bang Rak

221 ห้องสวีท/Suites

ราคาห้องสวีท/Price of suites:
฿ 5,800-42,600

ร้านอาหารแนะนำ/Recommended restaurants:
เมซซาลูน่า Mezzaluna ✿✿

ดับเบิ้ลยู
W

โรงแรมในเครือ • ตกแต่งอย่างมีดีไซน์
Chain • Design

โรงแรมสุดฮิปในเครือ Starwood นี้ คือ จุดหมายใจกลางเมืองที่มีนักเดินทางรุ่นใหม่ผู้ชื่นชอบความล้ำสมัยนอกกรอบเป็นกลุ่มเป้าหมาย มี Woobar อยู่ตรงโถงล็อบบี้ที่เปิดโล่งและห้องอาหาร the Kitchen Table เสิร์ฟอาหารสไตล์เอเชีย ห้องพักชื่อเท่อย่าง Wonderful, Cool และ Wow ตกแต่งในโทนสีทอง น้ำเงิน และม่วงแดง ทุกห้องมีนวมมวยไทยวางไว้เป็นกิมมิก แนะนำให้จองห้องพักชั้นบนที่มีวิวเมืองสวยงามและผ่อนคลายไปกับ Away Spa

Aimed at a young and hip clientele, this hotel is an "urban playground". The open-plan lobby is home to Woobar, and the Kitchen Table offers Asian delights. Monikers like Wonderful, Cool, and Wow distinguish the rooms, which adhere to gold, blue or magenta colour tones. Rooms have a subtle Muay Thai theme and great city views. The Away Spa is the perfect place to detox from the rigours of the city.

TEL. 02 344 4000
www.whotelbangkok.com

106, 108 ถ.สาธรเหนือ เขตบางรัก
106, 108 Sathon Nuea Road, Bang Rak

389 ห้องพัก/Rooms
14 ห้องสวีท/Suites

ราคาสำหรับ 2 ท่าน/Price for 2 persons:
฿ 6,000-7,000

ราคาห้องสวีท/Price of suites:
฿ 8,500-9,500

ร้านอาหารแนะนำ/Recommended restaurants:
เดอะไดน์นิ่งรูม The Dining Room

โคโม เมโทรโพลิแทน
COMO METROPOLITAN

โรงแรมบูติค • ตกแต่งอย่างมีดีไซน์
Boutique Hotel • Design

ห้องพักและห้องสวีทเรียบหรูในโทนขาวดำ เลือกอัปเกรดสู่ห้องเมโทรโพลิแทนสวีทที่โอ่อ่า หรือห้องเทอเรสที่มีระเบียงส่วนตัวพร้อมฝักบัวอาบน้ำกลางแจ้ง อิ่มอร่อยที่บาร์และห้องอาหารของโรงแรม เริ่มด้วยอาหารเช้าหรือมื้อเบาๆ เพื่อสุขภาพที่ Glow แล้วสดชื่นต่อกับค็อกเทลที่ Met Bar ตบท้ายด้วยอาหารไทยเลิศรสที่ห้องอาหาร Nahm ชื่อดัง หรือผ่อนคลายที่สปา Shambhala และเล่นโยคะริมสระในคลาสของโรงแรม

Rooms offer understated luxury with a black and white colour scheme; choose a Metropolitan for space or a Terrace Room for a patio and outdoor shower. A host of dining options include healthy breakfasts and light meals at Glow, cocktails at Met Bar, and the world-renowned Nahm for sophisticated Thai food. Still not relaxed? Book a treatment at Shambhala Spa or do sun salutations poolside in a complimentary yoga class.

TEL. 02 625 3333
www.comohotels.com

27 ถ.สาทรใต้ เขตสาทร
27 Sathon Tai Road, Sathon

161 ห้องพัก/Rooms
8 ห้องสวีท/Suites

ราคาสำหรับ 2 ท่าน/Price for 2 persons:
฿ 5,000-8,900

ราคาห้องสวีท/Price of suites:
฿ 27,600-37,300

ร้านอาหารแนะนำ/Recommended restaurants:
น้ำ Nahm ✿

CHAMPAGNE

PERRIER-JOUËT

OFFICIAL CHAMPAGNE PARTNER
FOR
THE MICHELIN GUIDE
Bangkok, Phuket and Phang-nga 2019

137 พิลล่าร์ สวีท
137 PILLARS SUITES

โรงแรมบูติค • ลักชัวรี
Boutique Hotel • Luxury

โรงแรมน้องของ 137 Pillars House ที่เชียงใหม่นี้ ตั้งอยู่ในใจกลางเมืองย่านพร้อมพงษ์ ห้องสวีททั้ง 34 ห้อง หรูหราในสไตล์ร่วมสมัย มีระเบียงกว้างพร้อมอ่างอาบน้ำขนาดใหญ่และวิวเมืองสวยงาม ภายในตกแต่งด้วยอุปกรณ์เทคโนโลยีสุดล้ำ เซตเครื่องประทินผิวสุดหรู และเตียงนุ่มที่คุณแทบไม่อยากตื่นห้องอาหารมีหลากหลายให้เลือกพร้อมสระว่ายน้ำ infinity pool และอีกหนึ่งสระที่สำรองไว้เฉพาะแขกห้องสวีทเท่านั้น

This sister property to the luxurious Chiang Mai boutique is in the heart of Phrom Phong, a charming neighbourhood. Elegant and modern rooms come with spacious balconies, deep soaking tubs and great views. Step outside your room and find a host of dining options and two Instagram-worthy infinity pools - one exclusively for guests staying in suites. Travel to the nearby BTS or the upmarket EmQuartier mall in the hotel's London-style cab.

TEL. 02 079 7000
www.137pillarsbangkok.com

59/1 ซ.สุขุมวิท 39 เขตวัฒนา
59/1 Soi Sukhumvit 39, Vadhana

12 ห้องพัก/Rooms
22 ห้องสวีท/Suites

ราคาสำหรับ 2 ท่าน/Price for 2 persons:
฿ 14,500-19,000

ราคาห้องสวีท/Price of suites:
฿ 17,000-31,500

เดอะสยาม
THE SIAM

ลักชัวรี • ตกแต่งแบบมีเอกลักษณ์เฉพาะ

Luxury • Personalised

วิลล่าหรูและห้องสวีทตกแต่งแบบโคโลเนียลโดยดีไซเนอร์ชื่อดัง Bill Bensley ของตกแต่งทั้งในห้องพัก ห้องชมภาพยนตร์ ห้องเก็บแผ่นเสียง และบริเวณต่างๆ ล้วนเป็นของเก่าสไตล์วินเทจที่เป็นของสะสมแสนรักของเจ้าของโรงแรม ขอแนะนำห้องวิวแม่น้ำ 6 ห้อง และหากต้องการประสบการณ์เหนือระดับควรพักที่ Connie's Cottage บ้านโบราณจากศตวรรษที่ 19 พร้อมสระน้ำส่วนตัว

Drawing on modern colonial influences, the hotel is made up of luxury villas and open-plan suites. The passionate owner is an avid collector of vintage bric-a-brac and antiques, which decorate the bedrooms, screening room, record room and common spaces. Ask for one of the six River View rooms or, for the ultimate experience, book Connie's Cottage, a 19C antique house with a private pool and ties to Jim Thompson.

TEL. 02 206 6999
www.thesiamhotel.com

3/2 ถ.ขาว เขตดุสิต
3/2 Khao Road, Dusit

28 ห้องพัก/Rooms
11 ห้องสวีท/Suites

ราคาสำหรับ 2 ท่าน/Price for 2 persons:
฿ 19,000-22,000

ราคาห้องสวีท/Price of suites:
฿ 23,000-32,000

ร้านอาหารแนะนำ/Recommended restaurants:
ช้อน Chon

ฮิลตัน สุขุมวิท
HILTON SUKHUMVIT

โรงแรมธุรกิจ • โมเดิร์น
Business • Modern

กำแพงสีเขียวขนาดใหญ่ด้านหน้าโรงแรมสื่อถึงความเป็นมิตร
ต่อสิ่งแวดล้อมของโรงแรมอย่างน่าประทับใจ ภายในคุณจะ
พบกับรูปปั้นคนขนาดใหญ่สไตล์ร่วมสมัยชื่อ Daisy กับ Jay
ซึ่งเรื่องราวของพวกเขาถูกนำมาใช้เป็นธีมของโรงแรม ห้องพัก
สวยทันสมัยของที่นี่เต็มไปด้วยสิ่งอำนวยความสะดวกที่
ตอบรับทุกความต้องการทั้งในเชิงธุรกิจและท่องเที่ยว
นอกจากนี้ยังมีคาเฟ่ชิคๆ ให้นั่งชิลอย่าง Mondo และ Scalini
ห้องอาหารอิตาเลียนที่เสิร์ฟหลากหลายเมนูให้ลิ้มลอง

The eco-friendly efforts of the hotel are
admirable, and there is a large scale "green wall"
installation on the façade. Inside, you'll be hard
pressed to avoid the modern figurines – Daisy
and Jay – and their story is a theme for the hotel.
Rooms are modern and stylish with amenities to
appeal to both business and leisure guests.
Mondo is a lifestyle café perfect for travellers,
and Scalini offers Italian cuisine.

TEL. 02 620 6666
www.sukhumvitbangkok.hilton.com

11 ซ.สุขุมวิท 24 เขตคลองเตย
11 Soi Sukhumvit 24, Khlong Toei

272 ห้องพัก/Rooms
8 ห้องสวีท/Suites

ราคาสำหรับ 2 ท่าน/Price for 2 persons:
฿ 4,600–6,500

ราคาห้องสวีท/Price of suites:
฿ 8,600–10,500

PHRA NAKHON SIDE ฝั่งพระนคร

195

มิวส์
MUSE

ลักชัวรี • วินเทจ

Luxury • Vintage

โรงแรมบูติคมีสไตล์แห่งนี้บริหารโดยกลุ่ม Accor การออกแบบภายในได้แรงบันดาลใจจากยุคแกสบี้อันหรูหราของช่วงปี 1920 ห้องพักตกแต่งด้วยลูกเล่นเก๋ๆ เช่น เฟอร์นิเจอร์ทรงกระเป๋าเดินทาง อ่างอาบน้ำตั้งพื้นสไตล์วินเทจ ชมวิวที่บาร์ "Speakeasy" บนระเบียงชั้นดาดฟ้า ก่อนอร่อยกับอาหารอิตาเลียนเคล้าโอเปร่ายามราตรีที่ร้านอิตาเลียน Medici ชั้นใต้ดิน หรือชิมสเต๊กชั้นเยี่ยมจากอเมริกาและออสเตรเลียในบรรยากาศอบอุ่นของห้องอาหาร Babette

This attractive boutique hotel is managed by Accor and its décor draws inspiration from the roaring '20s and the Gatsby-era. Swish bedrooms have playful details like furniture that resembles luggage and vintage roll-top bathtubs. The rooftop bar, aptly named Speakeasy, is a stylish terrace, and Italian delights - and nightly opera renditions - can be found in the basement at Medici. Babette's specialises in U.S. and Australian steaks in an intimate setting.

TEL. 02 630 4000
www.hotelmusebangkok.com

55/555 ถ.หลังสวน เขตปทุมวัน
55/555 Lang Suan Road, Pathum Wan

163 ห้องพัก/Rooms
11 ห้องสวีท/Suites

ราคาสำหรับ 2 ท่าน/Price for 2 persons:
฿ 5,900-8,300

ราคาห้องสวีท/Price of suites:
฿ 13,000-15,300

พูลแมน จี
PULLMAN G

โรงแรมบูติค • ทันสมัย
Boutique Hotel • Trendy

ตั้งแต่ก้าวแรกสู่ล็อบบี้ที่มีดีเจเปิดเพลงและผู้คนนั่งพักผ่อน
หย่อนใจบนชิงช้า ก็ทำให้รู้ได้ทันทีว่านี่ไม่ใช่โรงแรมธุรกิจ
ที่ขาดสีสันอย่างแน่นอน การตกแต่งภายในห้องพักแบ่งออก
เป็น 2 สไตล์ซึ่งต่างกันอย่างสิ้นเชิง คือ มินิมัลลิสต์ในโทน
ขาวและสไตล์หรูหราคลาสสิก แต่สิ่งที่ทุกห้องมีเหมือนกัน
คือ วิวเมืองที่สวยงามน่าประทับใจ รวมไปถึง Scarlett
ร้านอาหารและบาร์สุดฮิปบนชั้น 37 ยิ่งทำให้โรงแรมดู
ทันสมัยมากยิ่งขึ้น

With a DJ spinning tunes in the lobby and guests
lounging on a swing seat, it's clear from the start
this business hotel is more than all work and no
play. Bedrooms come in two contrasting
designs: stark white minimalistic or, for the more
traditionally-minded, a more intimate, classic
style; but all rooms have impressive city views.
The stylish Scarlett restaurant and bar on the
37th floor adds to the trendy vibe.

TEL. 02 352 4000
www.pullmanhotels.com

188 ถ.สีลม เขตบางรัก
188 Si Lom Road, Bang Rak

436 ห้องพัก/Rooms
33 ห้องสวีท/Suites

ราคาสำหรับ 2 ท่าน/Price for 2 persons:
฿ 3,200-3,600

ราคาห้องสวีท/Price of suites:
฿ 5,200-5,600

ร้านอาหารแนะนำ/Recommended restaurants:
สการ์เล็ต Scarlett ⑪○

PHRA NAKHON SIDE ฝั่งพระนคร

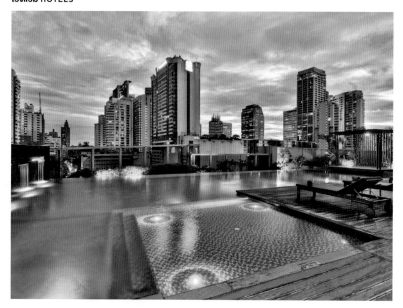

เรดิสัน บลู พลาซ่า
RADISSON BLU PLAZA

โรงแรมธุรกิจ • โมเดิร์น
Business • Modern

โรงแรมทันสมัยบนทำเลที่สะดวกต่อการเดินทาง ห้องพัก
ตกแต่งอย่างมีสไตล์พร้อมวิวเมือง เป็นการผสานธุรกิจเข้ากับ
การพักผ่อนอย่างลงตัวด้วยสิ่งอำนวยความสะดวกครบครัน
มีบาร์ถึง 2 แห่งไว้คอยบริการ รวมถึงบาร์คราฟต์เบียร์ที่
ชั้นดาดฟ้าเหมาะกับการฉลองหรือผ่อนคลายจากวันทำงาน
หรือเลือกดูแลสุขภาพที่สปาและสระว่ายน้ำแบบ infinity
pool แล้วลิ้มรสเมนูอิตาเลียนคลาสสิกที่ร้าน Attico หรือ
อาหารเอเชียหลากหลายที่ China House

This modern hotel is equipped with stylish
rooms with good city views and public
transportation on its doorstep. Mix business with
pleasure with excellent business facilities and
two bars, including a rooftop craft beer bar. For
a healthier alternative, head to the spa or the
infinity pool. Dine at Attico for classic Italian or
at China House, which has a broad Asian menu.

TEL. 02 302 3333
www.radissonblu.com/plazahotel-
bangkok

489 ถ.สุขุมวิท เขตวัฒนา
489 Sukhumvit Road, Vadhana

230 ห้องพัก/Rooms
20 ห้องสวีท/Suites

ราคาสำหรับ 2 ท่าน/Price for 2 persons:
฿ 4,600–6,500

ราคาห้องสวีท/Price of suites:
฿ 9,800–12,100

ยู สาทร
U SATHORN

โรงแรมบูติค • ร่วมสมัย
Boutique Hotel • Contemporary

โรงแรม U Sathorn เสมือนโอเอซิสอันเงียบสงบใจกลาง
เมือง ระเบียงของห้องพักแทบทุกห้องหันสู่สระว่ายน้ำที่ถูก
จัดวางและตกแต่งไว้อย่างโดดเด่นกลางโรงแรม ผู้ชื่นชอบ
อาหารฝรั่งเศสร่วมสมัยต้องไม่พลาดห้องอาหาร J'AIME
by Jean-Michel Lorain และทางโรงแรมยังมีห้องอาหาร
The Library ที่พร้อมต้อนรับคุณทั้งวันในบรรยากาศสบายๆ

A stone's throw away from busy Sathon Road
but tucked down a quiet lane, this hotel feels like
an oasis of calm. The attractively landscaped
pool is the central design element and most of
the bedrooms having either a balcony or terrace
overlooking this feature. J'AIME by Jean-Michel
Lorain provides sophisticated modern French
cuisine while The Library offers a more casual
option for those arriving at odd hours.

TEL. 02 119 4888
www.usathornbangkok.com

105–105/1 ซ.สาทร 1 เขตสาทร
105–105/1 Soi Sathon 1, Sathon

82 ห้องพัก/**Rooms**
4 ห้องสวีท/**Suites**

ราคาสำหรับ 2 ท่าน/**Price for 2 persons:**
฿ 5,000–8,000

ราคาห้องสวีท/**Price of suites:**
฿ 7,500–12,000

ร้านอาหารแนะนำ/**Recommended restaurants:**
เฌม บาย ฌอง มิเชล โลรองต์
J'AIME by Jean-Michel Lorain ✿

วี
VIE

โรงแรมธุรกิจ • โมเดิร์น
Business • Modern

VIE Hotel โดดเด่นทั้งทำเลสะดวกใกล้สถานีรถไฟฟ้า ศูนย์การค้าและแหล่งธุรกิจสำคัญ โรงแรมมีห้องขนาดใหญ่ ทั้งแบบสวีท หรือดูเพล็กซ์ที่มองเห็นวิวเมืองกรุงเทพฯ ผู้ที่ชื่นชอบซูชิต้องไม่พลาด YTSB ซูชิบาร์สุดล้ำ หรือผ่อนคลายสบายๆ ริมสระว่ายน้ำชั้นดาดฟ้า แล้วมาเพลิดเพลินกับบรรยากาศสุดชิคที่ VIE lounge รวมไปถึงฟิตเนสขนาดใหญ่ที่มีไว้ให้เรียกเหงื่ออีกด้วย

There is a lot about the VIE Hotel that is appealing: a prime location near the BTS and shopping malls, modern business facilities, lovely city views, and spacious rooms that are mostly suites and duplex apartments. Dine at the trendy YTSB sushi restaurant, lounge at the attractive rooftop pool, relax in the chic VIE lounge, or work up a sweat at the large fitness facility.

TEL. 02 309 3939
www.viehotelbangkok.com

117/39–40 ถ.พญาไท เขตราชเทวี
117/39-40 Phaya Thai Road, Ratchathewi

55 ห้องพัก/Rooms
99 ห้องสวีท/Suites

ราคาสำหรับ 2 ท่าน/Price for 2 persons:
฿ 4,000–6,000

ราคาห้องสวีท/Price of suites:
฿ 5,000–7,000

อินดิโก้
INDIGO

โรงแรมบูติค • ตกแต่งอย่างมีดีไซน์
Boutique Hotel • Design

สามล้อวินเทจ เครื่องพิมพ์ดีด โคมระย้าเก๋ๆ และเพดาน
กระเบื้องแก้ว รวมอยู่ในล็อบบี้โรงแรมในเครือสุดฮิปนี้
ส่งต่ออารมณ์ศิลป์ด้วยภาพวาดฝาผนังสไตล์ Banksy
ตลอดทางเดิน ห้องพักสีสดใสตกแต่งด้วยผลิตภัณฑ์
จิม ทอมป์สัน งานศิลป์เอเชียและอ่างล้างหน้าสีทอง
เลือกห้องวิวดีที่สุดด้านหน้าอาคาร แล้วอร่อยกับสตรีทฟู้ด
ที่ Craft Beer Bar หรือเมนูสเต๊กที่ห้องอาหาร Char
ก่อนแวะดื่มที่บาร์ลอยฟ้าริมสระว่ายน้ำแบบ infinity pool

A vintage rickshaw, typewriters, funky chandeliers,
and a glass-tiled ceiling are all part of the lobby in
this hip boutique hotel. The artsy vibe continues
with Banksy-style murals; colourful rooms have Jim
Thompson furnishings, Asian art and golden sinks
and those at the front have the best views. Order
upscale street food at the craft beer bar, visit the
steak and seafood restaurant or raise a glass to the
good life at the rooftop bar with an infinity pool.

TEL. 02 207 4999
www.hotelindigo.com/bangkok

81 ถ.วิทยุ เขตปทุมวัน
81 Witthayu Road, Pathum Wan

191 ห้องพัก/Rooms
1 ห้องสวีท/Suites

ราคาสำหรับ 2 ท่าน/Price for 2 persons:
฿ 3,500–8,000

ราคาห้องสวีท/Price of suites:
฿ 17,000–20,000

เซี่ยงไฮ้แมนชั่น
SHANGHAI MANSION

โรงแรมบูติค • โรแมนติก
Boutique Hotel • Romantic

โรงแรมแสนโรแมนติกในเยาวราชแห่งนี้ ตั้งอยู่ในบ้านเก่าแก่
อายุ 80 ปีที่เคยเป็นโรงอุปรากร และห้างสรรพสินค้า ค้นพบ
เสน่ห์เวินเทจยุคเซี่ยงไฮ้ปี 1930 ในห้องพักสไตล์จีน Ying Hua
ที่ประดับด้วยผ้าทอสีสด ผ้าไหมเนื้อเนียน และฉากกั้นเก่าแก่
พร้อมอ่างอาบน้ำแบบตั้งพื้น รวมไปถึงห้อง Mu Dan ที่โอ่อ่า
ด้วยเตียงสี่เสาขนาดคิงไซส์ ตลอดจนลอบบี้พื้นขัดมันที่มีภาพ
วาดขนาดใหญ่และสวนในร่มประดับโคมสวยงามสะดุดตา

Seductive and romantic, this boutique
Chinatown hotel is in an 80-year-old house that's
been a trading house, an opera house and a
department store. Chinoiserie-style bedrooms,
with bright brocades, delicate silks, and antique
Chinese screens are evocative of 1930s Shanghai.
The Ying Hua rooms hit all the right notes with a
freestanding bathtub, and the Mu Dan suites
boast four-poster beds. An indoor water garden
is decorated with hanging lanterns.

TEL. 02 221 2121
www.shanghaimansion.com

479–481 ถ.เยาวราช เขตสัมพันธวงศ์
479–481 Yaowarat Road,
Samphanthawong

60 ห้องพัก/Rooms
16 ห้องสวีท/Suites

ราคาสำหรับ 2 ท่าน/Price for 2 persons:
฿ 3,200–4,400

ราคาห้องสวีท/Price of suites:
฿ 4,800–5,000

เดอะ คอนทิเน้นท์
THE CONTINENT

โรงแรมบูติค • โมเดิร์น
Boutique Hotel • Modern

โรงแรมบูติคทันสมัยแห่งนี้ตกแต่งอย่างมีสไตล์ในธีมนานาชาติ
สะท้อนให้เห็นว่ามีแขกจากทั่วโลกเดินทางมาพักที่นี่
ห้องพักทุกห้องมีสไตล์โดดเด่น แต่แนะนำห้อง Sky Room
ที่กว้างขวางและสะดวกสบายขึ้นมาอีกนิดพร้อมให้วิวเมือง
ที่สวยงามน่าตื่นตา สิ่งอำนวยความสะดวกอยู่บนชั้นดาดฟ้า
ของโรงแรม ทั้งฟิตเนส O2 สระว่ายน้ำ H2O และบาร์สุดล้ำ
Axis & Spin รวมไปถึงร้านอาหารไทย Bangkok Heights
ที่อยู่ชั้นสูงสุดสมชื่อ

This stylish and modern boutique hotel reflects
the multi-national guests that stay here.
Bedrooms are comfortable and stylish with the
Sky Rooms offering a bit more space and
stunning city views. At the top of the hotel, you'll
find a host of up-to-date facilities, including a
fitness centre called O2; H2O is the pool, and Axis
& Spin a fashionable bar. Bangkok Heights is their
appropriately named top floor Thai restaurant.

TEL. 02 686 7000
www.thecontinenthotel.com

413 ถ.สุขุมวิท เขตวัฒนา
413 Sukhumvit Road, Vadhana

152 ห้องพัก/Rooms
1 ห้องสวีท/Suites

ราคาสำหรับ 2 ท่าน/Price for 2 persons:
฿ 4,800-6,900

ราคาห้องสวีท/Price of suites:
฿ 8,000-12,000

 ### ริวาอรุณ
RIVA ARUN

โรงแรมบูติค • โมเดิร์น
Boutique Hotel • Modern

จะมีอะไรดีไปกว่าการได้ตื่นมาเห็นวัดอรุณยามเช้าที่งดงาม
ดั่งภาพวาด Riva Arun ตั้งอยู่ท่ามกลางสถานที่สำคัญอันทรง
คุณค่าอย่างพระบรมมหาราชวังและวัดโพธิ์ โรงแรมบูติค
ริมน้ำนี้มีห้องพัก 22 ห้องและห้องสวีท 3 ห้อง ตกแต่งใน
บรรยากาศอบอุ่นสุดผ่อนคลาย ควรเลือกห้อง Riva Arun
Deluxe หรือ Premium Suite ที่มีวิวสวยที่สุด เหมาะสำหรับ
ทั้งคู่รักและครอบครัว โรงแรมมีเรือบริการไปส่งที่สถานี
รถไฟฟ้าและสถานที่ท่องเที่ยวริมน้ำต่างๆ อีกด้วย

What better way to wake up in Bangkok than with
a picture-perfect view of Wat Arun, the Temple of
Dawn? Surrounded by treasured sites like the
Grand Palace and Wat Pho, this riverside boutique
hotel is ideal for couples and families looking to
explore the heart of the city. The hotel has a cosy,
zen feel and the rooms with the best views are the
Riva Arun Premier and Deluxe Suites. Use the
hotel's boat to travel to nearby attractions.

TEL. 02 221 1188
www.rivaarunbangkok.com

392/25-28 ถ.มหาราช เขตพระนคร
392/25-28 Maha Rat Road, Phra Nakhon

19 ห้องพัก/Rooms
3 ห้องสวีท/Suites

ราคาสำหรับ 2 ท่าน/Price for 2 persons:
฿ 2,600-7,000

ราคาห้องสวีท/Price of suites:
฿ 7,600-15,000

THE CABOCHON

โรงแรมบูติค • ตกแต่งแบบมีเอกลักษณ์เฉพาะ
Boutique Hotel • Personalised

โรงแรมขนาด 8 ห้องสไตล์วินเทจช่วงยุค 1920 นี้สร้างขึ้น
เมื่อปี 2012 ด้านหน้ามีรถเบนซ์โบราณงามสง่าสองคัน
ส่วนภายในตกแต่งด้วยของสะสมโบราณ เช่น เก้าอี้หนังขัด
มัน กระดองเต่า สัตว์สตัฟฟ์ โมเดลเครื่องบินและกระเป๋า
หลุยส์วิตตองสุดวินเทจ ห้องพักทุกห้องกว้างสะดวกสบาย
ตกแต่งเรียบง่าย มีให้เลือกสองแบบ คือ สตูดิโอและสวีท

The exterior draws influence from the 1920s, but
the building was constructed in 2012. The owner,
who runs it with his sister, keeps two vintage
Mercedes outside. All manner of bric-a-brac is
scattered haphazardly about, like burnished
leather chairs, turtle shells, taxidermy, model
planes and vintage Louis Vuitton trunks. The
bedrooms are split between Studio Rooms and
Suites, and all are simply furnished but
comfortable.

TEL. 02 259 2871
www.cabochonhotel.com

14/29 ซ.สุขุมวิท 45 เขตวัฒนา
14/29 Soi Sukhumvit 45, Vadhana

4 ห้องพัก/Rooms
10 ห้องสวีท/Suites

ราคาสำหรับ 2 ท่าน/Price for 2 persons:
฿ 5,800-6,400

ราคาห้องสวีท/Price of suites:
฿ 8,600-9,100

PHRA NAKHON SIDE ฝั่งพระนคร

Tourism Authority of Thailand (TAT)

ฝั่งธนบุรี
THON BURI
SIDE

ร้านอาหาร
RESTAURANTS

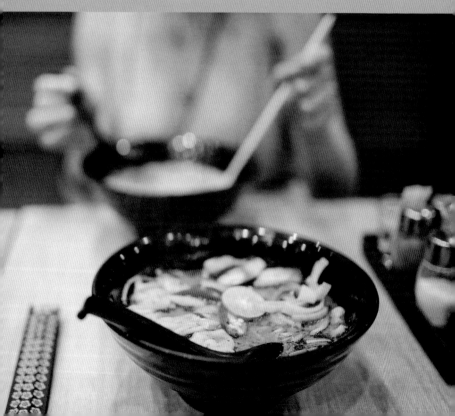

แม่กลองหัวปลาหม้อไฟ N

MAE KHLONG HUA PLA MO FAI

ซีฟู้ด • เรียบง่าย

Seafood • Simple

ตัวร้านอาจจะดูธรรมดาแต่คุณภาพวัตถุดิบและรสชาติไร้เทียมทานในย่านฝั่งธนฯ ควรไปถึงร้านแต่เนิ่นๆ ถ้าไม่อยากผิดหวังเพราะของหมด แนะนำให้ลองปูไข่นึ่งนมสดที่เสิร์ฟพร้อมน้ำจิ้มซีฟู้ดรสจัดจ้าน เนื้อปูผัดพริกขี้หนูสดที่เข้มข้นทั้งรสชาติและสีสัน อย่าลืมเช็กไซส์และราคาซีฟู้ดประจำวันก่อนสั่ง เจ้าของร้านลงมือปรุงอาหารเองทุกจานเพื่อรักษารสชาติและคุณภาพ อาจจะต้องรอในบางครั้งแต่คุ้มค่าแน่นอน

While the setup may look simple, Mae Khlong Seafood offers top quality seafood on the Thon Buri side of Bangkok, and is so popular you need to get here early to ensure the best menu choice. Don't miss the steamed mud crab with molten crab roe and flavourful dipping sauce, or the stir-fried crab with chilli (Pu Pat Phrik Khi Nu Sot). With the owners doing the cooking themselves to maintain quality and consistency, orders can take time.

P

TEL. 02 410 1234

51/10 ถ.บางแวก เขตภาษีเจริญ
51/10 Bang Waek Road, Phasi Charoen

■ ราคา PRICE
อาหารเย็น Dinner:
เซตเมนู set: ฿ 520-1,000

■ เวลาเปิด-ปิด OPENING HOURS
อาหารเย็น Dinner:
14:30-22:00 (L.O.)

THON BURI SIDE ฝั่งธนบุรี

⑤ ♿ 🏠 🅿 ⇆30 ☎🍴

TEL. 02 448 4847

64/233 หมู่ 5 ถ.สวนผัก เขตตลิ่งชัน
64/233 Moo 5, Suan Phak Road,
Taling Chan
www.huenlumphun.com

■ **ราคา PRICE**
อาหารตามสั่ง à la carte: ฿ 150-300

■ **เวลาเปิด-ปิด OPENING HOURS**
09:00-20:30 (L.O.)

■ **วันปิดบริการ ANNUAL AND
WEEKLY CLOSING**
ปิดทุกวันจันทร์ ยกเว้นวันนักขัตฤกษ์
Closed Monday except traditional
holidays

🍽

เฮือนลำพูน (สาขาสวนผัก)
HUEN LAMPHUN (SUAN PHAK)

อาหารเหนือ • ดั้งเดิม
Northern Thai • Traditional

อาหารเหนือเป็นอีกหนึ่งสำรับอาหารไทยที่ครองใจใคร
หลายคน ทว่าการหาร้านที่อร่อยแบบต้นตำรับในกรุงเทพฯ
ไม่ใช่เรื่องง่าย เฮือนลำพูนแห่งนี้จึงกลายเป็นเพชรเม็ดงาม
ที่ใครหลายคนกำลังตามหา ทั้งลาบคั่ว แหนมย่างใบตอง
และไส้อั่วที่อร่อยล้ำตามแบบฉบับชาวเหนือแท้ๆ
โดยอาหารทุกจานใช้ผักออร์กานิกสดที่ทางร้านปลูกเอง
แล้วปิดท้ายอาหารเมืองเหนือด้วยกาแฟอาราบิก้าชั้นดี
จากเชียงรายเหนือสุดแดนสยาม

Northern Thai food holds a special place in the
hearts of local people. But top-notch versions of
this regional cuisine can be hard to find outside
of Chiang Mai and Chiang Rai, which is why Huen
Lamphun is such a gem. Lap Khua (minced pork
salad) and Naem Yang Baitong (fermented pork
in banana leaf) are excellent, as is the Sai Ua
(northern-style sausage). All recipes use
vegetables grown in the restaurant's organic
garden. End with Arabica coffee from Chiang Rai.

เหม่ยเจียง
MEI JIANG

อาหารจีนกวางตุ้ง • หรูหรา

Cantonese • Elegant

Mei Jiang ซึ่งแปลว่าแม่น้ำอันงดงามในภาษาจีน คือ ภัตตาคารอาหารจีนกวางตุ้งสไตล์คลาสสิกที่หรูหรามีวิวเป็นสวนสวยเขียวชอุ่มริมแม่น้ำเจ้าพระยาของโรงแรมเพนนินซูลา ทุกเมนูปรุงโดยเชฟและทีมงานมืออาชีพมากประสบการณ์จากฮ่องกง เมนูไฮไลต์ที่พลาดไม่ได้ของที่นี่ คือ ติ่มซำ นอกจากนี้ยังมีเซตเมนู "สุขภาพ" ซึ่งมีประโยชน์ต่อร่างกายและรับประกันความอร่อยโดยเชฟอีกด้วย

Overlooking the lush gardens of The Peninsula Hotel on the banks of the Chao Phraya River, Mei Jiang – which means beautiful river – is an elegant Cantonese restaurant. Classic Chinese delights are prepared by an experienced chef from Hong Kong, and the staff are consummate professionals. Dim sum is a highlight and the "Health" set menu satisfies both the stomach and body and is a speciality of the chef.

P 30

TEL. 02 020 2888

ชั้น G โรงแรมเพนนินซูลา
333 ถ.เจริญนคร เขตคลองสาน
GF, The Peninsula Hotel,
333 Charoennakorn Road,
Khlong San

www.peninsula.com

■ **ราคา PRICE**

อาหารกลางวัน Lunch:
เซตเมนู set: ฿ 1,200-2,300
อาหารตามสั่ง à la carte: ฿ 1,800-3,300
อาหารเย็น Dinner:
เซตเมนู set: ฿ 2,100-3,200
อาหารตามสั่ง à la carte: ฿ 1,800-3,300

■ **เวลาเปิด-ปิด OPENING HOURS**

อาหารกลางวัน Lunch:
11:30-14:30 (L.O.)
อาหารเย็น Dinner:
18:00-22:30 (L.O.)

  🚻   🅿 ⌷10 🍴

TEL. 02 020 2888

ชั้น G โรงแรมเพนินซูลา
333 ถ.เจริญนคร เขตคลองสาน
GF, The Peninsula Hotel,
333 Charoen Nakhon Road,
Khlong San
www.peninsula.com

■ ราคา PRICE
อาหารเย็น Dinner:
เซตเมนู set: ฿ 1,900
อาหารตามสั่ง à la carte: ฿ 900-2,600

■ เวลาเปิด-ปิด OPENING HOURS
อาหารเย็น Dinner:
18:00-22:30 (L.O.)

🍴

ทิพย์ธารา
THIPTARA
อาหารไทย • ดั้งเดิม
Thai • Traditional

ทิพย์ธาราตั้งอยู่ในสวนสวยริมแม่น้ำเจ้าพระยาของโรงแรม
เพนินซูลา ร้านเสิร์ฟอาหารไทยดั้งเดิมแบบตามตำรา
และมีเซตเมนูที่รวมไฮไลต์ให้คุณไม่พลาดจานสำคัญ
ทุกเมนูรสชาติเข้มข้นถูกปากคนไทยแต่ก็สามารถปรับลดได้
ตามเหมาะสม เมนูขึ้นชื่อของที่นี่มีหลายอย่าง เช่น
แกงเผ็ดเป็ดย่าง และปลาหิมะสามรส สามารถเลือกนั่งที่
ระเบียงริมน้ำหรือด้านในที่เป็นศาลาไทยตกแต่งด้วย
ของโบราณก็โรแมนติกไม่แพ้กัน พร้อมบริการสุดประทับใจ

The restaurant is set in the lush gardens of The
Peninsula hotel alongside the Chao Phraya River
and its traditional Thai menu ticks all the right
boxes. Spice levels are full-on, a major boon to
the local families that come here and specialities
include Gaeng Phet Pet Yang (red duck curry)
and Pla-Hi-Ma Sam Rot (deep-fried snow fish
with a sweet and sour sauce). The riverside
terrace and indoor Thai-style salas with antiques
up the ante on romance and service is top-notch.

THON BURI SIDE ฝั่งธนบุรี

ฝั่งธนบุรี THON BURI SIDE

ร้านอาหารริมทาง
STREET FOOD

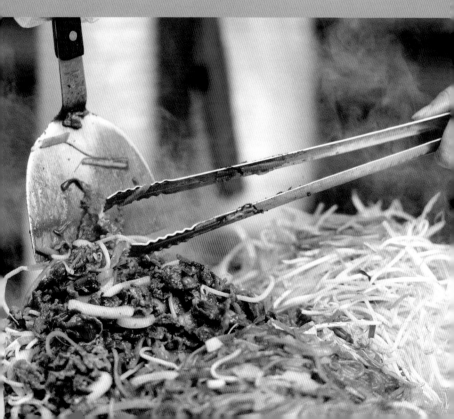

โบ๊กเกี้ย ท่าดินแดง (N)
BOKKIA THA DIN DAENG

ร้านขนมหวานเจ้าดังในตำนานนี้ ซ่อนตัวอยู่ในตลาดท่าดินแดง และมักคลาคล่ำไปด้วยลูกค้าเจ้าประจำที่แวะเวียนกลับมาเสมอเพราะติดใจในหมี่หวานและรสชาติน้ำเชื่อมที่เป็นเอกลักษณ์เข้ากับส่วนผสมอื่นอย่างลงตัว หากใครอยากไปลิ้มลองขอให้เผื่อเวลาต่อคิวไว้บ้างแต่รับรองความอร่อยที่คุ้มค่าการรอคอย

Tucked away in the market area in a small shop house, this famous dessert shop has regulars coming back thanks to its unique syrup made with their own special blend. Expect to queue for 10 to 30 minutes.

$

323 ถ.ท่าดินแดง เขตคลองสาน
323 Tha Din Daeng Road, Khlong San
TEL. 02 437 1843

ราคา PRICE | ฿ 30

เวลาเปิด-ปิด OPENING HOURS |
17:00-21:00 (L.O.)

ฉ่อย (สาขาพุทธมณฑลสาย 2)
CHOY (N)
(PHUTTHA MONTHON SAI 2)

ร้านฉ่อยส่งต่อความอร่อยมายาวนานกว่า 50 ปี โดยเฉพาะเป็ดย่างสูตรต้นตำรับตั้งแต่รุ่นคุณพ่อ รสชาติอร่อยสมคำร่ำลือ บนทำเลถนนพุทธมณฑลสาย 2 ที่หลายคนอาจมองว่าอยู่ไกลจากตัวเมือง แต่หากได้ลองบะหมี่เกี๊ยวกุ้งเป็ดย่างในน้ำต้มยำรสเข้มข้น และก๋วยเตี๋ยวลูกชิ้นปลาสดใหม่สูตรลับของร้าน รับรองว่าคุ้มค่าต่อการเดินทางแน่นอน

A little out of the way but this is one of the best kept secrets for roast duck with egg noodles. Try the signature duck noodles with shrimp wonton in Tom Yum soup. Choy is named after the owner; the duck recipe came from his father.

$

9/19 ถ.พุทธมณฑลสาย 2 เขตบางแค
9/19 Phuttha Monthon Sai 2 Road, Bang Khae
TEL. 095 264 2226

ราคา PRICE | ฿ 40-110

เวลาเปิด-ปิด OPENING HOURS |
07:00-17:00 (L.O.)

THON BURI SIDE ฝั่งธนบุรี

เจ้านายลูกชิ้นปลา N
JAO NAI FISH BALL

ร้านก๋วยเตี๋ยวเจ้าเก่าจากย่านเยาวราชนี้ มีทีเด็ดห้ามพลาด คือ ลูกชิ้นปลาทำเองสดใหม่ เกี๊ยวปลารสชาติเข้มข้น และน้ำซุปกลมกล่อมที่ยังรักษามาตรฐานไว้อย่างไม่เปลี่ยนแปลง รสชาติความอร่อยอันเป็นเอกลักษณ์นี้ทำให้ร้านรถเข็นเล็กๆ หน้าตึกแถวที่อาจดูไม่น่าดึงดูด กลับแน่นขนัดไปด้วยลูกค้าเจ้าประจำที่มาต่อคิวรอทุกวัน

This long-standing Chinatown stall may have moved to the outskirts but its flavoursome fish balls still attract many diners. The old townhouse may not be as well-maintained as you'd wish, but the food more than makes up for that.

$

38/132 ถ.บางแค เขตบางแค
38/132 Bang Khae Road, Bang Khae
TEL. 098 929 4099

ราคา PRICE | ฿ 40-50

เวลาเปิด-ปิด OPENING HOURS |
17:00-22:00 (L.O.)

สอาดเสวย (สาขาถ.กาญจนาภิเษก) N
SA-AT SAWOEI (KANCHANAPISEK ROAD)

ร้านสอาดเสวยลูกชิ้นปลา สาขาถนนกาญจนาภิเษก หน้าโรงเรียนเลิศหล้า ทีเด็ด คือ ลูกชิ้นปลาไร้สารทำเอง และเกี๊ยวปลานุ่มเด้งไร้กลิ่นคาวด้วยสูตรลับที่ส่งต่อในครอบครัว ควรลองก๋วยเตี๋ยวต้มยำน้ำใสที่รสเข้มข้นกลมกล่อมแทบไม่ต้องปรุง หรือเส้นปลานุ่มแสนอร่อย ทางร้านมีที่จอดรถให้

Come here for fish balls and fish cakes that are soft and bouncy in texture and freshly made using a secret family recipe. Order them with a bowl of noodles in clear Tom Yum-style soup or opt for fluffy fish noodles for an all-fish meal.

$

28/131 หมู่ 9 ถ.กาญจนาภิเษก เขตบางบอน
28/131 Moo 9, Kanchanapisek Road, Bang Bon
TEL. 02 894 2369

ราคา PRICE | ฿ 50-100

เวลาเปิด-ปิด OPENING HOURS |
07:00-20:00 (L.O.)

สมศักดิ์ปูอบ (สาขาเจริญรัถ)
SOMSAK PU OB (CHAROEN RAT) N

ร้านสมศักดิ์ปูอบนี้เป็นสาขาแรก และถือเป็นหนึ่งในร้านที่เชี่ยวชาญในการอบมากที่สุดก็ว่าได้ ปูและกุ้งสดใหม่ตัวโตๆ อบได้อย่างพอดีบนวุ้นเส้นนุ่มหอมกรุ่นด้วยเครื่องเทศ อย่าลืมคลุกเคล้าวุ้นเส้นกับส่วนผสมเข้มข้นที่อยู่ก้นหม้อให้เข้ากันก่อนทาน อาจต้องเผื่อเวลารอบ้างเล็กน้อย แต่อาหารอร่อยคุ้มค่าเกินราคาอย่างแน่นอน

This cart serves some of the best steamed crabs or prawns on glass noodles at wallet-friendly prices. Make sure you stir the noodles to soak up the tasty juices. It has a few branches, but this is where it all started. Come early or the wait will be long.

ซ.เจริญรัถ 1 เขตคลองสาน
Soi Charoen Rat 1, Khlong San
TEL. 081 400 0542

ราคา PRICE | ฿ 70-750

เวลาเปิด-ปิด OPENING HOURS |
17:00-22:00 (L.O.)

วาสนา ข้าวมันไก่ N
WATSANA KHAO MAN GAI

แม้จะย้ายร้านมาแล้วหลายครั้ง แต่ลูกค้าเจ้าประจำก็ยังติดตามมาฝากท้องอย่างแน่นขนัดไม่ขาดสาย ทีเด็ดของร้านนี้อยู่ที่ข้าวหอมเรียงตัวอย่างสวยงาม เนื้อไก่ที่ต้มได้นุ่มพอดี และมาตรฐานความอร่อยที่รักษาไว้ได้ไม่เปลี่ยนแปลง นอกเหนือจากข้าวมันไก่ที่เป็นอาหารขายดีของร้านแล้ว เมนูเส้นหลากชนิดก็น่าทานไม่แพ้กัน

Despite several moves from its original location, this shop house has kept its customers so expect queues for its famous chicken rice and the recent addition of noodles. Quality ingredients and consistent cooking are the secret of its success.

9/275 ถ.พุทธบูชา เขตจอมทอง
9/275 Phuttha Bucha Road, Chom Thong
TEL. 087 711 6456

ราคา PRICE | ฿ 40-200

เวลาเปิด-ปิด OPENING HOURS |
07:00-15:30 (L.O.)

THON BURI SIDE ฝั่งธนบุรี

โจ๊กคลองสาน N

JOK KHLONG SAN

ชื่ออยู่คลองสานแต่ร้านโจ๊กสไตล์ไทยแห่งนี้ขายอยู่ย่านบางแค แม้เนื้อโจ๊กอาจไม่ละเอียดเหมือนโจ๊กกวางตุ้ง แต่แตกต่างด้วยความเข้มข้นกลมกล่อม ทั้งยังมีไข่หลายประเภทให้เลือก ไม่ว่าจะเป็นไข่ไก่ ไข่เยี่ยวม้า หรือไข่เค็ม ทีเด็ดจริงๆ คือ หมูเด้งเนื้อนุ่มแสนอร่อย ที่รับรองว่าไม่เหมือนใครและถูกใจนักชิมอย่างแน่นอน

Named after the district it was in when it first opened, this shop serves Thai-style congee which is denser in consistency than its Cantonese counterpart. Its marinated minced pork balls are also worth a try.

หมู่บ้านสุขสันต์ 6 ซ.กาญจนาภิเษก 5/1 ถ.กาญจนาภิเษก เขตบางแค
Suk San Village 6, Soi Kanchanaphisek 5/1, Kanchanaphisek Road, Bang Khae
TEL. 092 652 4056

ราคา PRICE | ฿ 35-60

เวลาเปิด-ปิด OPENING HOURS |
16:00-23:00 (L.O.)

THON BURI SIDE ฝั่งธนบุรี

ฝั่งธนบุรี THON BURI SIDE

โรงแรม HOTELS

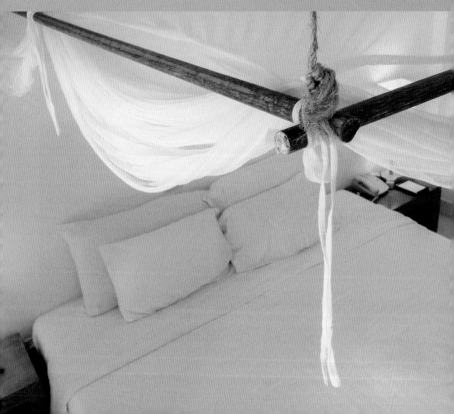

เพนนินซูลา
THE PENINSULA

แกรนด์ลักชัวรี • คลาสสิก
Grand Luxury • Classic

โรงแรมหรูริมน้ำแห่งนี้เข้าถึงได้ทั้งทางรถ ทางเรือหรือแม้แต่
เฮลิคอปเตอร์ แม้ภายนอกอาจดูเรียบง่ายแต่ภายในห้องพัก
ทุกห้องตกแต่งแบบหรูหราละเมียดละไมแบบไทยพร้อม
มอบวิวอันงดงามของแม่น้ำเจ้าพระยา ทั้งการบริการแบบ
ไร้ที่ติที่ใส่ใจทุกความต้องการ ควรเผื่อเวลาเพลิดเพลินกับ
สิ่งอำนวยความสะดวกในโรงแรม เช่น สปาเหนือระดับและ
สระว่ายน้ำ แล้วเลือกทานอาหารเที่ยงที่ระเบียงริมน้ำ หรือ
อาหารจีนคลาสสิกที่ห้องอาหาร Mei Jiang

Arrive by town car, boat or even helicopter at
this grand riverside hotel. While the exterior isn't
particularly exceptional, every room has a
fabulous river view and a luxurious finish with
subtle Thai influences. Guests rave about the
hotel's impeccable service where no request is
too big or too small. Make time to enjoy the
amenities, like a superb spa, terraced pool, lunch
on the riverside terrace or classic Cantonese
cuisine at Mei Jiang.

TEL. 02 020 2888
www.peninsula.com

333 ถ.เจริญนคร เขตคลองสาน
333 Charoen Nakorn Road,
Khlong San

303 ห้องพัก/**Rooms**
67 ห้องสวีท/**Suites**

ราคาสำหรับ 2 ท่าน/**Price for 2 persons:**
฿ 9,500–20,000

ราคาห้องสวีท/**Price of suites:**
฿ 19,000–41,000

ร้านอาหารแนะนำ/**Recommended restaurants:**
เหม่ยเจียง Mei Jiang
ทิพย์ธารา Thiptara

มิลเลนเนียม ฮิลตัน
MILLENNIUM HILTON

โรงแรมธุรกิจ • คลาสสิก
Business • Classic

TEL. 02 442 2000
www.bangkok.hilton.com

123 ถ.เจริญนคร เขตคลองสาน
123 Charoen Nakhon Road, Khlong San

461 ห้องพัก/Rooms
72 ห้องสวีท/Suites

ราคาสำหรับ 2 ท่าน/Price for 2 persons:
฿ 3,100-5,500

ราคาห้องสวีท/Price of suites:
฿ 10,000-33,000

ด้วยทำเลสวยบนฝั่งตะวันตกของแม่น้ำเจ้าพระยา โรงแรมธุรกิจขนาดใหญ่แห่งนี้ เปิดรับวิวที่เรียกได้ว่าดีที่สุดในเมือง โดยเฉพาะจากบาร์ลอยฟ้า Three Sixty Lounge และห้อง Executive River View สระว่ายน้ำแบบไร้ขอบ "The Beach" เป็นเสมือนโอเอซิสชื่นฉ่ำรอให้คุณมาแหวกว่ายคลายร้อน พร้อมบริการอาหารมากมายที่นำเสิร์ฟควบคู่กับวิวอันงดงาม เช่น Flow ร้านสบายๆ ริมน้ำ, Yuan ภัตตาคารจีนร่วมสมัย หรือ Prime สเต๊กพรีเมียมรสเยี่ยม

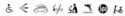

With its commanding position on the west bank of the Chao Phraya River, this large business hotel has arguably some of the best views in the city, especially from the rooftop Three Sixty Lounge and Executive River View rooms. The infinity pool, dubbed The Beach, is a welcomed oasis when the mercury soars. There are numerous dining options, from Chinese cuisine to prime steaks.

pigphoto/iStock

ปริมณฑล
SURROUNDING
PROVINCES

ร้านอาหาร
RESTAURANTS

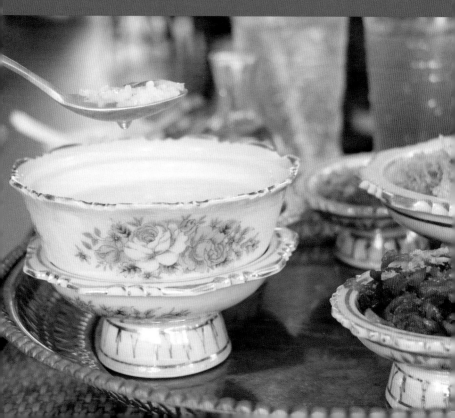

❀

เรือนปั้นหยา
RUEAN PANYA

อาหารไทย • เหมาะสำหรับครอบครัว
Thai • Family

ธุรกิจร้านอาหารของครอบครัวเล็กๆ แต่มีชื่อเสียงเกิดจาก
การบอกต่อกันปากต่อปาก เพราะความอร่อยและคุณภาพ
ที่เหนือชั้นโดยเฉพาะอาหารทะเลที่เจ้าของจะไม่ยอมขาย
หากไม่ได้มาตรฐานของร้าน เมนูที่ห้ามพลาด คือ หลนปูเนื้อ
กุ้งกุลาอบเกลือ และแกงหลากชนิดที่ใช้วัตถุดิบท้องถิ่น
เจ้าของร้านบรรจงปรุงทุกเมนูเองอย่างพิถีพิถัน ภายใน
ตกแต่งสบายๆ ด้วยงานศิลป์ที่เรียงรายอยู่รอบๆ ราวกับ
ทานข้าวในพิพิธภัณฑ์ศิลปะ

This family run restaurant, which blends food and
art, is a hidden gem. It's spread across four
houses; the relaxed mood gives the impression of
dining at friends, while painting-filled interiors
add a gallery feel. Owner Pannee does all the
cooking herself; her attention to detail and the
complexity of flavours make her dishes worth the
wait. Mud crab coconut dip or 'Lhon Pu' and
toasted giant prawn with salt are highlights.

P ⊖20 ⏰🍴

TEL. 034 424 707

1300/600 ซ.เอกชัย 13 ถ.นรราชอุทิศ
อ.เมืองสมุทรสาคร จ.สมุทรสาคร
1300/600 Soi Ekachai 13,
Norarat Uthit Road,
Mueang Samut Sakhon,
Samut Sakhon

■ **ราคา PRICE**
อาหารตามสั่ง à la carte: ฿ 500-1,500

■ **เวลาเปิด-ปิด OPENING HOURS**
11:00-20:00 (L.O)

■ **วันปิดบริการ ANNUAL AND
WEEKLY CLOSING**
ปิดวันจันทร์และวันอังคารสุดท้ายของเดือน
Closed last Monday and
Tuesday of the month

SURROUNDING PROVINCES ปริมณฑล

40

TEL. 02 583 3748

17/9 หมู่ 7 ถ.สุขาประชาสรรค์ 2
อ.ปากเกร็ด จ.นนทบุรี
17/9 Moo 7, Sukhaprachasan 2 Road, Pak Kret, Nonthaburi
www.suanthip.com

■ ราคา PRICE
เซตเมนู set: ฿ 300-350
อาหารตามสั่ง à la carte: ฿ 750-1,200

■ เวลาเปิด-ปิด OPENING HOURS
11:00-20:30 (L.O.)

สวนทิพย์ N
SUAN THIP

อาหารไทย • ดั้งเดิม
Thai • Traditional

บรรยากาศร่มรื่นท่ามกลางแมกไม้เขียวขจีริมแม่น้ำเจ้าพระยา ให้ความรู้สึกผ่อนคลาย เสมือนได้หลีกหนีความวุ่นวายของเมืองกรุง ทั้งอาหารไทยโบราณแสนประณีตและการบริการอย่างอบอุ่น ยิ่งช่วยเสริมประสบการณ์การรับประทานอาหารอันน่าประทับใจ นอกจากศาลาไทยโอ่อ่ากลางสวนแล้ว ยังสามารถเลือกนั่งที่ริมน้ำสัมผัสธรรมชาติ และด้วยความสวยงามทั้งหมดนี้ทำให้สวนทิพย์เหมาะสำหรับการจัดเลี้ยงในทุกโอกาสพิเศษของคุณ

Beyond the bustle of Bangkok's busy streets, stepping into Suan Thip feels like entering another world. Its lush garden of trees and small ponds is peaceful and pretty, while a Thai-style pavilion is the perfect setting for weddings and celebrations. Inside, the relaxed vibe continues with views to the riverside, while the refined cuisine is inspired by royal recipes. Many of the staff have been here for decades; even the chef is second generation.

บ้านเบญจรงค์ ปาย (N)

BAAN BENJARONG PAI

อาหารไทย • อบอุ่น

Thai • Cosy

ร้านดังจากอำเภอปายก่อตั้งโดย 2 สามีภรรยาผู้ชื่นชอบอาหารไทย โดยสาขา 2 ที่กรุงเทพฯ แห่งนี้ ทุกสูตรยังคงผ่านการควบคุมโดยแม่ครัวสาขาแรกเพื่อให้ได้รสชาติและคุณภาพมาตรฐานเดียวกัน แม้ชื่อร้านจะอยู่ภาคเหนือ แต่บ้านเบญจรงค์ตั้งใจนำเสนออาหารภาคกลางเป็นหลัก ทุกเมนูล้วนผ่านการปรุงอย่างบรรจงโดยไม่ใส่ผงชูรส ภายในตกแต่งแบบไทยร่วมสมัยสีสันสะดุดตา ท่ามกลางบรรยากาศสบายๆ ด้วยการต้อนรับอย่างอบอุ่นแบบคนเหนือ

The original Baan Benjarong is located in Pai, Northern Thailand, and was set up by a couple keen to preserve the heritage of their regional Thai cuisine. Opening this second branch in 2017, they had to make some adjustments, such as a smaller menu and using items which are not all from the province so popular national dishes, such as Som Tum, are a feature. Staff, however, all hail from the North and have a typically friendly and relaxed attitude.

TEL. 086 363 2899

ชั้น 2 เดอะ คริสตัล เอสบี ราชพฤกษ์
64/99 หมู่ 1 ถ.ราชพฤกษ์
อ.บางกรวย จ.นนทบุรี
2F, The Crystal SB Ratchapruek,
64/99 Moo 1, Ratchaphruek Road,
Bang Kruai, Nonthaburi

■ ราคา PRICE
เซตเมนู set: ฿ 855
อาหารตามสั่ง à la carte: ฿ 350-560

■ เวลาเปิด-ปิด OPENING HOURS
11:00-21:30 (L.O.)

P

TEL. 02 591 0315

64/51 ถ.ติวานนท์
อ.เมืองนนทบุรี จ.นนทบุรี
64/51 Tiwanon Road,
Mueang Nonthaburi, Nonthaburi

■ ราคา PRICE
อาหารตามสั่ง à la carte: ฿ 400-900

■ เวลาเปิด-ปิด OPENING HOURS
11:00-20:30 (L.O.)

■ วันปิดบริการ ANNUAL AND WEEKLY CLOSING
ปิดวันสงกรานต์ และวันจันทร์ที่ 3 ของเดือน
Closed Thai New Year and 3rd Monday of the month

บ้านย่า (N)

BANYA

อาหารไทย • เรียบง่าย

Thai • Simple

ร้านนี้เดิมเปิดที่บ้านคุณย่าของเจ้าของร้านในสุขุมวิทซอย 7 โดยมี อ.รัชฎาภา อมาตยกุล ผู้เชี่ยวชาญด้านอาหารและโภชนาการแนวหน้าของเมืองไทยเป็นผู้ดูแลเมนู ซึ่งหลายจานเป็นอาหารไทยโบราณหาทานยาก ทั้งเชฟและสูตรอาหารยังคงสม่ำเสมอไม่เปลี่ยนแปลงตั้งแต่วันแรกที่เปิดร้านด้วยความใส่ใจและประณีต เมนูซิกเนเจอร์ของร้าน คือ ข้าวแช่ที่เสิร์ฟพร้อมเครื่องเคียงหลากหลายรสชาติที่เข้ากันอย่างลงตัว

Loosely translated as 'grandma's house', Banya certainly embodies this maternal spirit. Originally located on Sukhumvit Soi 7, it then moved on to another Nan's at this location. Remarkably, staff have stayed the same since day one, as has the menu, which was conceived by acclaimed culinary teacher Ajarn Rachadapa Amatayakul. Expect typical Thai fare, along with some rarer recipes and daily specials. A homely Khao Chae is their signature dish.

ไก่ทอง (สาขาเมืองทองธานี) N

GOLDEN CHICKEN (MUEANG THONG THANI)

อาหารไทย-จีน • ตกแต่งแบบร่วมสมัย

Thai-Chinese • Contemporary décor

แม้จะเปิดกิจการมาแล้วกว่า 20 ปี แต่ลูกค้าก็ยังคงแน่นร้านทุกวัน เคล็ดลับความอร่อยในแบบฉบับของไก่ทอง คือ มาตรฐานที่รักษาไว้ได้อย่างเสมอต้นเสมอปลาย เจ้าของร้านดูแลเองในทุกขั้นตอนด้วยความใส่ใจ ตั้งแต่การคิดค้นและต่อยอดสูตรลับของครอบครัว คัดสรรวัตถุดิบไปจนถึงการปรุงอาหารอย่างดีสำหรับลูกค้า อิ่มอร่อยจากจานหลักแล้ว สามารถตบท้ายด้วยของหวานซิกเนเจอร์ของร้านอย่างปังชาเย็นอีกด้วย

Also known as Kai Thong, Golden Chicken has been run by the same family for around 20 years, with second generation owner Khun Jim's daughter now at the helm. Recipes are household favourites; 'Stir-fried pork liver with garlic and pepper' is not to be missed. Ingredients are selected each day by the owner herself, ensuring consistency; however supplies can be limited, in turn affecting some menu items. 'Sri Lankan shaved ice milk tea' is the perfect way to end.

25

TEL. 02 981 7771

164/13-15 เมืองทองธานี 3 ถ.แจ้งวัฒนะ อ.ปากเกร็ด จ.นนทบุรี
164/13-15 Mueang Thong Thani 3, Chaeng Watthana Road, Pak Kret, Nonthaburi

■ ราคา PRICE:
อาหารตามสั่ง à la carte: ฿ 650-2,300

■ เวลาเปิด-ปิด OPENING HOURS
10:30-21:30 (L.O.)

■ วันปิดบริการ ANNUAL AND WEEKLY CLOSING
ปิดวันจันทร์ Closed Monday

TEL. 034 426 646

197/13 ถ.เจษฎาวิถี
อ.เมืองสมุทรสาคร จ.สมุทรสาคร
197/13 Jetsada Withi Road,
Mueang Samut Sakhon,
Samut Sakhon

■ ราคา PRICE
อาหารตามสั่ง à la carte: ฿ 300-700

■ เวลาเปิด-ปิด OPENING HOURS
10:30-20:00 (L.O.)

ไผ่ PHAI

ซีฟู้ด • *เรียบง่าย*
Seafood • *Simple*

ร้านไผ่ตั้งอยู่ในซอยเล็กๆ ตรงข้ามวัดเจษฯ เปิดกิจการและเป็นที่รู้จักของคนย่านนี้มานานหลายปี โดยมีอาหารทะเลเป็นตัวชูโรง เมนูแนะนำอย่าง ปูทะเลนึ่ง ปลาหมึกผัดฉ่า และแกงส้มปูทะเลหน่อไม้ ทุกจานใช้วัตถุดิบสดใหม่มาปรุงให้ลูกค้าเสมอ หน้าตาอาจดูเรียบง่ายแต่รสชาติอาหารอร่อยเด็ดและปรุงอย่างพอดีด้วยความชำนาญ เดินทางมาที่ร้านด้วยรถยนต์ได้เท่านั้นแต่ไม่ต้องกังวลเรื่องที่จอดรถเพราะร้านมีไว้บริการ

Located deep inside a small alley on the opposite side of Wat Chetsadaram, Phai has been serving local customers for many years. It's well-known for its fresh, quality seafood and intense, authentic flavours – the simple presentation belies the considerable complexity of the dishes. Recommendations include steamed mud crab and stir-fried squid with fresh herbs. Accessible only by car, spacious parking is available so you don't have to worry.

SURROUNDING PROVINCES ปริมณฑล

ปริมณฑล SURROUNDING PROVINCES

ร้านอาหารริมทาง
STREET FOOD

ชัยโภชนา N
CHAI PHOCHANA

จากร้านเล็กๆ หน้าโรงเรียนกลายเป็นร้านยอดนิยมในย่านนี้ นอกจากเมนูอร่อยง่ายในสไตล์ร้านข้าวต้มที่ปรุงได้อย่างดีเยี่ยม อาหารทะเลสดใหม่ตัวเป็นๆ ก็เป็นอีกหนึ่งทีเด็ดของร้านอีกด้วย แนะนำให้ลิ้มลองหมูสับผัดหนำเลี้ยบรสชาติกลมกล่อม พิเศษตรงที่ใส่กากหมูเพื่อเพิ่มรสสัมผัส

Set in a densely populated residential hub, Chai Phochana delivers fuss free food and speedy service. Having started off as just one shop, it's loyal locals who have driven the expansion, flocking here every night in huge numbers. Food is standard fare, with live seafood adding to the experience.

354/1 ซ.สามัคคี 36 ถ.สามัคคี
อ.เมืองนนทบุรี จ.นนทบุรี
354/1 Soi Samakkhi 36, Samakkhi Road,
Mueang Nonthaburi, Nonthaburi
TEL. 02 573 2921

ราคา PRICE | ฿ 250-650

เวลาเปิด-ปิด OPENING HOURS |
16:00-01:30 (L.O.)

ดัชนี
INDEX

รายชื่อร้านที่ได้รับรางวัลดาวมิชลิน
STAR LIST

DISCOVER. BOOK. SAVE.

Use promo code **MGTH18** to earn 400 Chope-Dollars for your first reservation; exchangeable for a 250 THB dining voucher.

DISCOVER | **BOOK** | **SAVE**
RESTAURANTS | TABLES | WITH DEALS

DOWNLOAD THE CHOPE APP

www.chope.co

รายชื่อร้านที่ได้รับรางวัลบิบกูร์มองด์
BIB GOURMAND LIST

รายชื่อร้านอาหารทั้งหมด
INDEX OF RESTAURANTS

รายชื่อร้านอาหารแบ่งตามประเภทอาหาร
RESTAURANTS BY CUISINE TYPE

THAI/ อาหารไทย

ISAN/ อาหารอีสาน

NORTHERN THAI/ อาหารเหนือ

SOUTHERN THAI/ อาหารใต้

THAI-CHINESE/ อาหารไทย–จีน

THAI CONTEMPORARY/ อาหารไทยร่วมสมัย

AMERICAN CONTEMPORARY/ อาหารอเมริกันร่วมสมัย

AUSTRALIAN CONTEMPORARY/ อาหารออสเตรเลียร่วมสมัย

CANTONESE/ อาหารจีนกวางตุ้ง

CHINESE/ อาหารจีน

EUROPEAN/ อาหารยุโรป

EUROPEAN CONTEMPORARY/ อาหารยุโรปร่วมสมัย

FRENCH/ อาหารฝรั่งเศส

FRENCH CONTEMPORARY/ อาหารฝรั่งเศสร่วมสมัย

MEDITERRANEAN/ อาหารเมดิเตอร์เรเนียน
Quince ⚫ 125

PORTUGUESE CONTEMPORARY/ อาหารโปรตุเกสร่วมสมัย
Il Fumo ⚫ 102

SEAFOOD/ ซีฟู้ด
Mae Khlong Hua Pla Mo Fai/ แม่กลองหัวปลาหม้อไฟ 🐟 Ⓝ 209
Phai/ ไผ่ ⚫ Ⓝ 232
Sornthong/ ศรทองโภชนา ⚫ 135
Sripol Seafood House/ บ้านเรือศรีพลฯ ⚫ Ⓝ 137

SPANISH/ อาหารสเปน
Pesca Mar & Terra ⚫ Ⓝ 122
Uno Mas ⚫ 149

STEAKHOUSE/ สเต็กเฮาส์
New York Steakhouse ⚫ 119
Rib Room & Bar/ ริบรูม แอนด์ บาร์ ⚫ 127

SUSHI/ ซูชิ
Ginza Sushi ichi ✿ 46
Sushi Masato ⚫ 140
Sushi Misaki ⚫ Ⓝ 141
Sushi Tama ⚫ Ⓝ 142

VIETNAMESE/ อาหารเวียดนาม
Tonkin Annam/ ตงกิง อันนัม ⚫ 148

รายชื่อร้านอาหารริมทาง
INDEX OF STREET FOOD

รายชื่อโรงแรม
INDEX OF HOTELS

ภูเก็ตและพังงา
PHUKET &
PHANG-NGA

Alan_Lagadu/iStock

ภูเก็ต
PHUKET

ภูเก็ต **PHUKET**

ร้านอาหาร
RESTAURANTS

PRU N

อาหารเชิงนวัตกรรม • หรูหรา

Innovative • Elegant

คงมีร้านอาหารไม่กี่แห่งในประเทศไทยที่มีแหล่งวัตถุดิบ
เป็นของตนเอง ทั้ง ผัก ผลไม้ และไข่ มาจาก "พรุจำปา"
ฟาร์มออร์กานิกเนื้อที่ 600 ไร่ของร้าน แม้กระทั่งเนยที่ร้าน
ทำเองด้วยนมวัวจากกระบี่ เชฟ Jimmy เป็นผู้ดูแลทุกขั้นตอน
และปรุงทุกจานอย่างพิถีพิถัน รวมไปถึงการจัดแต่งจานที่
ประณีต เซตเมนูมีให้เลือกทั้งแบบ 4, 6 หรือ 8 คอร์ส
เติมเต็มมื้อค่ำของคุณให้น่าจดจำมากยิ่งขึ้นด้วยไวน์ที่
ผ่านการเลือกเฟ้นมาอย่างดี

Tucked inside a luxury resort, PRU stands for
'plant, raise, understand', and it is this ethos
which underpins every aspect of this
sophisticated, intimate and romantic
restaurant, a stone's throw from the sea. Many
ingredients are sourced from their own 96
hectare organic farm; even the butter is made
in-house with milk sourced from Krabi. Dishes
are delicate and neatly presented; 'carrots
cooked in soil' is a signature dish.

TEL. 076 310 100

โรงแรมตรีสรา
60/1 หมู่ 6 ถ.ศรีสุนทร อ.ถลาง
Trisara Resort,
60/1 Moo 6, Si Sunthon Road,
Thalang
www.trisara.com

■ ราคา PRICE
อาหารเย็น Dinner:
เซตเมนู set: ฿ 3,000-6,000

■ เวลาเปิด-ปิด OPENING HOURS
อาหารเย็น Dinner:
18:00-22:30 (L.O.)

■ วันปิดบริการ ANNUAL AND
WEEKLY CLOSING
ปิดวันอาทิตย์ Closed Sunday

P

TEL. 076 529 059

66 ถ.เมืองใหม่-ป่าคลอก อ.ถลาง

66 Mueang Mai - Pa Khlok Road, Thalang

■ ราคา PRICE

อาหารตามสั่ง à la carte: ฿ 370-600

■ เวลาเปิด-ปิด OPENING HOURS

10:00-20:00 (L.O.)

บางแปซีฟู้ด (N)

BANG PAE SEAFOOD

ซีฟู้ด • เรียบง่าย

Seafood • Simple

จากประสบการณ์ในการทำฟาร์มกุ้งมาก่อนประกอบกับความรักในการทำอาหาร คุณกบจึงฝึกฝนฝีมือและพัฒนาทุกเมนูที่ร้านบางแปซีฟู้ดด้วยตนเอง โดยรับวัตถุดิบสดใหม่จากชาวประมงในพื้นที่แบบวันต่อวัน ส่วนผักและสมุนไพรที่ใช้ก็มาจากสวนปลูกเองหลังบ้าน เมนูที่คุณกบภูมิใจนำเสนอคือ ยำตะไคร้รสเด็ด ที่นำตะไคร้ฝอยเป็นแว่นบางๆ โรยบนซีฟู้ดสด แล้วราดด้วยน้ำยำเข้มข้นสูตรเฉพาะของร้าน

Originally from a prawn farming background, owner Khun Kob opened Bang Pae back in 1994, inspired by a love of cooking. All the recipes were created and adapted by Kob herself, while the herbs come from her own garden and seafood is delivered daily by local fishermen. Be sure to order the Yum Ta Khrai or lemongrass salad made with thinly sliced lemongrass, fresh seafood and a secret sauce as it's this dish of which Kob is most proud.

ชมจันทร์ Ⓝ
CHOMCHAN

อาหารใต้ • อบอุ่น

Southern Thai • Cosy

ชมจันทร์เป็นน้องเล็กสุดท้องของร้านระย้าและร้านวันจันทร์ บ้านสีขาวมีสวนเล็กๆ และกันสาดด้านหน้าที่ปกคลุมไปด้วยใบไม้สร้างบรรยากาศร่มรื่นน่านั่ง ภายในตกแต่งสไตล์วินเทจในกลิ่นอายชิโน-โปรตุกีส เมนูอร่อยที่นี่มาจากทั้งสูตรของร้านพี่และสูตรที่พัฒนาขึ้นเองจากประสบการณ์ทำอาหารที่สั่งสมมาไม่น้อย เมนูเด็ดที่ต้องลอง คือ ไข่ปูผัดพริกเกลือ หมูสับนึ่งไข่เค็ม และน้ำพริกคั่วกากหมู

Younger sister to Raya and One Chun restaurants, Chomchan has flourished with its own charming character and younger ambiance. Situated in a small white house with its leafy façade, the interior is a blend of modern Sino-Portuguese with antique decoration. Some dishes are shared with the other restaurants but do try the fried crab's spawn with chilli, pepper and garlic, steamed mince pork with salty egg and Thai paste with pork crackling.

TEL. 076 605 954

242/2 ถ.เยาวราช อ.เมืองภูเก็ต
242/2 Yaowarat Road, Mueang Phuket

■ ราคา PRICE
อาหารตามสั่ง à la carte: ฿ 200-500

■ เวลาเปิด-ปิด OPENING HOURS
10:00-21:45 (L.O.)

$⑤$ ⌁55 ◔⑪

TEL. 076 355 909

48/1 ถ.เทพกระษัตรี อ.เมืองภูเก็ต
48/1 Thep Krasatti Road,
Mueang Phuket

■ ราคา PRICE
อาหารตามสั่ง à la carte: ฿ 350-700

■ เวลาเปิด–ปิด OPENING HOURS
10:00-21:40 (L.O.)

วันจันทร์ Ⓝ
ONE CHUN

อาหารใต้ • วินเทจ
Southern Thai • Vintage

การตกแต่งของร้านอาหารแห่งนี้พิเศษไม่เหมือนใคร
เพราะสร้างมาจากความรักในแฟชั่นและความหลงใหล
ในอาหารของคุณปรางเจ้าของร้าน ภายในตึกเก่าสุด
คลาสสิกมีบรรยากาศย้อนยุคจากการตกแต่งสไตล์วินเทจ
ซึ่งเข้ากับอาหารสูตรโบราณได้อย่างลงตัวเหมือนได้ย้อน
วันวานของภูเก็ตกลับไปสัก 80 ปี วันจันทร์เสิร์ฟความอร่อย
ด้วยสูตรที่สืบทอดมาตั้งแต่สมัยคุณยาย จานเด็ดที่ต้อง
ชิมให้ได้ คือ หมูฮ้องและหมูคั่วเกลือ

Merging her fashion design background with a love
of food, owner Khun Prang has created a big
hearted dining experience with a distinct vintage
feel. The 19th century building sets the scene, as
do antiquities from bygone days scattered about,
while the food is authentically Phuket, comprising
family recipes from Grandma to Auntie over 3
generations. Do order their famous Mu Hong and
Mu Kua Kluea (deep-fried pork shoulder with salt).

PHUKET ภูเก็ต

ระย้า N

RAYA

อาหารใต้ • วินเทจ

Southern Thai • Vintage

มาภูเก็ตแล้วไม่ได้ลิ้มลองอาหารพื้นเมืองที่นี่ถือว่ายังมาไม่ถึง ตัวร้านเป็นบ้านเก่าแก่มีเสน่ห์อายุกว่า 130 ปี ภายในตกแต่งด้วยโทนสีเหลืองอบอุ่น อาหารทุกจานปรุงด้วยความใส่ใจและพิถีพิถันเหมือนทำให้คนในครอบครัวทาน มาร้านนี้ทั้งทีต้องลอง หมูฮ้อง แกงเนื้อปูใบชะพลู หรือหากต้องการยกระดับความเผ็ดร้อนแบบใต้ขึ้นมาอีกหน่อย ต้องสั่งแกงส้มปลากับโชน หรือยอดมะพร้าวที่รสจัดถูกปากนักชิมชาวไทยแน่นอน

No trip to Phuket would be complete without trying the local delicacies at Raya. Situated in a charming 130-year old house, the cooking is homely yet elegant, with high quality ingredients and attention to detail. Try the Mu Hong (slow-braised pork belly with pepper and garlic), and Gaeng Pu Bai Cha Plu (fresh crab meat in coconut milk). If you want to experience spicy southern flavours, order the yellow curry with fish and coconut shoots.

TEL. 076 218 155

48/1 ถ.ดีบุกตัดใหม่ อ.เมืองภูเก็ต
48/1 Deebuk Tadmai Road, Mueang Phuket

■ **ราคา PRICE**
อาหารตามสั่ง à la carte: ฿ 400-800

■ **เวลาเปิด-ปิด OPENING HOURS**
10:30-21:30 (L.O.)

PHUKET ภูเก็ต

PHUKET ภูเก็ต

TEL. 089 104 7432

115 ถ.พังงา อ.เมืองภูเก็ต
115 Phang Nga Road, Mueang Phuket

■ ราคา PRICE
อาหารเย็น Dinner:
อาหารตามสั่ง à la carte: ฿ 600-1,200

■ เวลาเปิด-ปิด OPENING HOURS
อาหารเย็น Dinner:
18:00-22:30 (L.O.)

■ วันปิดบริการ ANNUAL AND WEEKLY CLOSING
ปิดวันอาทิตย์ Closed Sunday

เซิร์ฟแอนด์เทิร์ฟ บาย โซลคิทเช่น (N)

SURF & TURF BY SOUL KITCHEN

อาหารยุโรปร่วมสมัย • เป็นกันเอง

European contemporary • Friendly

ร้านตกแต่งด้วยภาพวาดผนังฝีมือคุณแป้งเจ้าของร้านให้บรรยากาศโบฮีเมียนสุดเก๋ โดยมีเชฟ Tom สร้างสรรค์เมนูด้วยแรงบันดาลใจจากที่ต่างๆ ทั่วโลกและเปลี่ยนเมนูทุกเดือน ไม่ว่าจะเป็น duck ravioli หรือ seabass tempura เชฟผสมผสานทั้งรสชาติ วัตถุดิบ อุณหภูมิ และเนื้อสัมผัสออกมาเป็นคอร์สลงตัวประณีตสวยงาม อย่าลืมปิดท้ายมื้ออย่างสมบูรณ์ด้วยของหวานประจำวัน ควรโทรจองล่วงหน้าเพราะทางร้านสามารถรองรับลูกค้าเพียง 8 โต๊ะ

The relaxed dining room exudes boho chic with a mural painted by the owner Pang. The original and creative menu changes monthly, reflecting global influences. From duck ravioli to seabass tempura, owner-chef Tom executes every course masterfully, blending flavours, temperatures and textures intriguingly, with a deft hand in exquisite plating. Finish off with the dessert of the day. There are only eight tables so reservations are recommended.

ตาทวย N

TA TUAY

อาหารใต้ • เรียบง่าย

Southern Thai • Simple

ร้านตาทวยมาจากชื่อคุณพ่อเจ้าของร้าน ตั้งอยู่ใกล้สะพานสารสินที่เชื่อมระหว่างภูเก็ตกับพังงา ร้านเป็นบ้านสองหลังมุงหลังคาสังกะสี ท่ามกลางสวนพร้อมน้ำตก อาหารทะเลมีให้เลือกหลากหลายทั้งกุ้ง หอย ปู ปลา หมึก แม้แต่เพรียงทรายก็มีให้เลือกสั่ง วัตถุดิบทุกอย่างสดใหม่ ปรุงออกมาอย่างพอดี รสชาติจัดจ้านแต่กลมกล่อม แนะนำให้สอบถามเมนูพิเศษประจำวันก่อนสั่ง เจ้าของให้บริการด้วยตนเองอย่างนอบน้อม

Located near Sarasin Bridge that links Phuket to the mainland, this friendly neighbourhood shop is made up of two corrugated iron-roofed houses set in a tropical garden with water features. On the menu, seafood and shellfish is heavily featured, such as crab, fish, cockles, squid, prawns and sand worms, all very fresh and perfectly cooked. Ask to see the catch of the day before ordering. The owner Maneeporn provides friendly, humble service.

TEL. 086 470 4807

57/10 ซ.ร่วมใจ 1 หมู่ 5 อ.ถลาง
57/10 Soi Ruam Chai 1, Moo 5, Thalang

■ ราคา PRICE
อาหารตามสั่ง à la carte: ฿ 280-700

■ เวลาเปิด-ปิด OPENING HOURS
11:30-21:00 (L.O.)

PHUKET ภูเก็ต

20

TEL. 076 530 199

93 ถ.ดีบุก อ.เมืองภูเก็ต
93 Di Buk Road, Mueang Phuket

■ ราคา PRICE
อาหารตามสั่ง à la carte: ฿ 350-650

■ เวลาเปิด-ปิด OPENING HOURS
11:00-21:30 (L.O.)

■ วันปิดบริการ ANNUAL AND WEEKLY CLOSING
ปิดวันพุธ Closed Wednesday

เดอะ ฌาร์ม N
THE CHARM

อาหารใต้ • วินเทจ
Southern Thai • Vintage

เพราะเป็นคนภูเก็ตแท้ๆ และโตมากับธุรกิจร้านอาหารของครอบครัว คุณบุริสร์ภัทรเจ้าของร้านใฝ่ฝันที่จะยกระดับอาหารใต้และเปอรานากันที่คุ้นเคยมาตั้งแต่เด็กให้เป็นที่รู้จักมากขึ้น อาหารทุกจานปรุงอย่างพิถีพิถันด้วยวัตถุดิบจากแหล่งคุณภาพ แม้แต่ซีอิ๊วก็มาจากปีนัง ใช้เคล็ดลับและเทคนิคการปรุงแบบดั้งเดิม แนะนำน้ำชุบหยำถึ่งกระดูกหมูเต้าหู้ปลาเค็ม และแกงปลาตู้มี่สูตรปีนังที่ได้ความเข้มข้นแต่ซับซ้อนด้วยกะปิและกุ้งลวก

Growing up in his family's food business, young owner Buriphat has been passionate about southern Thai-Peranakan food since childhood, with dreams of elevating beloved recipes to new heights. Opened in 2018, The Charm succeeds with carefully selected ingredients skilfully cooked using traditional methods to extract and preserve original flavours. Try the Penang-style fish curry or the intense yet sophisticated shrimp paste with poached shrimp meat.

อะควา N
ACQUA

อาหารอิตาเลียน • ตกแต่งแบบร่วมสมัย

Italian • Contemporary décor

ร้านตกแต่งในโทนสีขาวสะอาดตาให้ความรู้สึกร่วมสมัย เชฟ Alessandro ผู้เป็นเจ้าของนำอาหารอิตาเลียนมาตีความใหม่พร้อมใส่ความคิดสร้างสรรค์และลูกเล่นให้น่าสนใจและสนุกยิ่งขึ้น เมนูมีตัวเลือกมากมาย แนะนำ tasting menu ที่คุณสามารถลองได้หลายอย่าง หรือสั่งเมนูเด็ด octopus salad และ raw Sicilian red prawns ที่ร้านมีไวน์อิตาเลียนคัดสรรมาอย่างดีพร้อมการบริการที่อบอุ่นใส่ใจรายละเอียด

The experienced, passionate owner-chef Alessandro re-invents Italian fare with his creative and playful touches. The big menu could be overwhelming, but you can't go wrong with the tasting menus or signatures such as the octopus salad, 55-minute slow-cooked egg or raw Sicilian red prawns. The wine list features some of Italy's best choices. Service is discreet and detailed and the crisp white interior has a distinct contemporary feel.

TEL. 076 618 127

324/15 ถ.พระบารมี อ.กะทู้
324/15 Phra Barami Road, Kathu
www.acquarestaurantphuket.com

■ ราคา PRICE

อาหารเย็น Dinner:
เซตเมนู set: ฿ 2,500-3,500
อาหารตามสั่ง à la carte: ฿ 1,000-3,500

■ เวลาเปิด-ปิด OPENING HOURS

อาหารเย็น Dinner:
17:00-23:00 (L.O.)

■ วันปิดบริการ ANNUAL AND WEEKLY CLOSING

ปิด 3 สัปดาห์ ช่วงเดือนพฤษภาคม - มิถุนายน
Closed 3 weeks in May to June

PHUKET ภูเก็ต

TEL. 093 586 9828

19/1 หมู่ 1 ถ.ลากูน อ.ถลาง
19/1 Moo 1, Lagoon Road, Thalang
www.bampot.co

■ ราคา PRICE
อาหารเย็น Dinner:
อาหารตามสั่ง à la carte: ฿ 750-2,150

■ เวลาเปิด-ปิด OPENING HOURS
อาหารเย็น Dinner:
18:00-22:30 (L.O.)

■ วันปิดบริการ ANNUAL AND WEEKLY CLOSING
ปิดวันจันทร์ เฉพาะเดือนพฤษภาคม - ตุลาคม
Closed Monday in May to October

บามพอต (N)
BAMPOT

อาหารยุโรปร่วมสมัย • เป็นกันเอง
European contemporary • Friendly

ร้านนี้มีเจ้าของเป็นชาวสกอตแลนด์ และดูแลโดยผู้จัดการและเชฟชาวอังกฤษ ตกแต่งร้านแบบทันสมัยให้ความรู้สึกผ่อนคลายและเป็นกันเอง เมนูมีให้เลือกหลากหลาย ตั้งแต่อาหารทานเล่นไซส์ยักษ์ ไปจนถึงปลากระพงจากอันดามันที่เสิร์ฟแบบทั้งตัว รวมทั้งจานหลักอื่นๆ เช่น อกเป็ดย่าง และพายปลา ทุกจานจัดเสิร์ฟได้อย่างเรียบง่าย สวยงามอัดแน่นด้วยรสชาติ พร้อมการบริการสุดประทับใจจากพนักงานทุกคน

It's an all British affair at this restaurant, which is owned by a Scotsman and run by an English manager and chef. The urban style offers a relaxed environment with open kitchen, copper-topped bar and vivid modern artwork, while the modern Euro-style food is well presented and packed with flavour. Choose from generous sized snacks, sharing dishes like whole Andaman sea bass, and mains that include the perennially popular fish pie.

BLACK GINGER N

อาหารใต้ • ตกแต่งแบบเอ็กโซติก

Southern Thai • Exotic décor

เรือนไทยโบราณสีดำตั้งตระหง่านกลางน้ำในม่านหมอก เชื่อมทางด้วยแพไม้ที่ประหนึ่งสามารถพาเราย้อนเวลาสู่สมัยอยุธยาได้ ชานเรือนมีศาลาค็อกเทลที่พร้อมต้อนรับทุกคนด้วยความอบอุ่น นอกจากสถานที่ที่โดดเด่นอย่างมีเอกลักษณ์แล้ว เชฟเปี๊ยกผู้มากประสบการณ์กว่า 32 ปี พร้อมรังสรรค์อาหารท้องถิ่นสไตล์ภูเก็ต และเมนูไทยดั้งเดิม เพื่อมอบประสบการณ์มื้อค่ำที่น่าประทับใจในทุกรายละเอียด

Set in a stunning traditional house from Thailand's north, Black Ginger offers diners a unique and beguiling experience, with more than a nod to the Ayudhaya period. Upon arrival, a raft carries guests across a smoky, blue-lit lagoon, straight to the cocktail bar for a welcoming drink. Meals in the main dining room are equally impressive, with Chef Piak bringing his 32 years of experience to a variety of Phuketian and Thai dishes.

P 70

TEL. 076 327 006

เดอะซเลท 116 หมู่ 1 อ.ถลาง
The Slate, 116 Moo 1, Thalang
www.theslatephuket.com

■ **ราคา PRICE**
อาหารเย็น Dinner:
อาหารตามสั่ง à la carte: ฿ 1,000-1,800

■ **เวลาเปิด-ปิด OPENING HOURS**
อาหารเย็น Dinner:
18:00-22:30 (L.O.)

PHUKET ภูเก็ต

PHUKET ภูเก็ต

P 20

TEL. 076 354 355

96 ถ.กระบี่ อ.เมืองภูเก็ต
96 Krabi Road, Mueang Phuket
www.blueelephant.com

■ ราคา PRICE
อาหารกลางวัน Lunch:
เซตเมนู set: ฿ 590-2,200
อาหารตามสั่ง à la carte: ฿ 1,000-2,480
อาหารเย็น Dinner:
เซตเมนู set: ฿ 1,600-2,200
อาหารตามสั่ง à la carte: ฿ 1,000-2,480

■ เวลาเปิด-ปิด OPENING HOURS
อาหารกลางวัน Lunch:
11:30-14:30 (L.O.)
อาหารเย็น Dinner:
18:30-22:30 (L.O.)

BLUE ELEPHANT N

อาหารไทย • อาคารอนุรักษ์ทางประวัติศาสตร์
Thai • Historical building

Blue Elephant สาขานี้ ได้เปลี่ยนคฤหาสน์เก่าแก่อายุกว่า 100 ปี เป็นร้านอาหารไทยสุดหรูใจกลางเมืองภูเก็ตเก่า มีสถาปัตยกรรมที่เป็นเอกลักษณ์แบบชิโน-โปรตุกีส โอบล้อมด้วยสวนสวยและมีต้นไทรใหญ่เด่นสง่าอยู่ด้านหน้า ภายในตกแต่งแบบหรูหราคลาสสิกให้บรรยากาศเหมือนได้ย้อนเวลาไปพร้อมๆ กับอาหารที่ทาน ซึ่งนอกจากอาหารไทยดั้งเดิมแล้วยังมีอาหารเปอรานากันโบราณที่หาทานได้ยาก และเป็นเมนูพิเศษที่มีเฉพาะสาขานี้เท่านั้น

The sister to Bangkok's flagship recreates the look with a colonial-style mansion, lush gardens and a century old Banyan tree outside the entrance. Interiors come with wicker furnishings, wood panelling and louvre shutters. The menu is a roll-call of Thai classics, but also features rare Peranakan dishes, developed in conjunction with the Peranakan Association and Rajabhat University. Cookery classes with trips to the local market run every day.

ครัสท์ N
CRUST

อาหารอิตาเลียน • เป็นกันเอง

Italian • Friendly

คุณ Annabelle และคุณ Premin เจ้าของร้านทั้งสองของร้านอาหารสไตล์คาเฟ่อบอุ่นนี้ผ่านหลักสูตรจากสถาบัน Le Cordon Bleu ที่กรุงปารีส เมนูเด็ดของร้าน คือ พิซซ่าเตาถ่านที่ผสานวัตถุดิบนำเข้าและท้องถิ่นอย่างลงตัว รวมถึงพาสต้าเส้นสดและจานคลาสสิกอย่าง osso bucco และ scallops with truffle risotto และแน่นอนว่าต้องปิดท้ายมื้อด้วยทิรามิสุแสนอร่อยพร้อมกาแฟหอมกรุ่น

Annabelle and Premin, the owners of this cosy and cheerful café-cum-restaurant, were trained at Le Cordon Bleu in Paris. As suggested by its name, wood-fired pizzas are the speciality here, made with both imported and local ingredients. But don't miss their home-made pasta and Italian classics such as osso bucco and scallops with truffle risotto. They are happy to serve pasta in starter sizes. The tiramisu and coffee are also too good to miss.

TEL. 093 763 0318

46/9 หมู่ 5 ถ.เฉลิมพระเกียรติรัชกาลที่ 9 อ.เมืองภูเก็ต

46/9 Moo 5, Chalermphrakiat Ratchakan Thi 9 Road, Mueang Phuket

■ **ราคา PRICE**

อาหารกลางวัน Lunch:
อาหารตามสั่ง à la carte: ฿ 520-800
อาหารเย็น Dinner:
อาหารตามสั่ง à la carte: ฿ 520-800

■ **เวลาเปิด-ปิด OPENING HOURS**

อาหารกลางวัน Lunch:
11:00-15:00 (L.O.)
อาหารเย็น Dinner:
17:00-21:30 (L.O.)

■ **วันปิดบริการ ANNUAL AND WEEKLY CLOSING**

ปิดมื้อกลางวันวันพฤหัส และวันพุธ
Closed Thursday lunch and Wednesday

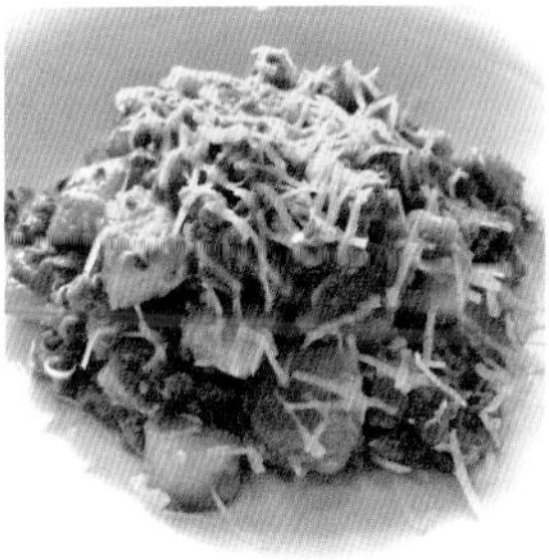

PHUKET ภูเก็ต

TEL. 076 608 654

326/11 ถ.พระบารมี อ.กะทู้
326/11 Phra Barami Road, Kathu
www.ethos-restaurant.com

■ **ราคา PRICE**
อาหารตามสั่ง à la carte: ฿ 840-3,100

■ **เวลาเปิด-ปิด OPENING HOURS**
เดือนพฤษภาคม - กันยายน
May to September:
14:30-22:30 (L.O.)
เดือนตุลาคม - เมษายน
October to April:
12:00-22:30 (L.O.)

เอทอส (N)
ETHO'S

อาหารยุโรป • ตกแต่งแบบร่วมสมัย
European • Contemporary décor

อาคารร่วมสมัยมีป้ายชื่อร้านขนาดใหญ่อยู่ด้านหน้าเด่นเป็นสง่าบนหาดกะหลิม ภายในร้านดูสว่างสะอาดตาด้วยกระจกที่เรียงรายรอบด้าน เมนูส่วนใหญ่เป็นอาหารยุโรปคลาสสิกผสานกลิ่นอายเมดิเตอร์เรเนียนที่ใช้อาหารทะเลสดจากแหล่งวัตถุดิบคุณภาพโดยเฉพาะ เลือกจับคู่กับไวน์โลกเก่าดีๆ สักแก้วแล้วเพลิดเพลินกับวิวทะเลสวยงามของหาดป่าตองเบื้องหน้า ก่อนตบท้ายด้วยของหวานที่โดดเด่นเรื่องความสร้างสรรค์

Located hillside above Kalim Beach, this large modern building can't be missed; just look for the huge logo! It's spacious and streamlined, thanks to glass on all sides, while the main terrace offers great views across Pa Tong Bay. Food is largely European, with classics such as émincés de veau and beef Stroganoff kept simple; local seafood is another highlight. Desserts show up the creativity and service is overseen by the sociable Swiss owner.

Benja Chicken ™

100% Natural Product

Professional Chicken Selection

Brown Rice Fed
Fabulous Taste & Ultimate Quality
•0% Antibiotic •0% Hormone •NSF Guaranteed •Non-GMO Verified

ลา เกตานา N
LA GAETANA

อาหารอิตาเลียน • เรียบง่าย

Italian • Simple

ร้านสุดคลาสสิกแห่งนี้มีเสน่ห์ไม่เหมือนใครและมีเพียง 6 โต๊ะเท่านั้น เจ้าของร้านชาวอิตาลีจากแคว้นแคมปาเนียและภรรยาชาวไทยดูแลลูกค้าทุกคนอย่างอบอุ่นและใกล้ชิด ความพิเศษของร้าน คือ อาหารดั้งเดิมจากทางใต้ของอิตาลี รวมไปถึงพาสต้า ทิรามิสุ และไอศกรีมเจลาโต้แสนอร่อยที่ร้านทำเอง สำหรับผู้ที่ชื่นชอบอาหารทะเลเป็นชีวิตจิตใจ ไม่ควรพลาดเมนูกุ้งล็อบสเตอร์ตัวโตๆ ที่เป็นอีกหนึ่งไฮไลต์ของร้าน

Though tiny with only six tables, La Gaetana is big on charm, due to its larger than life Italian owner, Gianni, and his Thai wife Chonticha. Hailing from Campania, Gianni named the restaurant after his mother. While the menu sticks to southern-influenced classics, daily specials are also offered. Pasta and gelato are made in-house, as is the limoncello; don't miss the Phuket lobster or desserts, which are finished theatrically at the table.

TEL. 076 250 523

352 ถ.ภูเก็ต อ.เมืองภูเก็ต
352 Phuket Road, Mueang Phuket

■ ราคา PRICE

อาหารกลางวัน Lunch:
อาหารตามสั่ง à la carte: ฿ 400-1,300
อาหารเย็น Dinner:
อาหารตามสั่ง à la carte: ฿ 400-1,300

■ เวลาเปิด-ปิด OPENING HOURS

อาหารกลางวัน Lunch:
12:00-13:30 (L.O.)
อาหารเย็น Dinner:
18:00-21:30 (L.O.)

■ วันปิดบริการ ANNUAL AND WEEKLY CLOSING

ปิดมื้อกลางวันวันพฤหัสบดีและวันเสาร์-อาทิตย์, 3 วันหลังวันสงกรานต์, วันปีใหม่ 3 วัน, วันที่ 1 กรกฎาคม - 12 สิงหาคม และวันพุธ
Closed Thursday and weekend lunch, 3 days after Thai New Year, 1 July to 12 August, 3 days New Year and Wednesday

PHUKET ภูเก็ต

PHUKET ภูเก็ต

TEL. 076 336 100

อนันตรา วิลล่า 888 หมู่ 3 อ.ถลาง
Anantara Villas, 888 Moo 3, Thalang
www.anantara.com

■ ราคา PRICE
อาหารตามสั่ง à la carte: ฿ 1,000-1,800

■ เวลาเปิด-ปิด OPENING HOURS
12:00-22:00 (L.O.)

LA SALA (N)

อาหารไทย • โมเดิร์น

Thai • Modern

เลือกดื่มด่ำกับบรรยากาศริมทะเลสาบหรือชมเชฟรังสรรค์อาหารในครัวเปิดด้านใน ภายในร้านตกแต่งแบบไทยร่วมสมัย สวยโปร่งเปิดรับแสงธรรมชาติระหว่างวันและมีไฟสร้างบรรยากาศในช่วงกลางคืน เมนูมีอาหารไทยยอดนิยมให้เลือกสรรมากมาย ไม่ว่าจะเป็นต้มยำกุ้งหรือแกงเขียวหวานไก่ อย่าลืมสอบถามเมนูประจำวันซึ่งน่าลิ้มลองเช่นกัน พนักงานให้บริการอย่างมืออาชีพแต่อบอุ่นตามมาตรฐานโรงแรมห้าดาว

Dine al fresco on the terrace next to a tranquil lagoon, or sit inside and watch the alchemy unfold in the open kitchen. The modern Thai-style dining room is drenched in sunlight during the day and atmospherically lit at night. The menu features all Thai classics, such as Tom Yum Kung and chicken green curry. But do ask about the daily specials as other less-known dishes are well worth trying. Warm and friendly service adds to the experience.

🍴

น้ำยา
NAHMYAA

อาหารไทย • ตกแต่งอย่างมีดีไซน์
Thai • Design

ร้านอาหารไทยในโรงแรมโคโม พ้อยท์ยามูนี้ ภายในตกแต่ง
แบบร่วมสมัยเหมือนตัวโรงแรม ด้วยโคมไฟทรงกลมเหมือน
ฟองสบู่และภาพวาดรูปปลาทองขนาดใหญ่บนกำแพง
คอนกรีตให้ความรู้สึกราวกับกำลังทานอาหารอยู่ในตู้ปลา
ขนาดใหญ่ เมนูผสมผสานระหว่างอาหารไทยโบราณและ
อาหารไทยจากเหนือจรดใต้ เริ่มจากเมนูเรียกน้ำย่อยอย่าง
ขนมเบื้อง หรือล่าเตียง แล้วตามด้วยจานหลักอย่าง ลาบเป็ด
และผัดฉ่าทะเล

Within the uber-stylish COMO Point Yamu
Hotel is this modern restaurant, decorated in a
bold, minimalistic style with murals of
over-sized goldfish blending with polished
concrete floors, glass pendant 'bubble' lamps
and floor to ceiling windows. A set menu offers
the best range and value, but from their à la
carte don't miss the small plates like Kanom
Bueang (spiced coconut wafers with braised
duck) or La Tiang (crispy egg nets with shrimp).

◁ 🛁 **P** ◎🍴

TEL. 076 360 100

โรงแรมโคโม พ้อยท์ยามู
225 หมู่ 7 อ.ถลาง
COMO Point Yamu Hotel,
225 Moo 7, Thalang
www.comohotels.com/pointyamu

■ **ราคา PRICE**
อาหารเย็น Dinner:
เซตเมนู set: ฿ 1,650
อาหารตามสั่ง à la carte: ฿ 900-1,800

■ **เวลาเปิด-ปิด OPENING HOURS**
อาหารเย็น Dinner:
18:30-22:30 (L.O.)

PHUKET ภูเก็ต

TEL. 076 240 240

52/220 หมู่ 3 ถ.รัษฎานุสรณ์ อ.เมืองภูเก็ต
52/220 Moo 3, Rasadanusorn Road, Mueang Phuket

■ ราคา PRICE
อาหารตามสั่ง à la carte: ฿ 320-650

■ เวลาเปิด-ปิด OPENING HOURS
10:30-22:00 (L.O.)

ปากน้ำซีฟู้ด (N)

PAK NAM SEAFOOD

อาหารทะเล • เรียบง่าย

Seafood • Simple

แม้ร้านอาจสังเกตเห็นได้ยากสักหน่อย แต่คุณจะแน่ใจได้ว่ามาถึงร้านปากน้ำซีฟู้ดแล้วเมื่อมองเห็นตู้ปลาและรถสองแถวเรียงราย ผ้าปูโต๊ะลายสก็อตและเก้าอี้พลาสติกที่อาจดูเหมือนร้านอาหารตามสั่งทั่วไป แต่รับรองว่าคุณจะได้อิ่มอร่อยกับอาหารทะเลที่สดสุดๆ อย่าพลาดน้ำพริกกุ้งเสียบ เนื้อปูก้อนแกงใบชะพลู ปลานึ่งซีอิ๊ว และหมึกไข่เค็ม พนักงานที่นี่ให้บริการอย่างเป็นกันเอง

It's a bit out of the way and the sign may be obscured by trees, but you're at the right place if you can see many live fish tanks and a songthaew sliced in half. Though tartan-print tablecloths and plastic chairs don't impart much ambiance, everyone is here for the super-fresh seafood. Try their fried crispy shrimps with southern vegetables, crabmeat with coconut milk and chilli, steamed fish with soy sauce, or squid with preserved egg.

RED SAUCE N

อาหารอิตาเลียน • หรูหรา

Italian • Elegant

ร้านตั้งชื่อตามซอสมะเขือเทศยอดนิยมของอิตาลี เชฟ Luca ใช้วัตถุดิบในไทยและต่างประเทศที่คัดสรรมาอย่างดี เพื่อปรุงอาหารอิตาเลียนขึ้นชื่อหลายเมนูจากเหนือจรดใต้ ท่ามกลางบรรยากาศที่หรูหราและทันสมัยมีครัวเปิดเสริมบรรยากาศอบอุ่นเป็นกันเองจากเชฟที่กำลังปรุงอาหาร นอกจากวัตถุดิบนำเข้าแล้วยังมีพาสต้าและขนมปังทำเองอย่าง ciabattas และ focaccia ปิดท้ายด้วยขนม baba สูตรพิเศษราดด้วยรัมที่ผลิตในภูเก็ต

Named after one of Italy's principal sauces, Red Sauce keeps the food front and centre. A smart open kitchen allows diners to chat with the chefs. A wide ranging menu delivers regional dishes from all parts; pasta and bread is made in-house and don't miss the baba made with Phuket rum. With Italian-born chef, Luca, leading the team, service is both confident and assured, and the experience unique. A simpler menu is offered for lunch.

TEL. 076 356 888

โรงแรม Rosewood,
88/28 ถ.หมื่นเงิน อ.กะทู้
Rosewood Hotel,
88/28 Muen-Ngoen Road, Kathu
www.rosewoodhotels.com

■ **ราคา PRICE**

อาหารกลางวัน Lunch:
อาหารตามสั่ง à la carte: ฿ 1,100-1,600
อาหารเย็น Dinner:
อาหารตามสั่ง à la carte: ฿ 1,100-1,600

■ **เวลาเปิด-ปิด OPENING HOURS**

อาหารกลางวัน Lunch:
12:00-14:00 (L.O.)
อาหารเย็น Dinner:
18:00-21:30 (L.O.)

PHUKET ภูเก็ต

TEL. 076 362 900

โรงแรมดุสิตธานี ลากูน่า,
390 หมู่ 1 ถ.ศรีสุนทร อ.ถลาง
Dusit Thani Laguna Hotel,
390 Moo 1, Si Sunthon Road, Thalang
www.dusit.com

■ ราคา PRICE
อาหารกลางวัน Lunch:
เซตเมนู set: ฿ 880-1,050
อาหารตามสั่ง à la carte: ฿ 650-2,350
อาหารเย็น Dinner:
เซตเมนู set: ฿ 880-1,050
อาหารตามสั่ง à la carte: ฿ 650-2,350

■ เวลาเปิด-ปิด OPENING HOURS
อาหารกลางวัน Lunch:
11:30-14:30 (L.O.)
อาหารเย็น Dinner:
18:00-22:30 (L.O.)

เรือนไทย (N)

RUEN THAI

อาหารไทย • ดั้งเดิม

Thai • Traditional

การันตีด้วยชื่อของโรงแรมดุสิตธานี ลูกค้าจึงมั่นใจได้ว่า อาหารชาววังของร้านเรือนไทยมีความอร่อยละเมียดละไมแบบดั้งเดิมจริงๆ ทุกจานปรุงอย่างพิถีพิถันด้วยเครื่องเทศและวัตถุดิบที่มีคุณภาพ แนะนำเมนู คาวีละมุน เนื้อสันนอกที่ละมุนสมชื่อ และมังกรลุยไฟ กุ้งล็อบสเตอร์ในเครื่องแกงถึงรส ภายในตกแต่งงามสง่าแบบไทยแท้ แล้วยังมีวิวทะเลสาบให้ทอดอารมณ์ผ่อนคลาย เคล้าเสียงดนตรีไทยที่บรรเลงสดทุกเสาร์อาทิตย์

Here at the Dusit Thani hotel, the dishes use rare royal recipes and are authentically Thai, with quality produce and refined spices; highlights include beef sirloin with garlic and chilli, and Phuket lobster in red curry sauce. Set in a charming traditional Thai house, with views across the lagoon, the interiors are elegant, while an outdoor terrace offers relaxed dining. Traditional live music on the weekends adds to the experience.

ซีฟู้ด แอท ตรีสรา N

SEAFOOD AT TRISARA

อาหารทะเล • โรแมนติก

Seafood • Romantic

หากคุณกำลังมองหาร้านอาหารทะเลตำรับไทยบนชายหาดส่วนตัวแสนโรแมนติก คงไม่มีที่ไหนจะเหมาะไปกว่า "ซีฟู้ด แอท ตรีสรา" ด้วยระเบียงด้านนอกติดชายหาดที่เงียบสงบ มีลมทะเลและเสียงคลื่นเสริมบรรยากาศให้สมบูรณ์แบบ เชฟเกล้าได้รับแรงบันดาลใจจากเมนูพื้นถิ่นของครัวบ้าน ซึ่งยังคงรสชาติอาหารใต้แท้ๆ และเน้นใช้วัตถุดิบคุณภาพอย่าง ปูผัดผงกะหรี่ กุ้งล็อบสเตอร์ราดพริก และต้มส้มระกำปลา

If seeking a romantic dinner by a beautiful private beach, look no further than Seafood at Trisara. A large terrace offers sea breezes and sunset views, while the indoor space is cosy and intimate. Inspired by local recipes, Chef Klao has created a menu refined and authentically southern, with seafood the focus. Try the stir-fried crab with yellow curry paste, Phuket lobster with sweet chilli, and sour amberjack broth (Tom Som Ragam Pla).

TEL. 076 310 100

โรงแรมตรีสรา 60/1 หมู่ 6 ถ.ศรีสุนทร อ.ถลาง
Trisara Resort, 60/1 Moo 6, Si Sunthon Road, Thalang
www.trisara.com

■ ราคา PRICE
อาหารเย็น Dinner:
เซตเมนู set: ฿ 2,500-3,000
อาหารตามสั่ง à la carte: ฿ 1,500-3,700

■ เวลาเปิด-ปิด OPENING HOURS
อาหารเย็น Dinner:
18:00-22:30 (L.O.)

PHUKET ภูเก็ต

TEL. 093 339 1890

177/99 บ้านวนาพาร์ค
หมู่ 4 ถ.ศรีสุนทร อ.ถลาง
177/99 Baan Wana Park, Moo 4,
Si Sunthon Road, Thalang
www.suayrestaurant.com

■ ราคา PRICE
อาหารเย็น Dinner:
เซตเมนู set: ฿ 900-1,100
อาหารตามสั่ง à la carte: ฿ 800-920

■ เวลาเปิด-ปิด OPENING HOURS
อาหารกลางวัน Lunch:
12:00-14:00 (L.O.)
อาหารเย็น Dinner:
16:00-22:30 (L.O.)

สวย (สาขาเชิงทะเล) N
SUAY (CHERNGTALAY)

อาหารไทยร่วมสมัย • ตกแต่งแบบร่วมสมัย
Thai contemporary • Contemporary décor

ชื่อร้านสวยหรือ “SUAY” ย่อมาจาก “Sassy Unique Authentic Yummy” ภายในร้านสวยโปร่งดูสว่างมีเสน่ห์ด้วยพื้นกระเบื้องโปรตุเกส เชฟธรรมศักดิ์ผู้เป็นเจ้าของร้านเติบโตและเรียนรู้การทำอาหารในเยอรมันได้นำเทคนิคการปรุงแบบตะวันตกมาประยุกต์ใช้กับอาหารไทย รังสรรค์ทุกจานออกมาได้อย่างมีศิลปะด้วยวัตถุดิบคุณภาพทั้งจากท้องถิ่นและต่างประเทศ แต่ละเมนูรสเข้มข้นแต่ไม่จัดจนเกินไป จานเด็ด คือ แก้มวัวตุ๋นซอสมัสมั่น

The acronym of ‘sassy, unique, authentic and yummy’ may sound kitsch, but the airy and bright interior with its Portuguese-tiled floor is anything but. Owner-chef Tammasak, trained and brought up in Germany, skilfully updates Thai food with modern techniques and artsy presentations. Dishes, including the signature braised beef cheek in Massaman curry, are seasoned with bold but well-judged spicing. Try the set menus to sample the variety on offer.

ตาข่าย N

TA KHAI

อาหารไทย • โรแมนติก

Thai • Romantic

ร้านสวยริมหาดของโรงแรม Rosewood มีวิวสุดโรแมนติกทอดยาวบนชายฝั่งทะเลที่เงียบสงบ มีครัวเปิดสร้างบรรยากาศสนุกสนานและกระชังกุ้ง ปู และปลาตัวเป็นๆ ให้ลูกค้าเลือกจับได้เอง รวมไปถึงสวนผักปลอดสารที่รับประกันความสดใหม่ ทุกเมนูปรุงจากวัตถุดิบในท้องถิ่นซึ่งครบรสแต่กลมกล่อมถูกปากทั้งชาวไทยและชาวต่างชาติ เลือกจอง pavilion ที่มีเตาบาบีคิวส่วนตัวเพิ่มความพิเศษให้โอกาสสำคัญของคุณ

Set in the grounds of the Rosewood Hotel, Ta Khai means 'fishing net', so expect seafood to be the focus of their menu. Dishes are flavoursome, with spicing a little toned down for Western tastes, while two set menus offer a variety of items to try. The setting is charming; ask for a table on the terrace. With onsite garden vegetables and fresh produce on display, the farm/sea to table feel is complete. Book a BBQ sala for something different.

P 30

TEL. 076 356 888

โรงแรม Rosewood,
88/28 ถ.หมื่นเงิน อ.กะทู้
Rosewood Hotel,
88/28 Muen-Ngoen Road, Kathu
www.rosewoodhotels.com

■ ราคา PRICE
อาหารเย็น Dinner:
เซตเมนู set: ฿ 950-1,500
อาหารตามสั่ง à la carte: ฿ 980-1,600

■ เวลาเปิด-ปิด OPENING HOURS
อาหารเย็น Dinner:
18:00-22:00 (L.O.)

■ วันปิดบริการ ANNUAL AND WEEKLY CLOSING
ปิดวันจันทร์ Closed Monday

PHUKET ภูเก็ต

PHUKET ภูเก็ต

⌂ ≮ ☺🍴

TEL. 076 302 000

ชั้น G ภาริสารีสอร์ท
49 หมู่ 6 ถ.ลายิ–นาคาเล อ.กะทู้
GF, Paresa Resort,
49 Moo 6, Layi-Nakhale Road, Kathu
www.paresaresorts.com

■ ราคา PRICE
อาหารตามสั่ง à la carte: ฿ 1,000-1,900

■ เวลาเปิด-ปิด OPENING HOURS
11:30-22:30 (L.O.)

🍴○

ตะลุงไทย (N)
TALUNG THAI

อาหารไทย • โรแมนติก
Thai • Romantic

ตะลุงไทยมีวิวผืนน้ำทะเลและจุดชมพระอาทิตย์ตกดิน
ที่สวยชนิดหาใครเทียบได้ยาก ร้านตั้งสูงตระหง่านบน
หน้าผาและล้อมด้วยกระจกใสที่เปิดวิวแบบพาโนรามา
เริ่มด้วยค็อกเทลดีๆ สักแก้วก่อนอร่อยกับเมนูอาหารไทย
หลากหลาย รวมไปถึงอาหารใต้ที่ดูแลโดยเชฟคนท้องถิ่น
อย่าลืมสั่งหมูฮ้องที่เคี่ยวด้วยไฟอ่อนอย่างพิถีพิถันนาน
กว่า 5 ชั่วโมง และแกงปูใบชะพลู แนะนำให้จองหรือมา
ก่อนเวลาเพื่อเลือกตำแหน่งโต๊ะที่ดีที่สุด

Located inside the Paresa Resort, Talung Thai offers diners something special, with breathtaking views from its clifftop setting. Start your romantic night with a cocktail at sunset, before moving on to the terrace for a sumptuous meal, featuring both southern and central Thai cuisine. Try their 5-hour slow-braised pork belly and the famous yellow coconut crab curry with spices – both reflect true southern tastes. Come early to get the best seats.

ตู้กับข้าว N

TU KAB KHAO

อาหารใต้ • ตกแต่งแบบร่วมสมัย

Southern Thai • Contemporary décor

อาคารสไตล์ชิโน-โปรตุกีสสีขาวมีกุ้งล็อบสเตอร์ภูเก็ตขนาดใหญ่เกาะอยู่ด้านข้างชวนสะดุดตา ภายในตกแต่งได้อย่างสวยงามมีระดับ ประดับด้วยพระบรมฉายาลักษณ์ของพระบรมวงศานุวงศ์หลายพระองค์ พร้อมกับรูปคุณลิ้นจี่คุณแม่เจ้าของร้านผู้เป็นต้นตำรับความอร่อยของที่นี่ เมนูที่ต้องชิมให้ได้ คือ หมี่หุ้นแกงปู และหมูฮ้องภูเก็ตที่รสชาติเข้มข้นถึงเครื่อง ทางร้านมีดนตรีสดทุกคืนและการบริการอบอุ่นสุดประทับใจ

Set in a grand Chino-Portuguese building, Tu Kab Khao is both elegant and atmospheric, with portraits of the Royal Family gracing its walls, along with one of the owner's mother, Khun Linchii, whose recipes inform the menu. Don't miss the subtly spiced fresh crab meat curry or the robust flavours of the slow-cooked pork. Sit in the front section for a homely feel, or the Portuguese-tiled rear room for privacy. Nightly live music adds to the mood.

20

TEL. 076 608 888

8 ถ.พังงา อ.เมืองภูเก็ต
8 Phang Nga Road, Mueang Phuket

■ ราคา PRICE
อาหารตามสั่ง à la carte: ฿ 350-900

■ เวลาเปิด-ปิด OPENING HOURS
11:30-21:30 (L.O.)

PHUKET ภูเก็ต

ร้านอาหารริมทาง
STREET FOOD

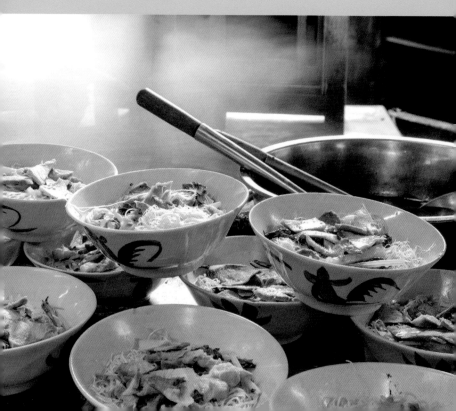

ชวนชิม N
CHUAN CHIM

ร้านชวนชิมเป็นหนึ่งในร้านอาหารเก่าแก่ของเมืองภูเก็ต ซึ่งในอดีตเคยย้ายร้านถึง 3 ครั้ง ก่อนจะมาปักหลักตรงที่อยู่ในปัจจุบันตั้งแต่ปี 1979 ตอนนี้ทายาทรุ่นที่สองเป็นผู้ดูแลความอร่อยของร้านที่โดดเด่นด้านเมนูผัดหอมกลิ่นกระทะและรสชาติที่นุ่มนวลกลมกล่อม อาหารแนะนำ คือ กะเพราหมูสับหรือไก่ และปลาทอดราดน้ำแดง

One of the oldest food shops in Phuket is now run by the second generation. The seafood is fresh, while the signature stir-fry is rich in aroma and delicate in flavour. Don't miss the stir-fried basil with minced pork or chicken, or the impressive crispy fish topped with gravy.

$

37/3 ถ.มนตรี อ.เมืองภูเก็ต
37/3 Montri Road, Mueang Phuket
TEL. 076 215 825

ราคา PRICE | ฿ 250-320

เวลาเปิด-ปิด OPENING HOURS |
11:30-13:30 (L.O.); 17:00-23:30 (L.O.)

โกเบนซ์ N
GO BENZ

โกเบนซ์ครองใจนักชิมมายาวนานกว่า 20 ปี ด้วยข้าวต้มแห้งหนักเครื่องเสิร์ฟกับน้ำซุปร้อนๆ รสชาติเข้มข้นเผ็ดพริกไทย แต่ที่เด็ดจริงๆ คือ กระเทียมเจียวที่หอมอร่อยไม่เหมือนใคร และเครื่องที่มีให้เลือกอย่างหลากหลาย เช่น หมูกรอบ หมูสับ และกระดูกหมู รวมไปถึงเครื่องใน เลือกอร่อยในแบบเกาเหลาหรือกวยจั๊บก็ได้ แล้วค่อยเลือกขนาดชามตามความหิว

A destination for both locals and out-of-town food lovers, Go Benz has been serving its speciality pork with peppery broth and rice noodles for over 20 years. Crispy pork is also a must-try. Be warned, the shop is packed every night, so come early before dishes sell out.

$

163 ถ.กระบี่ อ.เมืองภูเก็ต
163 Krabi Road, Mueang Phuket
TEL. 084 060 7799

ราคา PRICE | ฿ 60-120

เวลาเปิด-ปิด OPENING HOURS |
19:00-03:00 (L.O.)

ฮ้องข้าวต้มปลา (N)
HONG KHAO TOM PLA

ร้านมีบรรยากาศเหมือนร้านอาหารตามสั่งกึ่งร้านของชำ เฮียเจ้าของร้านเป็นคนเดียวที่จับตะหลิว ถึงร้านจะชื่อข้าวต้มปลา แต่เมนูที่โดดเด่นจริงๆ คืออาหารตามสั่ง อยากให้ลองปลาผัดเกี่ยมฉ่าย ที่ปลาทอดกรอบๆ เข้ากันได้ดีกับรสชาติผักดอง และปูผัดผงกะหรี่ที่มีกลิ่นและรสของเครื่องเทศจัดจ้านแต่ซับซ้อนไม่เหมือนใคร

The look is somewhere between a restaurant and snack shop and it's named after its signature fish porridge. However, we recommend keeping room for the deep-fried fish with pickled cabbage (Pla Phat Kiem Chai) and the rich, robust crab curry (Pu Phat Phong Ka Ri).

ใกล้ซ.กระ 2 ถ.กระ อ.เมืองภูเก็ต
Close to Soi Kra 2, Kra Road, Mueang Phuket
TEL. 076 214 877

ราคา PRICE | ฿ 160-450

เวลาเปิด-ปิด OPENING HOURS |
17:30-22:00 (L.O.)

หมอมูดง (N)
MOR MU DONG

ตั้งชื่อตามเจ้าของและคลองมูดง เมนูอาหารอาจเรียบง่าย แต่รสชาติมีความเข้มข้นและกลมกล่อม เมนูขึ้นชื่ออย่าง ปลาทูยัดไส้ มีขั้นตอนการทำที่ไม่ธรรมดา เนื้อปลาถูกขูดออกมาบดผสมกับเครื่องแกงเผ็ดร้อน ก้างปลาถูกเลาะออกเพื่อยัดเนื้อปลาที่คลุกเคล้าเป็นอย่างดีกลับเข้าไป ก่อนนำปลาทั้งตัวไปทอดจนเหลืองกรอบ

Despite its simple name, the food here is anything but, with their signature dish, Pla Tu Yat Sai or stuffed fish, so much more than what first meets the eye. The flesh is scraped out and bones removed, before a strong chilli paste is mixed through to add flavour; stuffed back inside, the fish is then fried whole until crispy.

P

9/4 หมู่ 3 ซ.ป่าหล่าย ถ.เจ้าฟ้า อ.เมืองภูเก็ต
9/4 Moo 3, Soi Pa Lai, Chao Fa Road, Mueang Phuket
TEL. 088 766 1634

ราคา PRICE | ฿ 260-400

เวลาเปิด-ปิด OPENING HOURS |
10:00-21:30 (L.O.)

โรตีแถวน้ำ (N)
ROTI TAEW NAM

ร้านโรตีเจ้าดังที่เป็นจุดหมายปลายทางความอร่อยของทั้งคนท้องถิ่นและนักท่องเที่ยว ร้านคึกคักทุกวันด้วยขาประจำที่สั่งอาหารด้วยรหัสตัวเลขบอกสัดส่วนของจำนวนโรตีและไข่ เอกลักษณ์ของร้าน คือ กระทะเหล็กแบนขนาดใหญ่บนเตาถ่านกับฝีมือการทำโรตีที่รวดเร็วน่าทึ่ง อย่าลืมสั่งแกงมัสมั่นเนื้อรสกลมกล่อมหอมกรุ่นมาทานคู่กัน

Created as a communal breakfast spot, all roti here comes from one huge charcoal flat pan, and one guy shapes, fries, taps and cuts faster than the eye can see. Order code numbers stand for the number of roti to eggs. Don't miss the tender beef curry, which is also good.

6 ถ.เทพกระษัตรี อ.เมืองภูเก็ต
6 Thep Krasatti Road, Mueang Phuket
TEL. 076 210 061

ราคา PRICE | ฿ 20-80

เวลาเปิด-ปิด OPENING HOURS |
07:00-12:00 (L.O.)

หมี่โกลา (N)
GO LA

ร้านหมี่โกลาถือเป็นตำนานหมี่ผัดฮกเกี้ยนของเมืองภูเก็ต โกลาผู้ก่อตั้งส่งต่อสูตรผัดหมี่แสนอร่อยตามวิถีดั้งเดิมแก่ทายาท ใช้เทคนิคการผัดบนเตาถ่านที่ให้กลิ่นหอมกระทะเป็นเอกลักษณ์ บะหมี่ที่ร้านมีให้เลือก 2 แบบ สั่งหมี่เหลืองฮกเกี้ยนเพื่อลองรสชาติตำรับดั้งเดิม หรือลองหมี่หุ้นใส่ไข่เพิ่มความนุ่มนวล

One of the best places for Hokkien-style fried noodles. Owner Go La, after cooking for decades, has now handed over the baton to his heir. Pick from 2 types of noodles, with authentic yellow Hokkien our first choice; the extra egg with runny yolk creates a mild and creamy texture.

73 ถ.กระ อ.เมืองภูเก็ต
73 Kra Road, Mueang Phuket
TEL. N/A

ราคา PRICE | ฿ 50-60

เวลาเปิด-ปิด OPENING HOURS |
11:30-21:00 (L.O.)

PHUKET ภูเก็ต

จัดจ้าน (N)

JADJAN

หลังจากเป็นเชฟในโรงแรม 5 ดาวมาหลายปี เชฟสุธีหรือโกแดง ตัดสินใจกลับมาเปิดร้านอาหารตามสั่งเล็กๆ ที่ภูเก็ตบ้านเกิดของตนชื่อว่า "จัดจ้าน" หรือที่คนในภูเก็ตรู้จักกันในนาม "จัดจ้านโกแดง" แนะนำปลาหรือหมูทอดกระเทียมพริกไทย สะตอผัดกะปิกุ้ง รสชาติอาหารทุกจานจัดจ้านสมชื่อ ร้านอาจดูธรรมดาแต่รับรองว่าคุณจะติดใจอย่างแน่นอน

After years working in Bangkok's 5 star hotels, Chef Suthee returned to his beloved hometown, Phuket, to open this small shophouse. As 'Jadjan' means 'intensely flavoured', you can expect the food here to be authentic; the southern dishes are highlights.

$

4/27 ถ.ศักดิเดช อ.เมืองภูเก็ต
4/27 Sakdidet Road, Mueang Phuket
TEL. 089 868 1954

ราคา PRICE | ฿ 100-300

เวลาเปิด-ปิด OPENING HOURS |
10:30-14:30 (L.O.); 17:00-21:00 (L.O.)

ครัวจงจิต (N)

JONGJIT KITCHEN

หากคุณมาครัวจงจิตเพื่อชิมอาหารพื้นเมืองภูเก็ต ถือว่ามาถูกที่แล้ว เพราะไม่ใช่แค่รสชาติที่เป็นเอกลักษณ์แบบคนท้องถิ่นแท้ เชฟ 2 แม่ลูกขะมักเขม้นปรุงอาหารจานต่อจานอย่างตั้งใจ และเตรียมวัตถุดิบวันต่อวันเท่านั้นเพื่อความสดใหม่เสมอ ต้องสั่งเมนูเด็ดอย่าง เอี่ยมต้อคั่วเกลือ และสะตอผัดกะปิกุ้งที่รสชาติจัดจ้าน

Authentic southern recipes and down-to-earth hospitality are the draw here, with a mother and son chef team on the pans. Try the Phuketian roasted pork with salt, and stir-fried shrimp with stink bean, which are full of flavour and cooked à la minute. Avoid rush hour if you can.

$

91 หมู่ 4 ถ.วิจิตร อ.กะทู้
91 Moo 4, Wichit Road, Kathu
TEL. 076 321 357

ราคา PRICE | ฿ 150-250

เวลาเปิด-ปิด OPENING HOURS |
11:30-20:30 (L.O.)

ข้าวต้มถนนดีบุก N
KHAO TOM THANON DI BUK

เดิมตั้งอยู่ถนนดีบุกแต่ตอนนี้ย้ายมาอยู่ถนนพังงา ร้านที่เพิ่งตกแต่งใหม่สวยงามเปิดต้อนรับลูกค้าด้วยรอยยิ้มจากอาม่าแต่เช้าตรู่ แนะนำน้ำซุปดำที่ผ่านการเคี่ยวปรุงด้วยซีอิ๊วกับเครื่องพะโล้รสกลมกล่อม และข้าวหน้าไก่เต้าเจี้ยวเมนูพิเศษที่มีขายวันเสาร์อาทิตย์เท่านั้น แล้วปิดท้ายมื้อด้วยขนมปังสังขยาสูตรลับของครอบครัว

Occupying two shop houses, this family-run breakfast shop opens early with a welcoming smile from grandma. Go for the brown soup made with their secret stock and Chinese spices; weekend highlights include braised chicken with fermented soy bean and rice (Khao Na Gai Tao Jiao).

$

185/11 ถ.พังงา อ.เมืองภูเก็ต
185/11 Phang-Nga Road, Mueang Phuket
TEL. 076 215 731

ราคา PRICE | ฿ 40

เวลาเปิด-ปิด OPENING HOURS |
06:00-12:00 (L.O.)

โลบะบางเหนียว N
LOBA BANG NIAO

เริ่มต้นจากแผงเล็กๆ ในปี 1974 โลบะบางเหนียว ขยับขยายเป็นร้านอย่างทุกวันนี้ได้ด้วยเมนูขึ้นชื่อของร้านอย่าง โลบะ (ส่วนต่างๆ ของหมูต้มพะโล้แล้วเอาไปทอด) โดยเลือกทานคู่กับของทอดอื่นๆ เช่น เต้าหู้ทอด หรือเกี้ยน (เนื้อหมูสับผสมกุ้งห่อด้วยฟองเต้าหู้ที่นำไปทอดจนกรอบ) แล้วตัดมันด้วยบะกุ๊ดเต๊ร้อนๆ หอมสมุนไพรจีนสักชาม

Loba opened in 1974, evolved from a simple food stall to a shop and is named after a savoury snack made from pork parts. The Mixed Loba dish is a must, while the 4 deep-fried dishes are also recommended, especially 'Kien' or grounded pork and shrimp wrapped with tofu skin.

$

18/69-72 ถ.แม่หลวน อ.เมืองภูเก็ต
18/69-72 Mae Luan Road, Mueang Phuket
TEL. 076 234 693

ราคา PRICE | ฿ 100-250

เวลาเปิด-ปิด OPENING HOURS |
10:30-18:00 (L.O.)

หมี่ต้นโพธิ์ (สาขาวงเวียนหอนาฬิกา) Ⓝ

MEE TON POE (WONG WIAN HO NALIKA)

สาขาแรกที่เปิดขายมานานกว่า 70 ปี เมนูที่ดึงดูดลูกค้าเสมอ คือ หมี่ฮกเกี้ยนผัดไข่ รวมถึงจานเรียกน้ำย่อยสไตล์ภูเก็ตอย่าง ทอดมันปลา และห่อหมกปลาใบชะพลูที่รสชาติถึงเครื่องแกงหอมอร่อยชวนน้ำลายสอ ใครที่มาครั้งแรก ให้สังเกตโคมไฟสีแดงหน้าร้านใกล้หอนาฬิกา

This simple shop was originally founded 70 years ago by the owner's grandfather, who cooked his famous stir-fried noodles over a charcoal stove. Though the noodles are still a highlight, do try their tasty Phuketian-style appetisers, such as fish cake and spicy fish curry paste with betel leaf.

$

วงเวียนหอนาฬิกาสุรินทร์ ถ.ภูเก็ต อ.เมืองภูเก็ต
Surin Clock Tower Roundabout, Phuket Road, Mueang Phuket
TEL. 076 216 293

ราคา PRICE | ฿ 90-230

เวลาเปิด-ปิด OPENING HOURS |
10:00-18:00 (L.O.)

โอชารส Ⓝ

O CHA ROT

ร้านก๋วยเตี๋ยวเนื้อเจ้าดังในตำนานตั้งอยู่ใจกลางเมืองภูเก็ตที่เปิดขายมานานกว่า 30 ปี จุดเด่นของร้าน คือ ลูกชิ้นเนื้อและลูกชิ้นเอ็นทำเองรสสัมผัสนุ่มแน่นเต็มรสชาติของเนื้อแบบเน้นๆ และน้ำซุปเข้มข้นแต่กลมกล่อมมีให้เลือกทั้งน้ำข้นและน้ำใส อิ่มอร่อยกับก๋วยเตี๋ยวรสเด็ดแล้วสามารถเดินชมย่านเก่าแก่ของภูเก็ตได้อีกด้วย

No wonder this little shop in the heart of Old Phuket Town is legendary – the original chef has been serving the same beef noodle dish for over 30 years. The bouncy, homemade beef ball is full of flavour and comes with options of noodles, as well as tasty clear or black soup.

$

ถ.เยาวราช อ.เมืองภูเก็ต
Yaowarat Road, Mueang Phuket
TEL. 076 213 347

ราคา PRICE | ฿ 60-100

เวลาเปิด-ปิด OPENING HOURS |
07:00-15:30 (L.O.)

โอวต้าวบางเหนียว

O TAO BANG NIAO

ร้านรถเข็นนี้มัดใจคนพื้นที่มานานนับ 10 ปี ด้วยโอวต้าวที่มีเฉพาะในภูเก็ตเท่านั้น เมนูนี้ทำจากเผือกนึ่งที่นำมาผัดกับอาหารทะเลหรือหมูสับ ใส่แป้งมันผสมแป้งข้าวเจ้าให้นุ่มหนึบพอดีหอมกลิ่นกระทะ แล้วทานคู่กับกากหมูเพื่อเพิ่มรสสัมผัส ใครไม่อยากพลาดอีกหนึ่งของดีแห่งย่านบางเหนียวนี้ ควรมารอคิวแต่เนิ่นๆ เพราะขายดีทุกวัน

Offering a unique stir-fried mix of taro and seafood (or minced pork) – this style of street food can only be found in Phuket. Textures are tasty and soft, and aromas smoky, while great flavours and good quality produce has won them a loyal following for over 10 years.

ใต้สะพานลอยหน้าโรงเรียนเทศบาลบางเหนียว ถ.ภูเก็ต อ.เมืองภูเก็ต
Under the bridge in front of Thetsaban Bang Niao School, Phuket Road, Mueang Phuket
TEL. N/A

ราคา PRICE | ฿ 70-80

เวลาเปิด-ปิด OPENING HOURS |
14:00-17:00 (L.O.); 18:30-23:00 (L.O.)

ภูเก็ต **PHUKET**

โรงแรม
HOTELS

อมันปุรี
AMANPURI

ลักชัวรี • ดั้งเดิม

Luxury • Traditional

แม้ซ่อนตัวจากภายนอกและไม่มีกระทั่งป้ายบอกทาง
แต่ก็ทำให้อมันปุรีโดดเด่นเรื่องความเงียบสงบและ
ความเป็นส่วนตัว ห้องพักมีทั้งแบบพาวิลเลี่ยนและแบบวิลล่า
ตกแต่งในสไตล์บ้านไม้แบบไทยอย่างมีเอกลักษณ์ ด้วยทำเล
ที่ตั้งที่ลดหลั่นกันอยู่บนเนินเขา ทุกห้องจึงมีวิวทะเลสวย
พร้อมระเบียงกว้างสำหรับการพักผ่อนอย่างแท้จริง
พบกับบริการแบบเหนือระดับภายในวิลล่าไม่ว่าจะเป็น
สปา สระว่ายน้ำ และเชฟส่วนตัว

Airport taxis may know where to go but there are
no signs outside, so privacy and exclusivity are
assured. Inside, an all-wood grand lobby faces the
sea, while the hotel spa sits on the opposite side.
Both pavilions and villas are offered, with beach
views and balconies, while the largest is 9
bedrooms and on the cliff top. For pure
indulgence, villas also feature a spa, private pool,
in-house chef and room enough for a small party.

TEL. 076 324 333
www.aman.com/resorts/amanpuri

118/1 หมู่ 3 ซ.พันตรี
ถ.ศรีสุนทร อ.ถลาง
118/1 Moo 3, Soi Phan Tri,
Si Sunthon Road, Thalang

40 ห้องพัก/Rooms
43 ห้องสวีท/Suites

ราคาสำหรับ 2 ท่าน/Price for 2 persons:
฿ 42,000-92,000

ราคาห้องสวีท/Price of suites:
฿ 127,000-1,154,000

🖐 🅿 ♿ ⛳ 🏊 🧖 ⛲

TEL. 076 372 400
www.banyantree.com

33, 33/27 หมู่ 4 ถ.ศรีสุนทร อ.ถลาง
33, 33/27 Moo 4, Si Sunthon Road, Thalang

90 ห้องพัก/Rooms
85 ห้องสวีท/Suites

ราคาสำหรับ 2 ท่าน/Price for 2 persons:
฿ 13,000-55,000

ราคาห้องสวีท/Price of suites:
฿ 25,000-250,000

🏠🏠🏠🏠🏠

บันยันทรี
BANYAN TREE

รีสอร์ต • ลักชัวรี
Resort • Luxury

โรงแรมบันยันทรี ภูเก็ตเป็นสาขาแรกและยังเป็นเรือธง
ของแบรนด์สปาระดับโลกนี้ ตั้งอยู่บนพื้นที่เขียวชอุ่ม
ขนาด 200 กว่าไร่ pool villa บรรยากาศโรแมนติกตกแต่ง
แบบหรูหราและมีกลิ่นอายความเป็นไทย พร้อมสระว่ายน้ำ
ส่วนตัวเพื่อการพักผ่อนแบบเหนือระดับ ผ่อนคลายทั้ง
กายและใจไปกับกิจกรรมอันหลากหลาย ไม่ว่าจะเป็น
กีฬาทางน้ำ กอล์ฟ โยคะ หรือสปารางวัลระดับโลก
รวมไปถึงห้องอาหารที่มีให้เลือกถึง 6 แห่ง

Set in 89 acres of lush grounds, this is the global
brand's original, flagship property. Romantic
Thai-style pool villas are all furnished in an
understated modern style; they are discreet and
romantic. Rejuvenate your body and soul with
golfing, water sports, yoga or treatments at the
award-winning spa; or pick from one of six
restaurants for a relaxing dining experience.

ศรีพันวา (N)
SRI PANWA

รีสอร์ต • ลักชัวรี

Resort • Luxury

โรงแรมหรูแห่งนี้อยู่บนแหลมพันวาฝั่งตะวันตกเฉียงใต้ของภูเก็ต ซึ่งได้วิวสวยของทะเลและภูเขา รวมไปถึงเกาะน้อยใหญ่ วิลล่าที่นี่ตกแต่งแบบร่วมสมัยผสมกลิ่นอายของป่าดิบเขตร้อนซึ่งให้ทั้งความหรูหราเงียบสงบเป็นส่วนตัวท่ามกลางธรรมชาติ แนะนำพูลวิลล่าที่มีสระว่ายน้ำแบบอินฟินิตี้พร้อมทั้งบริการที่สมบูรณ์แบบ ก่อนอิ่มอร่อยกับมื้อค่ำไม่ควรพลาดค็อกเทลดีๆ สักแก้วพร้อมชมวิวสุดอลังการที่ Baba Nest

Located on a breathtaking cape, Sri panwa combines stunning views on one side, with lush rainforest on the other. Villas are turnished in a 'tropical contemporary' style; Pool Villas are our first choice with infinity pools, outdoor Jacuzzis and butler service, while a tuk-tuk service is available to ferry you to one of 5 pools, 7 dining options or the resort spa. Don't miss a cocktail at Baba Nest, which is extraordinary at dusk.

TEL. 076 371 000
www.sripanwa.com

88 หมู่ 8 ถ. ศักดิเดช อ.เมืองภูเก็ต
88 Moo 8, Sakdidet Road,
Mueang Phuket

27 ห้องพัก/Rooms
62 ห้องสวีท/Suites

ราคาสำหรับ 2 ท่าน/Price for 2 persons:
฿ 12,000-28,000

ราคาห้องสวีท/Price of suites:
฿ 22,000-50,000

PHUKET ภูเก็ต

โคโม พ้อยท์ยามู

COMO POINT YAMU

ลักชัวรี • *ร่วมสมัย*

Luxury • Contemporary

ไม่เพียงการออกแบบที่สวยงามโดดเด่นจาก Paola Navone แต่โคโม พ้อยท์ยามู ยังมีวิวทะเลสวยตระการตาแบบ 360 องศา ที่มองเห็นจากทุกมุมของโรงแรม ห้องพักอันหรูหรากว้างขวางตกแต่งอย่างมีเอกลักษณ์ด้วยเฟอร์นิเจอร์ผ้าครามย้อมมือ และการบริการแบบไร้ที่ติที่มาพร้อมกับสิ่งอำนวยความสะดวกครบครัน รวมถึงสระว่ายน้ำขนาดใหญ่ที่มองเห็นวิวหมู่เกาะพังงา คิดส์คลับ ห้องเกม และ Shambala Spa ที่ให้ความผ่อนคลายเหนือระดับ

This luxury hotel offers not only a fabulous interior design by Paola Navone, but also 360° panoramic sea views from every corner of the hotel. Flawless from all angles, from setting to service, spacious and luxurious rooms also include tailor-made decoration and handcrafted furniture. Great facilities include a swimming pool overlooking the islands, kids' club, games room and a fully equipped fitness centre.

TEL. 076 360 100
www.comohotels.com/pointyamu

225 หมู่ 7 อ.ถลาง
225 Moo 7, Thalang

79 ห้องพัก/Rooms
27 ห้องสวีท/Suites

ราคาสำหรับ 2 ท่าน/Price for 2 persons:
฿ 10,000-20,000

ราคาห้องสวีท/Price of suites:
฿ 14,000-70,000

ร้านอาหารแนะนำ/Recommended restaurants:
น้ำยา Nahmyaa

กีมาลา
KEEMALA

วิลล่า • ตกแต่งอย่างโดดเด่น
Luxury • Unique

ให้รางวัลสุดพิเศษกับตัวเองสักครั้งที่กีมาลา โรงแรมที่
ผสมผสานความหรูหราและธรรมชาติของป่าเขตร้อน
ได้อย่างลงตัว พูลวิลล่าทั้ง 4 แบบตกแต่งอย่างมีเอกลักษณ์
กลมกลืนไปกับป่าที่โอบล้อมอยู่รอบด้าน พร้อมสระว่ายน้ำ
ส่วนตัวและสิ่งอำนวยความสะดวกที่ออกแบบมาด้วย
ความใส่ใจในทุกรายละเอียด เลือกพักห้อง Bird's nest
ที่มีสระขนาดใหญ่และวิวสวยที่สุด แล้วเติมเต็มการพักผ่อน
ที่สมบูรณ์แบบของคุณที่ Mala spa

Indulge yourself with the ultimate in tropical luxury
at this one-of-a-kind hotel. Nestled mountainside
over Kamala beach, the resort comprises 38 pool
villas in 4 different styles, each with their own
stunning concept. Interiors have a hideaway
woodland feel, with impressive attention to detail;
the Bird's Nest Villa with its large pool provides the
best view. Complete your stay with a visit to Mala
Spa, which offers absolute relaxation.

TEL. 076 358 777
www.keemala.com

10/88 หมู่ 6 อ.กะทู้
10/88 Moo 6, Kathu

38 ห้องสวีท/Suites

ราคาห้องสวีท/Price of suites:
฿ 16,000-100,000

ROSEWOOD (N)

ลักชัวรี • หรูหรา
Luxury • Elegant

โรงแรมแห่งแรกในเอเชียตะวันออกเฉียงใต้ของเครือ Rosewood นี้ ตั้งอยู่บนหาดไตรตรังที่สวยสงบ โอบล้อมด้วยป่าเมืองร้อนเขียวขจี ที่ให้ความรู้สึกเหมือนหลุดเข้าไปอยู่ในอีกโลก พร้อมห้องพักสุดหรูที่ออกแบบมาเพื่อตอบรับทุกความต้องการ ไม่ว่าจะเป็นนักธุรกิจ คู่รัก หรือครอบครัว เลือกพักห้อง Ocean House ที่อยู่ติดชายหาดพร้อมสระว่ายน้ำและบริการบัตเลอร์ส่วนตัว แล้วออกแบบโปรแกรมที่ตรงกับคุณได้ที่ Asaya Spa

The first from this brand in South East Asia, the Rosewood opened in 2017 and caters to all types of guests, from business to families. Surrounded by rainforest and overlooking Tri Trang beach (or Emerald Bay) this is tropical luxury at its best, while inside, attention to detail is obvious. Stay in the Ocean House rooms for beach access and views, as well as a private butler. The Asaya Spa provides a wellness expert and personalised programs.

TEL. 076 356 888
www.rosewoodhotels.com

88/28 ถ.หมื่นเงิน อ.กะทู้
88/28 Muen-Ngoen Road, Kathu

71 ห้องพัก/Rooms

ราคาสำหรับ 2 ท่าน/Price for 2 persons:
฿ 29,500-180,000

ร้านอาหารแนะนำ/Recommended restaurants:
Red Sauce
ตาข่าย Ta Khai

เดอะชเลท (N)
THE SLATE

รีสอร์ต • ตกแต่งแบบอินดัสเทรียล
Resort • Industrial

การตกแต่งได้รับแรงบันดาลใจจากเหมืองแร่ดีบุกที่เคยรุ่งเรืองในอดีตผ่านชิ้นงานศิลปะที่สะท้อนวิถีชีวิตของชาวภูเก็ต ห้องที่เป็นไฮไลต์ของที่นี่ คือ พูลวิลล่าที่มีห้องสปา ห้องอบไอน้ำ และบัตเลอร์ส่วนตัวที่พร้อมให้บริการตลอด 24 ชั่วโมง เปิดประสบการณ์อาหารไทยท้องถิ่นที่ Black Ginger หรือเติมเต็มวันพักผ่อนของคุณด้วยหลากหลายกิจกรรม ทั้งคลาสทำอาหาร และ Cocoon Spa ที่มอบความผ่อนคลายอย่างแท้จริง

The rich history of Phuket's tin mining past is ever-present here, with an industrial fit out and objets d'art from the town's bygone days. Private pool villas are the highlight – they have their own spa and steam room, as well as 24-hour butler service. Black Ginger is their traditional Thai pavilion restaurant. Try an array of cookery classes, from Thai to Indian, and treat yourself to a deep-tissue massage at the Cocoon Spa.

TEL. 076 327 006
www.theslatephuket.com

116 หมู่ 1 อ.ถลาง
116 Moo 1, Thalang

170 ห้องพัก/Rooms
14 ห้องสวีท/Suites

ราคาสำหรับ 2 ท่าน/Price for 2 persons:
฿ 6,000-15,000

ราคาห้องสวีท/Price of suites:
฿ 20,000-45,000

ร้านอาหารแนะนำ/Recommended restaurants:
Black Ginger

PHUKET ภูเก็ต

ตรีสรา (N)
TRISARA

ลักชัวรี • ร่วมสมัย
Luxury • Contemporary

ตรีสรา แปลว่า สวนในสวรรค์ชั้น 3 และคุณจะเข้าใจถึงความหมายทันทีที่ได้พักในพูลวิลล่าของที่นี่ ซึ่งตกแต่งได้อย่างสวยงามในสไตล์ไทยคลาสสิก พร้อมสระว่ายน้ำส่วนตัวและสิ่งอำนวยความสะดวกครบครัน นอกจากชายหาดที่เงียบสงบและวิวพระอาทิตย์ตกดินที่สะกดทุกสายตา ยังมี Jara Spa ที่จะทำให้คุณเชื่อว่าสวรรค์บนดินมีอยู่จริง

Trisara gets its name from a Sanskrit phrase 'Garden in the Third Heaven'. The tranquil beachfront location is stunning, while sunsets are a knockout. Luxury villas have their own infinity pools, and are decorated in an understated mix of Thai and classic styles. A Bose sound system, Nespresso machines and home-baked cookies further add to the indulgence, while a six-hand massage at the spa is paradise. Service is discreet and personalised.

TEL. 076 310 100
www.trisara.com

60/1 หมู่ 6 ถ.ศรีสุนทร อ.ถลาง
60/1 Moo 6, Si Sunthon Road, Thalang

32 ห้องพัก/Rooms
5 ห้องสวีท/Suites

ราคาสำหรับ 2 ท่าน/Price for 2 persons:
฿ 37,000-74,000

ราคาห้องสวีท/Price of suites:
฿ 102,000-191,000

ร้านอาหารแนะนำ/Recommended restaurants:
PRU ✿
ซีฟู้ด แอท ตรีสรา Seafood at Trisara

อนันตรา วิลล่า (N)
ANANTARA VILLAS

วิลล่า • หรูหรา
Villa • Elegant

อนันตรา วิลล่า ติดชายหาดเงียบสงบเหมาะสำหรับคู่รักที่ต้องการความโรแมนติก วิลล่าตกแต่งสไตล์ไทยร่วมสมัย เน้นความโปร่งที่ให้ความรู้สึกโอ่อ่าหรูหรา พร้อมด้วยสิ่งอำนวยความสะดวกชั้นยอดไม่ว่าจะเป็นเครื่องเสียง Bose เครื่องทำกาแฟ อ่างอาบน้ำแบบฝังพื้น และสระว่ายน้ำส่วนตัว เลือกพักวิลล่า Jim Thompson แบบ 2 ห้องนอน ที่ทุกอย่างตกแต่งด้วยผ้าไหมจาก Jim Thompson ทั้งหมด พร้อมบริการบัตเลอร์ส่วนตัว

Anantara Villas is perfectly designed for a romantic hideaway, where honeymooners can relax in a magnificent traditional Thai setting and peaceful beachfront location. All villas offer supreme comfort and luxury, with private pools and amenities such as Bose speakers, Nespresso machines, mini wine cellars and sunken bathtubs. Stay in the Jim Thompson 2-bed room villa with its private butler service for the ultimate in indulgence.

TEL. 076 336 100
www.anantara.com

888 หมู่ 3 อ.ถลาง
888 Moo 3, Thalang

91 ห้องสวีท/Suites

ราคาห้องสวีท/Price of suites:
฿ 14,000-120,000

ร้านอาหารแนะนำ/Recommended restaurants:
La Sala

เดอะ นาคา N
THE NAKA

ลักชัวรี • ตกแต่งอย่างมีดีไซน์
Luxury • Design

"เดอะ นาคา" ได้รับการออกแบบโดยสถาปนิกชื่อดังอย่างคุณดวงฤทธิ์ บุนนาค ทำให้ตัวอาคารมีเอกลักษณ์สวยสะดุดตาแบบร่วมสมัย มีความเงียบสงบและความเป็นส่วนตัวสูงเพราะตั้งอยู่ห่างไกลจากแหล่งบันเทิง วิลล่าออกแบบได้อย่างมีสไตล์พร้อมวิวทะเลเต็มตาแบบพาโนรามา สระว่ายน้ำในตัวและอ่างอาบน้ำเอาท์ดอร์ให้บรรยากาศใกล้ชิดกับธรรมชาติ อย่าลืมให้รางวัลตัวเองที่สปาสุดหรูหรือจิบค็อกเทลไปกับวิวตระการตาที่สกายบาร์

Designed by award-wining architect Duangrit Bunnag, The Naka is both striking and modern and the remote setting is truly unique. Futuristic Villas boast 180 degree views, private pools and on-trend minimalistic décor, along with outdoor baths and drench showers. Go beachfront for the best pick. Facilities include an Olympic-sized infinity pool, state of the art spa and a sky bar for cocktails, along with a cavernous restaurant adjoining the pool.

TEL. 076 337 999
www.thenakaphuket.com

1/18-1/20 หมู่ 6 อ.กะทู้
1/18-1/20 Moo 6, Kathu

3 ห้องพัก/Rooms
92 ห้องสวีท/Suites

ราคาสำหรับ 2 ท่าน/Price for 2 persons:
฿ 8,000-15,000

ราคาห้องสวีท/Price of suites:
฿ 12,000-50,000

อันดารา (N)

ANDARA

ลักชัวรี • ร่วมสมัย

Luxury • Contemporary

ด้วยทำเลโดดเด่นริมหาดกมลา วิวสวยของที่นี่จึงพร้อมสะกดสายตาผู้มาเยือน ห้องสวีทเรียบหรูมีให้เลือกตั้งแต่ 1 ถึง 6 ห้องนอน ภายในตกแต่งแบบร่วมสมัยผสมกลิ่นอายตะวันออกได้อย่างลงตัว ห้องเพนท์เฮาส์กับสระว่ายน้ำส่วนตัวมอบความสบายแบบเหนือระดับ เมื่อดื่มด่ำกับบรรยากาศผ่อนคลายทั้งวันแล้ว อย่าลืมเติมความสุขให้เต็มที่ ด้วยการจิบค็อกเทลริมสระว่ายน้ำไร้ขอบ แล้วต่อด้วยดินเนอร์อาหารไทยหรืออิตาเลียนที่ห้องอาหารและบาร์ของโรงแรม

In its elevated position above Kamala Bay, Andara offers stunning views both day and night, with sunsets the real showstopper. Luxury suites range from between one to six bedrooms and are furnished in a contemporary style with wooden floors, while the Penthouse is the ultimate indulgence with its own rooftop pool. There are Italian and Thai dining options, while the setting above the infinity pool continues the wow factor.

TEL. 076 338 777
www.andaraphuket.com

15 หมู่ 6 อ.กะทู้
15 Moo 6, Kathu

63 ห้องสวีท/Suites

ราคาห้องสวีท/Price of suites:
฿ 26,900-223,500

PHUKET ภูเก็ต

ดุสิตธานี ลากูน่า Ⓝ
DUSIT THANI LAGUNA

โรงแรมสำหรับครอบครัว • ดั้งเดิม

Family Hotel • Traditional

ด้วยที่ตั้งติดชายหาด ณ ใจกลางลากูน่าภูเก็ต โรงแรมนี้จึงมีวิวทะเลสาบและหาดสวยงามของทะเลฝั่งอันดามัน ห้องพักพูลวิลล่ามาพร้อมกับสิ่งอำนวยความสะดวกครบครันเหมาะกับการพักผ่อนของครอบครัว และยังมีกิจกรรมกีฬาทางน้ำให้เลือกสนุก เช่น เรือใบ และเรือคายักที่ให้บริการตลอดทั้งปี หรือเลือกปรนนิบัติผิวให้ผ่อนคลายที่สปาริมสระบัว ก่อนอิ่มอร่อยยามค่ำคืนควรแวะชมพระอาทิตย์ตกดินที่หาดของโรงแรม

Located in the heart of Laguna Phuket, the Dusit Thani offers superb beachfront access on one side, and views over the lagoon on the other. Catering mostly to families, interiors are classically appointed, while the Pool Villas, complete with rooftop pools, outdoor showers and kitchenettes are worth the extra. There's sailing, paddle boarding and kayaking year round, while the spa provides a back-to-nature feel and surrounds a tranquil lotus pond.

TEL. 076 362 999
www.dusit.com

390 หมู่ 1 ถ.ศรีสุนทร อ.ถลาง
390 Moo 1, Si Sunthon Road, Thalang

213 ห้องพัก/Rooms
40 ห้องสวีท/Suites

ราคาสำหรับ 2 ท่าน/Price for 2 persons:
฿ 2,500-9,000

ราคาห้องสวีท/Price of suites:
฿ 8,000-30,000

ร้านอาหารแนะนำ/Recommended restaurants:
เรือนไทย Ruen Thai

ไม้ขาวดรีมวิลล่า
MAIKHAO DREAM VILLA

วิลล่า • ลักชัวรี
Villa • Luxury

ไม้ขาวดรีมวิลล่าอยู่ห่างจากสนามบินแค่ 15 นาที มีห้องพัก
แบบ pool villa ริมหาดที่ตกแต่งอย่างหรูหรามีรสนิยม
ในสไตล์ไทยร่วมสมัย พร้อมสิ่งอำนวยความสะดวกครบครัน
ไม่ว่าจะเป็นครัวเล็ก ห้องน้ำพื้นหินอ่อน ระเบียง ศาลา
สระว่ายน้ำส่วนตัว และบริการบัตเลอร์ ให้คุณผ่อนคลายทั้ง
กายและใจที่สปากับโปรแกรมนวดหลายรูปแบบ ทั้งแผนไทย
อายุรเวท และ ecotherapy แล้วทอดอารมณ์ไปกับทริป
ล่องเรือยอชต์สุดหรูของโรงแรม

Just 15 minutes from the airport, this beachfront
resort sports luxury pool villas tastefully
furnished in a contemporary Thai style with
kitchenettes, marble-floored bathrooms,
terraces, pavilions, jet pools and butler service.
Pamper your heart and soul at the spa with its
range of Thai, Ayurvedic and Eco treatments. Or
take a boat trip on its luxury yacht.

TEL. 076 371 371
www.maikhaodream.com

138/21 หมู่ 4 อ.ถลาง
138/21 Moo 4, Thalang
22 ห้องสวีท/Suites
ราคาห้องสวีท/**Price of suites:**
฿ 12,000-100,000

PHUKET ภูเก็ต

TEL. 076 625 555
www.phuketmarriottnaiyang.com

92, 92/1 หมู่ 3 อ.ถลาง
92, 92/1 Moo 3, Thalang

166 ห้องพัก/Rooms
14 ห้องสวีท/Suites

ราคาสำหรับ 2 ท่าน/Price for 2 persons:
฿ 4,000-15,000

ราคาห้องสวีท/Price of suites:
฿ 12,000-100,000

แมริออท หาดในยาง Ⓝ
MARRIOTT NAI YANG BEACH

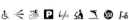

โรงแรมเหมาะสำหรับครอบครัว • ร่วมสมัย
Family • Contemporary

ทุกอย่างดูสวยและใหม่ที่โรงแรมแมริออท หาดในยาง ซึ่งเปิดให้บริการในปี 2016 ห้องพักมีให้เลือกมากถึง 11 แบบ ตั้งแต่ห้องพักมาตรฐานขนาด 42 ตารางเมตร ไปจนถึงวิลล่าขนาด 2 ห้องนอนซึ่งตอบโจทย์ทั้งครอบครัวเล็กและใหญ่ และยังมีสิ่งอำนวยความสะดวกสำหรับผู้ที่ต้องใช้รถเข็นอีกด้วย ห้องพักตกแต่งแบบไทยร่วมสมัยโดยใช้หินอ่อนเพิ่มความเรียบโก้ พิเศษตรงบาร์ที่สระว่ายน้ำมีบริการผัดไทยแบบปรุงสดให้ลิ้มลอง

Opened in 2016, Phuket Marriott Nai Yang is ideally suited to families, as well as offering disabled access via elevators. There are 11 room types in total, with standard rooms a generous $42m^2$, and up to 2 bedroom villas available; all are decorated with marble-topped counters. Dining wise, do order Phad Thai from their U-shaped pool bar. Don't forget to pray for luck at the Sacred Stone.

ภารีสา
PARESA

โรงแรมบูติค • โรแมนติก
Boutique Hotel • Romantic

นอกจากชื่อที่แปลว่า "สวรรค์แห่งสวรรค์" แล้ว บรรยากาศ
ของโรงแรมบูติกที่ตั้งสูงตระหง่านบนหน้าผาแห่งนี้ก็ให้ความ
รู้สึกราวกับอยู่บนสวรรค์จริงๆ โดยเฉพาะสระว่ายน้ำไร้ขอบ
ที่ให้คุณได้ผ่อนคลายและรู้สึกเหมือนลอยอยู่เหนือวิวสวย
ของทะเลด้านล่าง ภารีสามีห้องพักและสปาที่พร้อมฟื้นฟูทั้ง
ร่างกายและจิตใจของผู้มาเยือนด้วยวิวทะเลแบบพาโนรามา
และยังมีคลาสสอนทำอาหารที่เปลี่ยนเมนูทุกอาทิตย์

Meaning 'heaven of all heavens' in Sanskrit, this
breathtaking boutique property is perched on a
cliff top. A soundtrack of chanting monks fills the
lobby, while a chill-out lounge with bean bags
completes the Zen-like vibe. Understated
bedrooms are furnished in a traditional Thai style
with contemporary touches, while the Grand
Residence Pool Villa offers the ultimate in bliss.
With weekly cookery classes there's plenty to do.

TEL. 076 302 000
www.paresaresorts.com

49 หมู่ 6 ถ.ลายิ–นาคาเล อ.กะทู้
49 Moo 6, Layi-Nakhale Road, Kathu

45 ห้องพัก/Rooms
3 ห้องสวีท/Suites

ราคาสำหรับ 2 ท่าน/Price for 2 persons:
฿ 28,000-40,000

ราคาห้องสวีท/Price of suites:
฿ 45,000-95,000

ร้านอาหารแนะนำ/Recommended restaurants:
ตะลุงไทย Talung Thai ⏺○

PHUKET ภูเก็ต

พูลแมน อาเคเดีย (N)
PULLMAN ARCADIA

โรงแรมเหมาะสำหรับครอบครัว • ร่วมสมัย
Family • Contemporary

เปิดให้บริการมาตั้งแต่ปี 2013 แต่พูลแมน อาเคเดียยังดูแลรักษาห้องพักและสิ่งอำนวยความสะดวกภายในโรงแรมไว้ได้อย่างดี พร้อมบริการระดับมืออาชีพจากพนักงานรุ่นก่อตั้ง ทุกรายละเอียดถูกออกแบบมาเพื่อการพักผ่อนของครอบครัวอย่างแท้จริง แม้แต่โซนเด็กเล่นก็ยังมีพื้นนุ่มเพื่อความปลอดภัยของเด็กๆ เลือกพักห้อง Ocean room ที่มีวิวทะเลสวยของหาดในทอน และปรนนิบัติผิวที่สปาด้วยผลิตภัณฑ์ชั้นดีจากสถาบัน Guinot Paris

Since opening in 2013, the Pullman Arcadia has maintained its fresh vibe, with all of the original team still welcoming guests. Catering mostly to families, a special Kids Club has been created next to the gym, which provides an outdoor play area with a soft floor. For adults, the spa treatment rooms offer luxury products from Guinot, Paris, while the Ocean Room overlooking Naithon Beach has the best view.

TEL. 076 303 299
www.pullmanphuketarcadia.com

22/2 หมู่ 4 อ.ถลาง
22/2 Moo 4, Thalang

277 ห้องพัก/Rooms

ราคาสำหรับ 2 ท่าน/Price for 2 persons:
฿ 4,000-40,000

เดอะ ใน หาน N

THE NAI HARN

โรงแรมบูติค • ร่วมสมัย
Boutique Hotel • Contemporary

หลังจากที่ปิดปรับปรุงและเปิดให้บริการใหม่อีกครั้งในปี 2015 โรงแรม "เดอะ ใน หาน" ผสานความเป็นไทยและความร่วมสมัยเข้าด้วยกันในห้องพักขนาดใหญ่ที่มีให้เลือกมากถึง 5 ประเภทพร้อมวิวสวยตระการตา โดยเฉพาะห้องสวีทที่มีสิ่งอำนวยความสะดวกครบครัน เช่น ระเบียงห้องสไตล์เลานจ์และ Champagne buttons เพื่อเรียกบริการแชมเปญถึงห้องฟรี นอกจากนี้ จิบค็อกเทลบนดาดฟ้า และชมวิวของแหลมพรหมเทพถือเป็นอีกหนึ่งไฮไลต์เมื่อมาเยือน

Formally the Royal Phuket Yacht Club Hotel, The Nai Harn mixes traditional and contemporary styles with unrivalled views and five categories of spacious rooms to choose from. Suites offer a butler service, lounge-style terraces and complimentary 'Champagne buttons' while those facing the sea are our pick. Visit the rooftop cocktail bar for stunning 180 degree views across Promthep Cape and the pristine beaches.

TEL. 076 380 200

23/3 หมู่ 1 ถ.วิเศษ อ.เมืองภูเก็ต
23/3 Moo 1, Wiset Road,
Mueang Phuket

www.thenaiharn.com

126 ห้องพัก/Rooms
4 ห้องสวีท/Suites

ราคาสำหรับ 2 ท่าน/Price for 2 persons:
฿ 4,000-20,000

ราคาห้องสวีท/Price of suites:
฿ 20,000-40,000

PHUKET ภูเก็ต

หม่อมตรี วิลล่ารอยัล Ⓝ

MOM TRI'S VILLA ROYALE

โรงแรมบูทีค • ดั้งเดิม

Boutique Hotel • Traditional

โรงแรมที่ทอดตัวบนหาดยาวแห่งนี้เป็นของม.ล. ตรีทศยุทธ
เทวกุล ภายในตกแต่งอย่างมีเสน่ห์ด้วยศิลปะแบบเอเชีย
โดยเฉพาะผ้าไหมสีสดใสและเฟอร์นิเจอร์โบราณ
พร้อมวิวจากระเบียงห้องพักที่สวยไม่เป็นสองรองใคร
หากต้องการดื่มด่ำบรรยากาศแบบเต็มที่ อาจเริ่มที่การจิบ
ค็อกเทลเคล้าเสียงเปียโนที่บาร์ของโรงแรมบนยอดผา
แล้วต่อด้วยมื้อค่ำสุดโรแมนติกใต้แสงเทียนกับไวน์ชั้นเลิศ
ที่มีให้เลือกกว่า 500 ฉลาก

Named after owner Mom Luang Tridhosyuth
Devakul, this cliff-top, traditional hotel has
unrivalled coastline views and tropical gardens.
Bedrooms ooze old world charm with antique
furnishings, bamboo tiled walls and parquet floors,
while all balconies and terraces face seaward. Have
a drink in the bar with its resident pianist or dine by
candlelight in the restaurant, which offers a Thai/
Western mix and a wine list of over 500 labels.

♿ ◁ 🛁 🅿 🛏 ⛴ 🧖 🧺

TEL. 076 333 568
www.villaroyalephuket.com

12 ถ.กะตะน้อย อ.เมืองภูเก็ต
12 Kata Noi Road, Mueang Phuket

30 ห้องพัก/Rooms
12 ห้องสวีท/Suites

ราคาสำหรับ 2 ท่าน/Price for 2 persons:
฿ 7,000–18,000

ราคาห้องสวีท/Price of suites:
฿ 11,000–30,000

มายบีช N

MY BEACH

โรงแรมบูติค • ชายทะเล

Boutique Hotel • Seaside

คงเป็นเรื่องยากที่จะไม่ตกหลุมรักโรงแรมนี้ เมื่อคุณได้เห็นวิวทะเลสีครามแบบพาโนรามาจากล็อบบี้ มายบีชมีทำเลที่สมบูรณ์แบบสำหรับการพักผ่อนเพราะติดหาดสวยเงียบสงบ และยังอยู่ใกล้ตัวเมือง ห้องพักใหม่เตียงนุ่มสบายพร้อมสิ่งอำนวยความสะดวกมากมาย รวมไปถึงสระว่ายน้ำระบบน้ำเกลือ เลือกห้อง Seaview ที่นอนดูพระอาทิตย์ตกได้จากในห้อง หรือเพิ่มความเป็นส่วนตัวที่ Private pool beachfront สำหรับคู่ฮันนีมูน

With panoramic beach views right in front of the lobby, it's not hard to fall in love with this hotel the moment you arrive. Inside, all rooms are equipped with super comfy beds, coffee machines, and rain showers. Sea view rooms offer the best sunsets, while those beachfront provide privacy and are perfect for honeymooners. The swimming pools are salt water; and calm, clear water all year round and proximity to the city make the location ideal.

TEL. 076 305 066
www.mybeachphuket.com

105 ถ.อ่าวยน หมู่ 8 อ.เมืองภูเก็ต
105 Ao Yon Road, Moo 8, Mueang Phuket

82 ห้องพัก/Rooms

ราคาสำหรับ 2 ท่าน/Price for 2 persons:
฿ 2,800-22,000

PHUKET ภูเก็ต

THE BOATHOUSE Ⓝ

โรงแรมบูติค • ร่วมสมัย
Boutique Hotel • Contemporary

ด้วยทำเลที่ตั้งติดริมหาด ทำให้ร้านอาหารของ The Boathouse มีวิวของหาดกะตะที่สวยงามโดดเด่น โรงแรมเพิ่งปรับปรุงใหม่ ห้องพักตกแต่งสวยงามและมีสิ่งอำนวยความสะดวกครบครัน รวมถึงเครื่องทำกาแฟภายในห้องและไอแพด เลือกห้องเพนท์เฮาส์เพื่อเปิดประสบการณ์แห่งการพักผ่อนอีกหนึ่งระดับ หากใครชอบทำอาหารแนะนำให้ลองสมัครคอร์สทำอาหารไทย ซึ่งโรงแรมจะพาคุณไปเลือกซื้อวัตถุดิบถึงตลาดภูเก็ตเพื่อเติมเต็มประสบการณ์

The beachside location is the main draw at this nautically-themed boutique hotel, with the sleek, modern restaurant overlooking Kata a highlight. Bedrooms are understated and well appointed, while the Penthouse takes it to the next level. Food is mix of Thai and Western dishes, while the wine list features over 600 labels, including a great range from Bordeaux. Take a Thai cooking class, which includes a trip to local markets.

TEL. 076 330 015
www.boathouse-phuket.com

182 ถ.โคกโตนด อ.เมืองภูเก็ต
182 Khok Tanot Road,
Mueang Phuket

38 ห้องพัก/Rooms
1 ห้องสวีท/Suites

ราคาสำหรับ 2 ท่าน/Price for 2 persons:
฿ 5,000-16,000

ราคาห้องสวีท/Price of suites:
฿ 15,000-25,000

เดอะสุรินทร์ N
THE SURIN

รีสอร์ต • ชายทะเล
Resort • Seaside

โรงแรมทอดตัวยาวไปตามแนวหาดสวยเหมาะแก่การเร้นกายพักผ่อนอย่างสงบ และยังมีกิจกรรมน่าสนใจอีกมากมาย ไม่ว่าจะเป็นกีฬาทางน้ำ โยคะ หรือจิบชาชมวิวยามบ่าย ห้องพักที่มีตั้งแต่แนวคอตเทจไปจนถึงห้องสวีทตอบรับการพักผ่อนของคู่รักและครอบครัวได้เป็นอย่างดี ทานมื้อเย็นกลางแจ้งแบบอัลเฟรสโกพร้อมดูพระอาทิตย์ตกที่ Sunset Cafe หรือดินเนอร์ส่วนตัวใต้แสงเทียนเพิ่มความโรแมนติกที่ Beach Restaurant

The Surin occupies a long stretch of beachfront, creating not just a serene getaway, but also providing direct access to an array of activities, such as water sports, yoga classes and afternoon tea. Choose from elegantly designed cottages and suites, befitting both couples and families, while relaxed sunset dining can be enjoyed al fresco from the Sunset Cafe or Beachfront restaurant. For romantics, private candle lit dinners can also be arranged.

TEL. 076 316 400
www.thesurinphuket.com

118 หมู่ 3 อ.ถลาง
118 Moo 3, Thalang

87 ห้องพัก/Rooms
16 ห้องสวีท/Suites

ราคาสำหรับ 2 ท่าน/Price for 2 persons:
฿ 5,700-23,800

ราคาห้องสวีท/Price of suites:
฿ 9,700-65,000

PHUKET ภูเก็ต

ทวินปาล์มส์ (N)

TWINPALMS

โรงแรมบูติค • ร่วมสมัย

Boutique Hotel • Contemporary

โรงแรมตั้งอยู่ทางทิศเหนือที่เงียบสงบของเกาะภูเก็ตและอยู่ใกล้ชายหาดเพียงอึดใจให้คุณสามารถพักผ่อนได้อย่างเต็มที่ การออกแบบผสมผสานความร่วมสมัยกับธรรมชาติได้อย่างมีระดับ สระว่ายน้ำใจกลางโรงแรมมีต้นปาล์มเคียงคู่เป็นแนวยาวดูสวยสะดุดตาจากล็อบบี้ ในขณะที่ห้องพักกว้างขวางมีความเป็นส่วนตัวสูงโอบล้อมด้วยต้นไม้เช่นกัน เลือกพักที่ penthouse duplex ที่มีสิ่งอำนวยความสะดวกครบครัน

Located on the peaceful side of Phuket, the Twinpalms assures absolute relaxation with just one small step to a secluded beach. Design is stylish and modern, with all the private and spacious rooms surrounded by palm trees, while a picturesque swimming pool makes for a real tropical getaway feel. Book the penthouse duplex for absolute luxury with extra touches such as a full kitchen and wine cellar.

TEL. 076 316 500
www.twinpalms-phuket.com

106/46 หมู่ 3 ถ.หาดสุรินทร์ อ.ถลาง
106/46 Moo 3, Hat Surin Road, Thalang

72 ห้องพัก/Rooms
25 ห้องสวีท/Suites

ราคาสำหรับ 2 ท่าน/Price for 2 persons:
฿ 5,500-8,000

ราคาห้องสวีท/Price of suites:
฿ 12,000-16,000

วินแดมแกรนด์กะหลิมเบย์ N
WYNDHAM GRAND KALIM BAY

โรงแรมในเครือ • โมเดิร์น
Chain • Modern

โรงแรมในเครือใหญ่แห่งนี้มีบรรยากาศเงียบสงบเป็นส่วนตัว ด้วยตำแหน่งที่ตั้งสูงตระหง่านบนหน้าผาริมทะเลจึงสามารถมองเห็นวิวทะเลอันดามันได้อย่างสุดลูกหูลูกตา เลือกห้องวิลล่าที่โอ่อ่าและทันสมัย หรือพูลสวีทพร้อมวิวทะเลและสระว่ายน้ำส่วนตัวที่เหมาะอย่างยิ่งสำหรับคู่รัก พร้อมบริการพิเศษให้คุณทานมื้อเช้าในสระว่ายน้ำได้อีกด้วย ที่นี่มีห้องจัดเลี้ยงที่มองเห็นวิวทะเลและชายหาดแบบ 180 องศา

Located clifftop, with expansive views across the Andaman Sea, there's a tranquil 'away from it all' feel to this hotel. Though it does have a slight chain look, don't let that put you off. Spacious Villa or Pool Suites with breathtaking ocean views offer the best choice, with floor-to-ceiling windows, sleek modern bathrooms and Thai landscape screen prints on the walls. Dining is informal, while the 'floating breakfast' is a must.

TEL. 076 562 000
www.wyndhamgrandphuket.com

8/18-19 หมู่ 6 อ.กะทู้
8/18-19 Moo 6, Kathu

194 ห้องพัก/Rooms

ราคาสำหรับ 2 ท่าน/Price for 2 persons:
฿ 3,600-25,000

PHUKET ภูเก็ต

ลิตเติ้ลยอนย่า (N)

LITTLE NYONYA

โรงแรมบูทีค • ดั้งเดิม

Boutique Hotel • Traditional

โรงแรมนี้เต็มไปด้วยมนต์เสน่ห์และกลิ่นอายของการตกแต่งสไตล์เปอรานากันที่สะท้อนวัฒนธรรมผสมผสานระหว่างมลายูและจีน หน้ามุกทรงโดมสีขาว พื้นกระเบื้องวินเทจ สระว่ายน้ำกลางแจ้ง ไปจนถึงการตกแต่งแบบจีนสมัยใหม่ ส่งให้ลิตเติ้ลยอนย่าดูสวยงามแบบอบอุ่น ในขณะที่ห้องเดอลุกซ์เน้นความสบายด้วยโทนสีพาสเทล ห้องจูเนียร์สวีทก็มีอ่างอาบน้ำกลางแจ้งให้ความรู้สึกผ่อนคลายมีชีวิตชีวา ซึ่งคุ้มค่าเกินราคาทั้งสองแบบ

Little Nyonya is a charming, family run hotel with plenty of Peranakan personality. From the white dome façade and vintage floor tiles, to the beautiful Chinese decoration and outdoor pool, all combine to give the property a relaxed yet luxurious feel. Deluxe rooms offer great comfort and are decorated in vintage pastels; or choose a junior suite with an outdoor bathtub and alfresco feel. Either way, you are assured value for money.

TEL. 076 355 901
www.littlenyonyahotel.com

63/2 หมู่ 4 อ.เมืองภูเก็ต
63/2 Moo 4, Mueang Phuket

44 ห้องพัก/Rooms

ราคาสำหรับ 2 ท่าน/Price for 2 persons:
฿ 1,600-3,200

เดอะ เมมโมรี่ แอท ออน ออน N

THE MEMORY AT ON ON

อาคารประวัติศาสตร์ • วินเทจ

Historic Building • Vintage

โรงแรมเก่าแก่ที่สุดในภูเก็ตเปิดบริการตั้งแต่ปี 1929 ภายในอบอวลด้วยภาพความทรงจำของวัฒนธรรมเปอรานากันที่สะท้อนผ่านเฟอร์นิเจอร์ของเก่าที่ทำให้คุณรู้สึกราวกับย้อนเวลากลับไปในอดีตตั้งแต่ก้าวแรกที่เข้าสู่ตัวโรงแรม ห้องพักสไตล์วินเทจมีสีและธีมที่แตกต่างเพื่อบอกเล่าเรื่องราวและวิถีชีวิตหลากหลายแง่มุม แนะนำห้อง "ห้องพ่อค้าวาณิช" ที่มีขนาดใหญ่สุด ที่นี่ไม่มีบริการอาหารเช้าแต่มีมุมกาแฟและขนมท้องถิ่นให้ลิ้มลอง

Opened in 1929, this is Phuket's oldest hotel, and from the first step inside you'll feel like you've travelled back in time. Interiors are uniquely charming with antique ornaments and furniture from the owner's personal collection, while suites are vintage themed. The Merchant Suite is the most spacious room. Though no breakfast is served, the hotel does offer a small tea and coffee corner with local snacks for guests to enjoy in the mornings.

TEL. 076 216 161
www.thememoryhotel.com

19 ถ.พังงา อ.เมืองภูเก็ต
19 Phang-Nga Road, Mueang Phuket

35 ห้องพัก/Rooms

ราคาสำหรับ 2 ท่าน/Price for 2 persons:
฿ 1,200-3,500

PHUKET ภูเก็ต

ไอคอน N
IKON

โรงแรมธุรกิจ • ทันสมัย
Business • Trendy

โรงแรมบูติกขนาด 98 ห้อง ตั้งอยู่โดดเด่นบนเนินเขาไม่ไกลจากย่านกะตะกะรน ตกแต่งแบบเรียบง่ายแต่ทันสมัยและสะอาดตาให้ความรู้สึกผ่อนคลาย วิวจากห้องพักมองเห็นภูเขาเขียวขจีและทะเลที่อยู่ห่างออกไป แม้จะเป็นโรงแรมที่ออกแบบด้วยคอนเซ็ปต์ minimalist แต่ก็มีสิ่งอำนวยความสะดวกครบครัน รวมถึงสปาที่อยู่ในมุมเล็กๆ ให้บริการแบบคุ้มราคา ที่สำคัญทุกอย่างดูใหม่ เพราะเพิ่งเปิดให้บริการในปี 2016

IKON is a small boutique hotel, with an especially quiet atmosphere during low season, unlike many other Phuket establishments. The bonus, though, is easy access to hotel facilities and a relaxed feel, which is only further enhanced by the clean and minimalist design and its fairly recent opening. Most of the four room types face the mountains and are filled with everything you need, while the spa, set in a tiny corner, is well priced.

TEL. 076 396 901
www.hotel-ikon.com

400/2 ถ.ปฏัก อ.เมืองภูเก็ต
400/2 Patak Road, Mueang Phuket

98 ห้องพัก/Rooms

ราคาสำหรับ 2 ท่าน/Price for 2 persons:
฿ 1,600-9,000

มาย เฮ้าส์ N
MAI HOUSE

โรงแรมเหมาะสำหรับครอบครัว • โมเดิร์น
Family • Modern

โรงแรมเล็กๆ บนเนินเขาเงียบสงบแต่อยู่ไม่ไกลจากชายหาดและความครึกครื้นของหาดป่าตองนัก การออกแบบภายในสไตล์ชิโน-โปรตุกีสแบบร่วมสมัยบอกเล่าเรื่องราวผ่านการตกแต่งได้อย่างลงตัว ไม่ว่าจะเป็นธีมโรงฝิ่นที่ Opium Den bar หรือธีมเหมืองแร่ที่ร้านอาหาร Kathu Mining รวมทั้งห้อง Grand Deluxe Jacuzzi พร้อมอ่างจากุซซี่กลางแจ้งเหมาะสำหรับคู่รัก และ Family room สำหรับครอบครัวพร้อมเตียง 2 ชั้นสำหรับเด็กๆ

Located on Patong Hill, this is a small hotel where guests can enjoy a peaceful location even though it's not far from the beach and night life in Patong. Interiors are styled in a modern Sino-Portuguese way, with themed outlets such as the Opium Den bar, Kathu Mining restaurant and the Play House Pirates kids' club. Couples should stay in Mai House with its outdoor Jacuzzi; families will love the Family Room with its bunk beds.

TEL. 076 637 770
www.maihouse.com

5/5 ถ.พระบารมี อ.กะทู้
5/5 Phra Barami Road, Kathu

58 ห้องพัก/Rooms
21 ห้องสวีท/Suites

ราคาสำหรับ 2 ท่าน/Price for 2 persons:
฿ 3,500-10,000

ราคาห้องสวีท/Price of suites:
฿ 6,500-15,000

PHUKET ภูเก็ต

primeimages/iStock

พังงา
PHANG-NGA

พังงา PHANG-NGA

ร้านอาหาร
RESTAURANTS

เอสเซนซี่
ESENZI

ซีฟู้ด • ตกแต่งอย่างมีดีไซน์
Seafood • Design

ชื่อร้าน Esenzi มาจากการผสมของคำว่า "essence of the sea" การตกแต่งภายในให้อารมณ์เหมือนนั่งทานข้าวอยู่ใต้ท้องทะเลโดยมีเพดานเป็นเหมือนเกลียวคลื่น เซตเมนูมีให้เลือกระหว่าง 10 หรือ 14 คอร์ส โดยเน้นใช้วัตถุดิบอาหารทะเลคุณภาพเยี่ยมที่คัดสรรจากทั่วโลกมารังสรรค์ผ่านเทคนิคการปรุงแบบเอเชียที่มีกลิ่นอายเมดิเตอร์เนียน จานโดดเด่น คือ calamari เสิร์ฟพร้อม brandade กับ chorizo และ Indonesian fish soup

While the wavy ceiling and starfish sofa may give its theme away, its name remains a cryptic portmanteau of the 'essence of the sea'. Only 10- or 14-course tasting menus are served, heavily leaning toward seafood. Top-notch ingredients sourced from all over the world are meticulously prepared with Asian techniques and Mediterranean influences. Must-try items include calamari with brandade and chorizo, and the Indonesian fish soup.

TEL. 093 574 0724

อินิอาล่า บีช เฮาส์
40/14 หมู่ 6 อ.ตะกั่วทุ่ง
Iniala Beach House,
40/14 Moo 6, Takua Thung
www.esenzirestaurant.com

■ **ราคา PRICE**
อาหารเย็น Dinner:
เซตเมนู set: ฿ 5,000-7,000

■ **เวลาเปิด-ปิด OPENING HOURS**
อาหารเย็น Dinner:
18:30-22:00 (L.O.)

■ **วันปิดบริการ ANNUAL AND WEEKLY CLOSING**
ปิดวันอาทิตย์และวันจันทร์
เฉพาะเดือนมีนาคม - ตุลาคม
Closed Sunday and Monday
in March to October

PHANG-NGA พังงา

323

ครัวใบเตย

KRUA BAI TOEY

อาหารไทย • เรียบง่าย

Thai • Simple

ตัวร้านอาจดูเรียบง่ายแต่รสชาติอาหารไทยโดยเฉพาะอาหารใต้ที่นี่ถือว่าโดดเด่น ครัวใบเตยเน้นวัตถุดิบคุณภาพและเมนูที่มีให้เลือกหลากหลาย แนะนำ ยำกุ้งฟู กุ้งหรือหมึกทอดกระเทียมพริกไทย แกงส้มปลายอดมะพร้าว หมูคั่วกลิ้งและหมูกรอบผัดพริกแกง อาหารสามารถสั่งแบบเผ็ดน้อยได้ แต่แนะนำให้ลองรสชาติดั้งเดิมของร้านก่อน เมนูเข้าใจง่ายเพราะมีรูปเมนูจานเด็ดประจำร้านอยู่ทุกหน้า หากไปช่วงคนเยอะอาจต้องเผื่อเวลารออาหารนิดหน่อย

Don't be put off by the simple décor. It serves southern Thai cuisine with a seafood-weighted menu. Try fried prawns or squid with garlic and pepper or fish curry with coconut shoot. Meat lovers can opt for the delicious stir fried crispy pork with red chili paste. The menu is easy to navigate as specialities have the biggest pictures. Though the spicing can be toned down on request, we recommend trying its authentic taste. Expect to wait if the kitchen is busy.

TEL. 081 719 3689

2/29 หมู่ 2 อ.ตะกั่วป่า
2/29 Moo 2, Takua Pa

■ ราคา PRICE

อาหารกลางวัน Lunch:
อาหารตามสั่ง à la carte: ฿ 260-350
อาหารเย็น Dinner:
อาหารตามสั่ง à la carte: ฿ 260-350

■ เวลาเปิด-ปิด OPENING HOURS

อาหารกลางวัน Lunch:
11:00-14:00 (L.O.)
อาหารเย็น Dinner:
17:00-23:00 (L.O.)

■ วันปิดบริการ ANNUAL AND WEEKLY CLOSING

ปิดมื้อกลางวันวันอาทิตย์
Closed Sunday lunch

ในเหมือง

NAI MUEANG

อาหารใต้ • เรโทร

Southern Thai • Retro

ร้านในเหมืองพาคุณย้อนเวลาสู่ยุครุ่งเรืองของเหมืองแร่ดีบุก ผ่านการตกแต่งภายในที่มีอุปกรณ์ทำเหมือง จักรเย็บผ้า เครื่องเล่นแผ่นเสียง รวมทั้งของโบราณต่างๆ ที่นี่พร้อมเสิร์ฟเมนูโบราณและอาหารใต้รสดั้งเดิมอย่าง ต้มกะทิสายบัว แกงกะทิหมูหน่อเหรียง รวมไปถึงวัตถุดิบหลักอย่าง อาหารทะเลสดใหม่ ที่พร้อมนำไปปรุงเป็นอาหารรสชาติเข้มข้น ทางร้านมีบุฟเฟ่ต์ราคาคุ้มค่าบริการช่วงกลางวัน และเปิดสอนทำอาหารสัปดาห์ละ 4 วัน

Old tin-mining memorabilia, record players, sewing machines and other nostalgic bric-a-brac give this shop a certain retro charm. The menu features authentic Thai recipes from the south, including fish organs in curry and crab curry with noodles. Seafood is the sure bet, guaranteed to be fresh, vibrant and big on flavour. The buffet lunch is a steal and cooking classes are conducted four days a week.

TEL. 096 654 4033

33/4 หมู่ 6 อ.ตะกั่วป่า
33/4 Moo 6, Takua Pa

■ ราคา PRICE

อาหารกลางวัน Lunch:
เซตเมนู set: ฿ 69
อาหารตามสั่ง à la carte: ฿ 250-400
อาหารเย็น Dinner:
อาหารตามสั่ง à la carte: ฿ 250-400

■ เวลาเปิด-ปิด OPENING HOURS

08:00-20:00 (L.O)

ร้านอาหารริมทาง
STREET FOOD

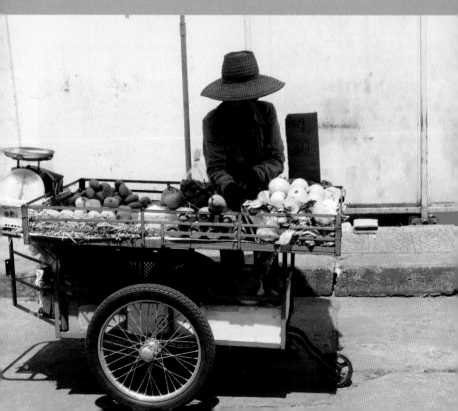

ครัวหลวงเทน (N)
KHRUA LUANG THEN

ครัวหลวงเทนตั้งอยู่บนถนนเพชรเกษมทางไปเขาหลัก ร้านเล็กๆ ในบรรยากาศสบายเป็นกันเองแต่อาหารรสชาติหนักหน่วงจัดจ้านแบบใต้แท้ และใช้วัตถุดิบท้องถิ่นหลายอย่างที่น่าสนใจอย่าง แกงส้มปลาลูกมุด ไก่บ้านต้มขมิ้น ปลาทอดขมิ้น และคั่วกลิ้งเนื้อที่อัดแน่นด้วยสมุนไพรและเครื่องเทศ หากไม่ทานเผ็ดแนะนำให้แจ้งร้านก่อน

Located on the way to Khao Lak, Luang Then is definitely worth a stop, thanks to its authentic Southern cuisine which uses good quality ingredients. Be warned – dishes are hot, as authentic flavours and spiciness are not compromised (even for Thais!).

37/8 หมู่ 2 ถ.เพชรเกษม อ.ตะกั่วป่า
37/8 Moo 2, Phet Kasem Road, Takua Pa
TEL. 090 716 4182

ราคา PRICE | ฿ 150-300

เวลาเปิด-ปิด OPENING HOURS |
11:00-13:30 (L.O.); 17:00-21:30 (L.O.)

ครัวน้อง (N)
KHRUA NONG

ร้านครัวน้องเป็นร้านเล็กๆ ที่อาจหายากสักเล็กน้อย ถ้าไม่สังเกตให้ดี คุณเอ้และคุณนกเจ้าของช่วยกันเสิร์ฟความอร่อยมากว่า 20 ปี และจ่ายตลาดเองทุกเช้าเพื่อเลือกวัตถุดิบที่ดีที่สุด จานที่ไม่ควรพลาด คือ ต้มยำกุ้ง และกุ้งผัดเผ็ดสะตอ ลูกค้าสามารถเลือกความเผ็ดได้ 3 ระดับ ทั้งเมนูอาหารทะเลและเนื้อสัตว์อื่นๆ

This small shop, run by married couple Ae and Nok for the past 20 years, is a little gem. Seafood is sourced daily and cooked to your desired spiciness. Specialities include Tom Yum Kung and soft-shell crab with spicy sauce. Chicken and pork are also available.

132/8 ถ.เพชรเกษม อ.ตะกั่วป่า
132/8 Phet Kasem Road, Takua Pa
TEL. 076 424 497

ราคา PRICE | ฿ 240-350

เวลาเปิด-ปิด OPENING HOURS |
10:30-21:00 (L.O.)

กอบโภชนา N
GOP PHOCHANA

กอบโภชนาเปิดขายมานานกว่า 20 ปี ปัจจุบันดูแลโดยทายาทรุ่นที่ 2 บรรยากาศอาจดูเรียบง่าย แต่รสชาติอาหารไทยร้านนี้จะมัดใจนักชิมทุกคน ด้วยเทคนิคการปรุง วัตถุดิบคุณภาพ และฝีมือที่ถือเป็นเคล็ดลับความอร่อยของร้าน เมนูเอก คือ ฉู่ฉี่กะหรี่กุ้งรสกลมกล่อม และคั่วกลิ้งหมูสับรสเข้มข้นด้วยเครื่องเทศและสมุนไพร

Open for over 20 years and run by the 2nd generation, this simple shop is known more for its food than its look. It serves Thai cuisine using quality produce; signature dishes include stir-fried shrimp or mince pork, both served in herbal coconut curry.

58/2 หมู่ 7 ถ.เพชรเกษม อ.ท้ายเหมือง
58/2 Moo 7, Phet Kasem Road, Thai Mueang
TEL. 089 291 8837

ราคา PRICE | ฿ 200-350

เวลาเปิด-ปิด OPENING HOURS |
08:30-19:30 (L.O.)

PHANG-NGA พังงา

พังงา PHANG-NGA

โรงแรม
HOTELS

ซิกเซนส์เซส ยาวน้อย N
SIX SENSES YAO NOI

ลักชัวรี • ธรรมชาติ
Luxury • Natural

หากต้องการพักผ่อนท่ามกลางธรรมชาติในบรรยากาศสุดโรแมนติก คงไม่มีที่ใดจะดีไปกว่าซิกเซนส์เซส เกาะยาวน้อย ด้วยที่ตั้งบนเนินเขาอันเงียบสงบมองเห็นเกาะน้อยใหญ่ในอ่าวพังงา ให้คุณได้ดื่มด่ำกับดินเนอร์มื้อเย็นหรือจิบไวน์ชมพระอาทิตย์ตกดิน ที่พักพูลวิลล่าทุกหลังมีสระว่ายน้ำไร้ขอบส่วนตัว และบริการอาหารแบบเอาท์ดอร์ แนะนำ "Beachfront Pool Villa Suite" ที่มีทางลงไปชายหาดและสระว่ายน้ำที่กลืนไปกับขอบฟ้าและมหาสมุทร

There is few better places for a romantic getaway than Six Senses Yao Noi, which allows you to reconnect with nature. Nestled on a tranquil hillside overlooking Phang Nga Bay, the resort offers great spots in which to wine and dine at sunset. Spacious pool villas all come with private infinity pools and al fresco dining, while the Beachfront Pool Villa Suite has direct shore access and a horizon pool which merges seamlessly with the ocean.

TEL. 076 418 500
www.sixsenses.com/resorts/yao-noi/destination

56 หมู่ 5 อ.เกาะยาว
56 Moo 5, Ko Yao

56 ห้องสวีท/Suites

ราคาห้องสวีท/Price of suites:
฿ 22,500-367,500

อินิอาล่า บีช เฮาส์ Ⓝ

INIALA BEACH HOUSE

วิลล่า • *ตกแต่งอย่างมีดีไซน์*

Villa • Design

แม้ห้องพักมีเพียง 3 วิลล่ากับ 1 เพนท์เฮาส์ แต่อินิอาล่า บีช เฮาส์ก็สามารถตอบโจทย์ความต้องการของลูกค้าได้อย่างเพียบพร้อมด้วยบริการบัตเลอร์ส่วนตัว รวมไปถึงคนขับรถ เชฟ แม่บ้าน และนักสปาบำบัด เหมาะสำหรับการพักผ่อนของครอบครัวอย่างแท้จริง ภายในตกแต่งหรูหราผสานสไตล์รัสเซียและสเปนเข้ากับความเป็นไทยสมัยใหม่ ที่พักเพนท์เฮาส์เหมาะอย่างยิ่งสำหรับคู่รักที่ต้องการความเป็นส่วนตัว และความโรแมนติกด้วยวิวพระอาทิตย์ตกที่สวยขาดใจ

With only three villas and a penthouse suite, this luxury property delivers bespoke service on every level. Each villa has its own butler, driver, chef, housekeeper and spa therapist. The penthouse caters to romantic couples while the villas lavishly furnished in modern Thai, Russian and Spanish styles are more family-oriented. Sunset views from the terrace are not to be missed.

TEL. 076 451 456
www.iniala.com

40/14 หมู่ 6 อ.ตะกั่วทุ่ง
40/14 Moo 6, Takua Thung

4 ห้องสวีท/Suites

ราคาห้องสวีท/Price of suites:
฿ 75,000-330,000

ร้านอาหารแนะนำ/Recommended restaurants:
เอสเซนซี่ Esenzi

THE SAROJIN (N)

โรงแรมบูติค • คลาสสิก
Boutique Hotel • Classic

โรงแรม The Sarojin สวยงามเงียบสงบในบรรยากาศโรแมนติกเหมาะสำหรับช่วงเวลาอันแสนพิเศษของคู่รัก ห้องพักริมทะเลตกแต่งอย่างสวยงามผสานความคลาสสิกเข้ากับความทันสมัยได้อย่างลงตัว พร้อมชายหาดสวยที่ให้ความเป็นส่วนตัว ส่วนห้องอาหารมีให้เลือกทั้งสไตล์เมดิเตอร์เรเนียนและ Southeast Asian แล้วผ่อนคลายทั้งกายใจไปกับสปาที่จะทำให้คุณรู้สึกกลมกลืนไปธรรมชาติรอบข้าง พร้อมการบริการที่อบอุ่นเป็นมืออาชีพ

Amidst manicured grounds with direct beach access is a secluded intimate hideaway for couples looking for a romantic holiday. Classic rooms are dotted with modern touches. Polished and discreet service is flawlessly delivered by a charming team. In terms of food, choose between Mediterranean-inspired cuisine and Southeast Asian fare. The spa blends in with nature perfectly.

TEL. 076 427 900
www.sarojin.com

60 หมู่ 2 อ.ตะกั่วป่า
60 Moo 2, Takua Pa

42 ห้องพัก/Rooms
14 ห้องสวีท/Suites

ราคาสำหรับ 2 ท่าน/Price for 2 persons:
฿ 5,000-12,000

ราคาห้องสวีท/Price of suites:
฿ 12,000-35,000

บาบา บีช คลับ
BABA BEACH CLUB

โรงแรมบูติค • ทันสมัย
Boutique Hotel • Trendy

โรงแรมบาบา บีช คลับในเครือศรีพันวานี้ เน้นกลุ่มลูกค้า
วัยรุ่นและสายปาร์ตี้ด้วยเหล่าดีเจที่ผลัดกันมามิกซ์เพลง
ทุกคืนในช่วงไฮซีซั่น และทุกคืนวันเสาร์ช่วงนอกฤดู พบ
กับสระว่ายน้ำที่รอให้คุณมาสนุกเต็มที่ด้วย pool bar ทั้ง
กลางสระและริมสระ ห้องพักและวิลล่าขนาด 2 - 5 ห้องนอน
ของโรงแรมยังคงความหรูหราพร้อมสิ่งอำนวยความสะดวก
รวมถึงมินิบาร์ฟรี ห้องอาหารเสิร์ฟอาหารไทย อิตาเลียน
ญี่ปุ่น และสเต็ก

This beachfront resort targets young, hip
party-goers with live DJ sets every Saturday
night and daily during the high season. The pool
boasting a lively vibe and bar is the key draw here.
It offers a range of spacious rooms and pool villas,
complete with all mod cons and a complimentary
minibar. The restaurant serves sushi, Thai and
Italian food alongside grilled meats.

TEL. 076 429 388
www.bababeachclub.com

88/8 หมู่ 5 อ.ตะกั่วทุ่ง
88/8 Moo 5, Takua Thung

8 ห้องพัก/Rooms
28 ห้องสวีท/Suites

ราคาสำหรับ 2 ท่าน/Price for 2 persons:
฿ 8,000-15,000

ราคาห้องสวีท/Price of suites:
฿ 15,000-200,000

CASA DE LA FLORA (N)

โรงแรมบูติค • ตกแต่งอย่างมีดีไซน์
Boutique Hotel • Design

โรงแรม Casa de La Flora จะทำให้คุณประทับใจด้วย pool villa รูปทรงทันสมัยล้อมด้วยกระจกจากพื้นถึงเพดาน เพื่อให้แขกดื่มด่ำกับบรรยากาศทะเลอันดามันอย่างเต็มตา ห้องพักเสริมความหรูหราด้วยเตียงนอนนุ่มสบาย อ่างล้างหน้าคู่ อ่างอาบน้ำขนาดใหญ่ และยังครบครันด้วยสิ่งอำนวยความสะดวกทันสมัยมากมาย สามารถเดินเล่นบนหาดได้ในช่วงน้ำลง ส่วนห้องอาหารของโรงแรมเสิร์ฟความอร่อยด้วยเมนูนานาชาติ

Although the beach is only accessible at low tide, the striking cubic pool villas more than make up for that. Floor-to-ceiling windows bring in views of the Andaman Sea while the king-size beds, his-and-hers sinks and oversized bathtubs show impressive levels of comfort and luxury. Aimed at honeymooners and romantic couples this is the perfect place to wind down. The restaurant serves international food.

TEL. 076 428 999
www.casadelaflora.com

67/213 หมู่ 5 อ.ตะกั่วป่า
67/213 Moo 5, Takua Pa

9 ห้องพัก/Rooms
27 ห้องสวีท/Suites

ราคาสำหรับ 2 ท่าน/Price for 2 persons:
฿ 12,000-14,000

ราคาห้องสวีท/Price of suites:
฿ 15,000-25,000

ลา เวล่า
LA VELA

โรงแรมบูทีค • โมเดิร์น
Boutique Hotel • Modern

โรงแรมริมหาดที่มีการเดินทางและเรือเป็นแรงบันดาลใจ
ในการตกแต่ง พร้อมด้วยสิ่งอำนวยความสะดวกครบครัน
ไม่ว่าจะเป็นสระว่ายน้ำถึง 5 สระ สปา ห้องอาหาร และคาเฟ่
เหมาะพาทั้งคนรักและครอบครัวมาพักผ่อน ห้องพักมีให้
เลือกติดริมสระหรือริมทะเลซึ่งสามารถชมวิวขณะที่
ผ่อนคลายในอ่างจากุซซี่ เด็กๆ สามารถสนุกกับ kids' club
ที่อยู่ริมสระ และเอาใจผู้ใหญ่ด้วยดนตรีสด หรือ pool
party ทุกคืนวันเสาร์

This charming property on the beach has a
subtle nautical theme. Facilities target both
families and couples alike, with the five pools,
spa, all-day café and restaurant. For a soak in the
Jacuzzi with sea views, pick a room on the ocean
side; for easy access to the kids club, choose one
on the pool side. The pool party every Saturday
night boasts live music and a fire show.

TEL. 076 428 555
www.lavelakhaolak.com

98/9 หมู่ 5 อ.ตะกั่วป่า
98/9 Moo 5, Takua Pa
181 ห้องพัก/Rooms
ราคาสำหรับ 2 ท่าน/Price for 2 persons:
฿ 5,000-24,000

วนาคารบีช (N)

WANAKARN BEACH

รีสอร์ต • คลาสสิก

Resort • Classic

ด้วยที่ตั้งบนเขามองเห็นวิวทะเลสาบและหาดทราย โรงแรมวนาคาร บีชจึงเป็นสวรรค์ของผู้ที่ต้องการพักผ่อนห่างไกลจากความวุ่นวายอย่างแท้จริง วิลล่ามีทั้งแบบคลาสสิกและทันสมัยให้เลือกพร้อมสระว่ายน้ำและจากุซซี่ คุณสามารถสัมผัสความงามของทะเลสาบระหว่างอิ่มอร่อยกับอาหารไทยหรือนานาชาติบนระเบียงกว้างของห้องอาหาร ถ้าเต็มอิ่มกับสายลมแสงแดดแล้ว ลองเข้าคลาสเรียนทำอาหาร หรือเลือกผ่อนคลายในสปาของโรงแรม

Nestled in a remote jungle overlooking a lagoon and beach, this property ticks all the boxes for a serene haven away from it all. Villas are styled in either a classic or modern style, complete with a pool or Jacuzzi. The restaurant with its spacious terrace by the lagoon has Thai and international dishes. Those needing a break from the sun can take a cooking class or book a spa session.

TEL. 076 584 300
www.wanakarnresort.com

48/2 หมู่ 3 อ.ท้ายเมือง
48/2 Moo 3, Thai Mueang

14 ห้องพัก/Rooms
1 ห้องสวีท/Suites

ราคาสำหรับ 2 ท่าน/Price for 2 persons:
฿ 18,000-30,000

ราคาห้องสวีท/Price of suites:
฿ 30,000-60,000

PHANG-NGA พังงา

ดัชนี
INDEX

รายชื่อร้านที่ได้รับรางวัลดาวมิชลิน
STAR LIST

PRU   **259**

รายชื่อร้านที่ได้รับรางวัลบิบกูร์มองด์
BIB GOURMAND LIST

รายชื่อร้านอาหารทั้งหมด
INDEX OF RESTAURANTS

รายชื่อร้านอาหารแบ่งตามประเภทอาหาร
RESTAURANTS BY CUISINE TYPE

รายชื่อร้านอาหารริมทาง
INDEX OF STREET FOOD

รายชื่อโรงแรม
INDEX OF HOTELS

CREDITS

Pages 2-6: All photos by Tourism Authority of Thailand (TAT), except special mentions • **Page 7:** All photos by Angie Thien • **Page 8:** Tourism Authority of Thailand (TAT) (left) - Mimi Grachangnetara (right) • **Page 16-17:** All photos by Tourism Authority of Thailand (TAT) • **Page 20 :** BongkarnThanyakij/iStock (top) - ISMODE/iStock (bottom) • **Page 21, from top to bottom:** Doctor_J/iStock - Tourism Authority of Thailand (TAT) - pigphoto/iStock - Alan_Lagadu/iStock - primeimages/iStock • **Pages 32-33:** Tourism Authority of Thailand (TAT) • **Page 36:** FoodCollection/Photononstop • **Page 154:** Chalabala/iStock • **Page 174:** mihalis_a/iStock • **Page 208:** lechatnoir/iStock • **Page 213:** gbh007/iStock • **Page 214:** AlxeyPnferov/iStock • **Page 219:** Maica/iStock • **Page 220:** MILANTE/iStock • **Page 223:** Siraphol/iStock • **Page 226:** Jtasphoto/iStock • **Page 233:** luchezar/iStock • **Page 234:** southtownboy/iStock • **Page 254:** faust_/iStock • **Page 258:** E. Lemery/Panther Media/age footstock • **Page 284:** Chiradech/iStock • **Page 292:** Jzhuk/iStock • **Page 322:** Ekgapark Wonghirunsombat/Panther Media/age footstock • **Page 326:** blanaru/iStock • **Page 329:** justhavealook/iStock • **Page 330:** whyframestudio/iStock

All others photos by Michelin, with the kind permission of the establishments mentioned in this guide.

จัดจำหน่ายทั่วประเทศโดย

บริษัท อมรินทร์ บุ๊ค เซ็นเตอร์ จำกัด

108 หมู่ที่ 2 ถ.บางกรวย - จงถนอม ต.มหาสวัสดิ์ อ.บางกรวย จ.นนทบุรี 11130

โทรศัพท์ 0-2423-9999 โทรสาร 0-2449-9222, 0-2449-9500-6

Homepage : http://www.naiin.com

Distributed by: AMARIN BOOK CENTER CO.,LTD

108 Moo2 Bang Kruai – Jongthanom Road, Maha Sawat, Bang Kruai, Nonthaburi 11130

Tel. 02-423-9999 - Fax. 0-2449-9222, 0-2449-9500-6 Homepage : http://www.naiin.com

MICHELIN TRAVEL PARTNER

Société par actions simplifiées au capital de 15 044 940 €
27 Cours de l'Île Seguin - 92100 Boulogne Billancourt (France)
R.C.S. Nanterre 433 677 721
© 2018 Michelin Travel Partner - All rights reserved
Legal deposit: 09-2018
Printed in China: 10-2018

Graphic design: Ici Barbès
Typesetting: BPC (China)
Printing-Binding: BPC (China)